nơi ngập tràn tình yêu

Dịch từ nguyên bản tiếng Anh
Xuất bản theo hợp đồng chuyển nhượng bản quyền giữa Grand
Central Publishing New York, New York, USA và Nhà xuất bản Phụ nữ.
Bản quyền tiếng Việt © Nhà xuất bản Phụ nữ, 2014.

Billie Letts

nơi ngập tràn tình yêu

Dịch giả: Đinh Thanh Vân

NHÀ XUẤT BẢN PHỤ NỮ

Tặng Dennis,
người hằng tin vào sự kỳ diệu và phép màu

PHẦN MỘT

PHẦN MỘT

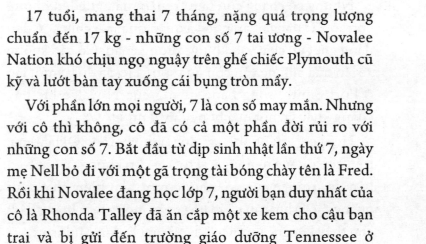

Chương 1

17 tuổi, mang thai 7 tháng, nặng quá trọng lượng chuẩn đến 17 kg - những con số 7 tai ương - Novalee Nation khó chịu ngọ nguậy trên ghế chiếc Plymouth cũ kỹ và lướt bàn tay xuống cái bụng tròn mẩy.

Với phần lớn mọi người, 7 là con số may mắn. Nhưng với cô thì không, cô đã có cả một phần đời rủi ro với những con số 7. Bắt đầu từ dịp sinh nhật lần thứ 7, ngày mẹ Nell bỏ đi với một gã trọng tài bóng chày tên là Fred. Rồi khi Novalee đang học lớp 7, người bạn duy nhất của cô là Rhonda Talley đã ăn cắp một xe kem cho cậu bạn trai và bị gửi đến trường giáo dưỡng Tennessee ở Tullahoma.

Kể từ hồi đó, Novalee biết rằng những con số 7 có gì đó thật kỳ lạ, nên vẫn cố tránh chúng ra. *Nhưng đôi khi, mình không thể biết trước những việc sắp đến với mình*, cô nghĩ.

Và chính vì thế mà Novalee phải chịu nhiều đau đớn. Cô chỉ không biết trước đau đớn nào sắp đến mà thôi.

Nó xảy ra ngay sau khi Novalee bỏ học và đến làm hầu bàn ở quán Red, một công việc không dính dáng gì đến những con số 7. Tối nọ, một cô nàng khách quen tên là Gladys tự dưng nổi điên, ném chai bia đang uống qua cửa sổ và la hét như phát rồ, nào là đã nhìn thấy Chúa Jesus, rồi gọi Red là Chúa Thánh thần. Novalee cố trấn tĩnh cô ta, nhưng Gladys đã quá say. Cầm con dao ăn, cô ta nhảy bổ vào Novalee rạch cho một nhát dài từ cổ tay đến khuỷu tay và bác sĩ ở phòng cấp cứu đã phải khâu cho Novalee 77 mũi. Không, Novalee không thể chịu nổi những con số 7 nữa.

Nhưng cô chẳng còn tâm trí nào mà nghĩ đến những con số 7 vì đang nhăn nhó và quần quại, cố chịu cơn đau đáng ghét ép chặt vào khung xương chậu. Cô cần xuống xe lần nữa, nhưng vẫn còn quá sớm. Họ đã đỗ lại một lần ở Fort Smith, song bàng quang của Novalee lúc này chẳng khác gì một quả bóng đầy ứ nước.

Họ đang ở một nơi nào đó tại miền đông Oklahoma, trên con đường từ nông trại tới cái chợ không có tên trên bản đồ Amoco của cô, nhưng một tấm biển phai màu quảng cáo lễ hội bắn pháo hoa ngày mồng Bốn tháng Bảy[1] cho thấy khoảng mười hai dặm[2] nữa là đến Muldrow.

Con đường hẹp rải nhựa, mặt đường lồi lõm, ít người qua lại như bị bỏ quên từ lâu. Những mảng trên mặt đường cũ kỹ, nứt nẻ và bong ra như những cái vảy đen sì do những cây cà độc dược và lớp đá nền khạc ra. Nhưng

---

[1] Quốc khánh Mỹ - ngày 4/7/1776, còn gọi là Ngày Độc lập (Các chú thích trong tác phẩm đều của người dịch).

[2] Đơn vị đo lường về khoảng cách = 1.61km

chiếc Plymouth to lớn vẫn chạy đều đều với tốc độ bảy mươi nhăm dặm một giờ và Willy Jack Pickens cứ điều khiển nó như có hàng ngàn mã lực dưới đôi chân.

Willy Jack hơn Novalee một tuổi, nhẹ hơn cô mười ký và thấp hơn cô mười phân. Gã đi giày cưỡi ngựa, nhét giấy báo bên trong để làm cho mình cao hơn. Novalee thấy gã trông giống John Cougar Mellencamp[1], nhưng Willy Jack thì tin mình giống Bruce Springsteen[2] hơn, gã nói người này chỉ cao có một mét năm mươi nhăm.

Willy Jack vốn mê mẩn các nhạc công thấp người, nhất là những ai thấp hơn mình. Dù có say xỉn đến mấy, Willy vẫn có thể nhớ Prince[3] cao một mét năm mươi hai, còn Mick Jagger[4] cao một mét năm mươi sáu. Gã khoe mình có trí nhớ rất tốt.

Những tấm biển chỉ đường cảnh báo đằng trước có những chỗ ngoặt gấp, nhưng Willy Jack vẫn giữ nguyên tốc độ bảy mươi lăm dặm một giờ. Novalee rất muốn nhắc gã chạy chậm lại; nhưng thay vào đó, cô chỉ biết thầm cầu nguyện họ không gặp bất cứ xe nào chạy ngược chiều.

Nếu chạy xa hơn về hướng bắc qua Tulsa và thành phố Oklahoma, họ có thể gặp trạm thu phí, nhưng Willy Jack nói gã sẽ không trả một xen[5] thuế đường nào hết. Tuy chưa bao giờ phải đóng thuế, song gã có ý kiến dứt khoát về những việc như thế. Ngoài ra, gã nói còn nhiều đường đến California mà chẳng phải mất xen nào.

[1,2,3,4] Tên các ca sĩ, nhạc sĩ của Mỹ, Anh.

[5] Xen: đồng xu, bằng 1/100 đô-la Mỹ.

Gã trượt tay lái ngay từ chỗ rẽ đầu tiên, bánh phải đằng trước vừa lao vào lề đường đã làm cả xe rung bần bật, khiến bàng quang Novalee càng căng lên. Cô tháo dây an toàn, trườn hông về phía trước, cố ngọ nguậy cho dễ chịu nhưng chẳng ích gì. Cô phải đi tiểu thôi.

- Anh yêu, em phải nghỉ lần nữa.

- Khỉ thật, Novalee. - Willy Jack đập cả hai bàn tay lên vô-lăng. - Em vừa đi rồi thôi.

- Vâng, nhưng…

- Mới chưa đầy năm mươi dặm.

- Thôi, em có thể đợi lát nữa cũng được.

- Em có biết chúng ta phải tốn thêm bao nhiêu thời gian mới tới được đó, nếu cứ năm chục dặm em lại đi tiểu một lần không?

- Em không định nói là ngay bây giờ. Em đợi được mà.

Willy Jack vẫn đang bực vì chuyện cái máy ảnh. Novalee đã mua một chiếc Polaroid trước khi họ ra đi, vì cô muốn bạn trai chụp cho mình trên đường qua từng bang, cô muốn tạo dáng cạnh tấm biển chỉ đường, như CHÀO MỪNG ĐẾN ARKANSAS, hay OKLAHOMA chẳng hạn. Cô muốn lưu giữ các bức ảnh này để có ngày cho con biết bố mẹ nó đã du hành về phía tây tới California giống như đi bằng xe ngựa có mui ra sao.

Willy Jack bảo cô nghĩ vớ nghĩ vẩn, nhưng cũng chịu chụp ảnh cô khi họ vào Arkansas chỉ vì gã trông thấy một quán rượu tên là Razorback ở bên kia đường và muốn uống cốc bia. Đi được hai chục dặm thì Novalee thấy thiếu cái máy ảnh và phát hiện ra Willy Jack đã bỏ quên ở quán rượu. Cô năn nỉ gã trở lại lấy máy ảnh, gã làm theo chỉ vì muốn uống thêm cốc bia nữa. Nhưng khi họ vào Oklahoma, Willy Jack không chịu dừng lại và chụp ảnh cho Novalee, và thế là họ cãi nhau.

Novalee cảm thấy nóng và nhớp nháp. Cô mở cửa kính, mặc khí nóng bên ngoài tạt vào mặt. Điều hòa nhiệt độ trong chiếc Plymouth đã không hoạt động từ lâu, trước khi Willy Jack mua cái xe với giá năm chục đô-la. Thực ra, hầu hết mọi thứ trong xe đều không hoạt động, thế nên Willy Jack mới vớ được nó trong một xưởng phế liệu ở ngoại ô Knoxville. Gã đã thay trục nối nhiều chiều, bộ chế hòa khí, bu-gi, phanh trống và bộ giảm thanh, nhưng không thay sàn xe dù nó có một lỗ thủng to bằng cái đĩa. Gã che lỗ thủng bằng cái khay ti-vi, nhưng Novalee luôn lo sợ cái khay trượt đi và bàn chân cô sẽ tụt vào đó rồi đứt rời trên đường. Lúc cúi xuống kiểm tra cái khay, cô có thể thấy mặt đường xoay tròn ở rìa khay, chỉ cách bàn chân cô độ mươi phân, và điều này chỉ càng làm cô muốn tiểu tiện hơn mà thôi.

Novalee cố không nghĩ đến bàng quang của mình bằng cách đếm các cọc rào, rồi cố nhớ lại các câu thơ đã đọc, nhưng chẳng ăn thua gì. Cuối cùng, cô đành rút cuốn sách ảnh từ cái túi nhựa trên ghế bên cạnh.

Cô đã thu thập nhiều ảnh trong các tạp chí từ khi còn bé, những bức ảnh chụp các phòng ngủ có giường bốn chân, chăn đệm kiểu cổ, nhà bếp có đồ dùng bằng đồng, bằng sứ xanh lơ, phòng khách có các cô gái xinh đẹp cuộn tròn ngủ trên các tấm thảm rực rỡ, trên tường treo kín ảnh gia đình đóng khung mạ vàng. Trước kia, những căn phòng này chỉ tồn tại trên các trang tạp chí cô mua ở hàng đồ cũ tại Tellico Plains, Tennessee. Nhưng bây giờ, cô đang trên đường tới California, và sẽ được sống trong những căn phòng như thế.

- Anh nhìn này. - Cô giơ một bức ảnh cho Willy Jack xem. - Đây là cái đèn Chuột Mickey em đã nói với anh đấy. Em muốn đặt nó trong phòng của con.

Willy Jack bật radio và bắt đầu dò kênh, nhưng không được.

- Em hy vọng chúng ta có thể kiếm được một ngôi nhà hai tầng, có ban công nhìn ra đại dương.

- Của nợ, Novalee. Từ Bakersfield, em không thể nhìn thấy đại dương.

- Thì một cái ao cũng được. Em muốn có một trong những cái bàn ngoài hiên có ô che như thế này để chúng ta có thể ngồi chơi với con, uống sô-cô-la sữa và ngắm mặt trời lặn.

Novalee mơ ước về đủ các loại nhà - nhà hai tầng, nhà gỗ nguyên khối, nhà chung cư, nhà nông trại - bất cứ thứ gì cố định trên mặt đất. Cô chưa bao giờ được sống ở một nơi không có bánh xe bên dưới. Cô đã sống trong bảy ngôi nhà bằng xe moóc: một cái có chiều rộng gấp đôi chiều dài, một xe cắm trại, hai nhà lưu động, một xe năm bánh, một chiếc Winnebago bị cháy, và một xe goòng, là một phần của khách sạn tên là Chattanooga Choo Choo.

Cô giơ một tấm ảnh khác.

- Nhìn những con vịt trên bức tường này. Xinh không?

Willy Jack xoay mạnh vô-lăng, cố chẹt chết một con rùa ở vệ đường.

- Em ghét anh làm thế. Tại sao anh muốn giết chết những con rùa kia chứ? Chúng nó chẳng làm phiền đến ai. - Novalee phản đối.

Willy Jack xoay núm radio và chọn bài *Graceland* của Paul Simon[1], gã quả quyết nam ca sĩ này còn thấp hơn mình mười phân.

Khi họ qua tháp nước Muldrow, Novalee phải bỏ cuốn sách ảnh xuống. Nhìn thấy nước nhiều đến thế kia khiến cô khó mà chịu nổi.

- Em đánh cược ở thị trấn này phải có một nhà tắm.

- Anh chẳng thấy gì lạ, - Willy Jack nói. - Hầu như thị trấn nào cũng có một cái. Em tưởng họ có cả nước nóng hả? Có lẽ em muốn ngâm người trong bồn tắm nước nóng ư? Như thế có tốt cho em không?

- Khỉ thật, Willy Jack, em phải đi vệ sinh đây.

Willy Jack vặn đài to đến mức nhịp điệu bài hát nghe đập thình thịch. Lúc họ lao ầm ầm qua Muldrow, Novalee bị căng hết các cơ giữa hai chân và cố không nghĩ đến bể bơi hoặc trà đá.

Cô lại dò tìm trên bản đồ và hi vọng sau hai mươi dặm đường nữa là có thể dừng chân ở một thị trấn có tên Sequoyah, dù chỉ trong thoáng chốc. Cô nhìn trộm đồng hồ đo xăng và chán nản thấy vẫn còn nửa bình.

---

[1] Paul Simon (sinh năm 1941): Nhạc sĩ và nhạc công người Mỹ.

Trong một lúc, cô thầm chơi trò lướt qua bảng chữ cái tìm một cái tên cho con. Vần A, cô chọn tên Angel và Abbie; vần B cô thích tên Bordon và Babbette, nhưng cô phải nín nhịn khổ sở quá không sao tập trung nổi, và đến vần C thì bỏ cuộc.

Novalee đau đớn, nhức nhối từ đầu xuống chân. Cô nhức đầu suốt buổi sáng, nhưng không mang theo aspirin. Bàn chân cô cũng đau thảm hại. Chúng sưng phồng đến mức dây đôi xăng đan đỏ lún sâu vào mắt cá và ghìm chặt các ngón chân đau thắt. Dù không thể với tới cái khóa, nhưng cọ chân nọ vào chân kia, cuối cùng cô có thể rút chân ra khỏi xăng đan và thấy dễ chịu hẳn.

- Ước gì em có ít kẹo cao su, - cô nói.

Miệng khô khốc và cổ họng ngứa ngáy, Novalee có nửa chai Co-ca ấm ở ghế sau, nhưng cô biết nếu uống vào cũng chỉ làm cho bàng quang của mình đầy ứ thêm mà thôi.

- Vợ Red bảo khi mang thai, bàng quang của bà ấy có chuyện, chính vì thế phải phẫu thuật C.

- Phẫu thuật C là cái quỷ gì vậy?

- Rạch tử cung lấy con. Người ta mở phanh bụng và lấy đứa trẻ ra.

- Đừng nghĩ đến việc ấy, Novalee. Nó ngốn hết cả một gia sản đấy.

- Đấy không phải là việc anh có thể trù tính được, Willy Jack. Không như anh dự định cho bữa tiệc sinh nhật. Nó là việc cứ thế xảy ra. Và em không biết tốn bao nhiêu nữa. Với lại, anh sẽ kiếm ra nhiều tiền cơ mà.

- Ờ, anh không muốn tiêu tiền trước khi tiền nằm trong túi.

Willy Jack muốn đến California làm việc cho bên đường sắt. Ở đó, người anh họ tên là J. Paul sẽ xin việc cho gã ở Union Pacific. Hai tuần trước, khi nghe tin về J. Paul, Willy Jack rất phấn khích và muốn ra đi ngay lập tức.

Novalee nghĩ thật lạ là Willy Jack lại háo hức được làm việc đến thế, nhưng cô nói chẳng dại gì mà từ chối của biếu không, vì thế ngay khi cô lĩnh được séc ở Red, họ liền rời Tellico Plains không chút lưỡng lự.

Đây là cơ hội cô mơ ước, cơ hội được sống trong một căn nhà thực sự. Cô và Willy Jack đã sống trong xe cắm trại đỗ cạnh quán Red, nhưng hệ thống nước bị hỏng nên họ phải dùng phòng vệ sinh của quán. Cô biết việc làm ở Sở Hỏa xa sẽ bảo đảm cho cô không phải sống trên các bánh xe nữa. Cô biết chắc là thế.

Nhưng điều cô chưa biết là Willy Jack đến Bakersfield để cắt một trong các ngón tay của mình. Gã đã không kể cho cô nghe toàn bộ câu chuyện.

Gã không kể cho cô rằng sau khi làm việc được một tháng, J. Paul đã bị cái vấu nối toa nghiến cụt ngón tay cái, nhờ thế, anh ta nhận được sáu mươi lăm ngàn đô-la tiền bồi thường thương tật, mỗi tháng còn được lĩnh thêm tám trăm đô-la cho đến hết đời. J. Paul dùng tiền đó mua một cửa hàng xăng dầu và dọn đến một ngôi nhà hiện đại ở rìa sân gôn thu nhỏ.

Chuyện đó khiến Willy Jack quan tâm sâu sắc đến các ngón tay của mình. Gã để ý đến chúng, lần đầu tiên trong đời thực sự để ý đến chúng. Gã bắt đầu xem xét kỹ từng ngón một. Gã hình dung rằng ngón cái và ngón trỏ làm nhiều việc nhất, ngón giữa thì để liên kết, ngón thứ tư để đeo nhẫn, còn ngón út chẳng cần thiết là mấy. Với người thuận tay trái như Willy Jack, ngón út bàn tay phải rõ là vô tích sự. Đó chính là ngón gã sẽ hy sinh, là ngón gã định sẽ đổi lấy chó săn và ngựa đua. Là ngón sẽ đưa gã tới Santa Anita và công viên Hollywood, nơi gã sẽ uống rượu gin ngâm mận kêu sì sì, mặc sơ-mi lụa và đặt tiền cá độ vào các cửa trên khay bằng bạc.

Nhưng Novalee không biết những chuyện đó. Cô chỉ biết gã tới Bakersfield để làm việc cho Sở Hỏa xa. Willy Jack muốn cô chỉ cần biết đến thế. Novalee chỉ cần biết Willy Jack là người tinh thông mọi sự.

- Anh có muốn chạm vào đứa bé không? - Cô hỏi.

Gã làm ra vẻ không nghe thấy.

- Đây này. - Cô chìa tay ra đợi, nhưng gã để nguyên tay đung đưa bên trên vô-lăng.

- Đưa tay đây cho em. - Cô nhấc tay gã và kéo tới bụng mình, đặt nó lên cái vồng lùm lùm trên rốn.

- Anh có cảm thấy nó không?

- Không.

- Anh không cảm thấy nó đập bum... bum... bum rất khẽ à?

- Anh chẳng thấy gì hết.

Willy Jack cố rút tay ra, nhưng Novalee nắm chặt lại và chuyển xuống thấp hơn, ép các ngón tay gã vào chỗ đường cong ngay trên khung xương chậu của mình.

- Sờ vào đây này. - Cô nói rất nhẹ, không hơn tiếng thì thầm là mấy. - Đấy là chỗ tim thai. - Cô giữ bàn tay gã ở đó một lát, nhưng gã giật phắt ra.

- Anh chẳng thấy gì hết - gã nói và lục tìm điếu thuốc lá.

Novalee thấy muốn khóc, nhưng không biết chính xác vì sao. Hệt như thỉnh thoảng trong đêm, khi cô nghe thấy tiếng còi tàu hỏa rúc xa xa... một cảm giác không thể cắt nghĩa nổi, ngay cả với chính bản thân mình.

Cô dựa lưng vào ghế và nhắm mắt lại, cố tìm cách cho thời gian trôi mau hơn. Cô thầm trang trí phòng con, sẽ đặt cái giường cũi dưới cửa sổ, một cái đu lắc trong góc cạnh bàn trang điểm. Cô gấp cái chăn xinh xắn in hình những con bò đang nhảy lên mặt trăng và để cạnh những con thú nhồi bông...

Lúc ngủ thiếp đi, cô thấy mình lại gày gò, mặc đồ jeans bó sát và bế một đứa trẻ, con của cô, mặt nó phủ một tấm khăn trắng mềm mại. Đầy vui sướng và mong đợi, cô lật nhẹ tấm khăn, nhưng phát hiện ra dưới nó là một tấm khăn nữa. Cô kéo khăn ra thì chỉ thấy còn tấm nữa... và tấm nữa.

Rồi, cô nghe thấy một tiếng còi tàu văng vẳng, nhưng đang to dần. Cô ngước nhìn và thấy một đoàn tàu hỏa đang chạy tới chỗ cô và đứa bé. Cô đứng như tượng giữa đường ray khi đoàn tàu lao tới.

Novalee cố nhảy ra và chạy, nhưng người cô nặng trĩu, đất bên dưới xốp và dính, hút chặt hai bàn chân cô. Cô ngã quỵ nhưng vẫn cố dùng toàn bộ sức lực nâng đứa trẻ ra khỏi đường ray và đấy nó khỏi mối nguy hiểm.

Đúng lúc đó, tiếng còi tàu xé không gian. Cô cố lết qua đường ray, nhưng di chuyển chậm như một con sên khổng lồ, nhích từng phân qua thanh kim loại nóng bỏng. Một luồng khí nóng quét qua chân, rồi bằng một cú bật liều lĩnh, cô lăn qua đường. Cô đã thoát.

Cô cố đứng dậy, nhưng chân bị bong gân và gãy xương. Cô đã bị thương trầm trọng.

Tiếng la hét bắt đầu từ sâu thẳm bên trong, gầm vang qua phổi.

- Chuyện quái gì thế, Novalee? - Willy Jack quát.

Giật mình tỉnh giấc, Novalee kinh hãi cảm thấy luồng khí nóng ùa qua sàn xe. Không cần nhìn cô cũng biết cái khay ti-vi đã mất.

Ngoảnh nhìn qua cửa sau, cô khiếp đảm thấy bàn chân mình nham nhở như con đường, rách toạc và đẫm máu.

Nhưng vật cô nhìn thấy là đôi xăng đan màu đỏ vừa tháo khỏi chân, đang trượt và nảy xuống đường.

- Cười gì thế? - Willy Jack hỏi.

- Chỉ là một giấc mơ thôi.

Novalee không muốn kể với gã về chuyện đôi xăng đan. Cô chỉ có mỗi đôi ấy và cô biết gã sẽ phàn nàn vì sẽ phải tốn thêm tiền để mua đôi khác. Vả lại, hãy còn đang trên đường tới một thành phố khác và Novalee không muốn gã nổi điên lần nữa, nếu không cô sẽ không bao giờ được đi vệ sinh.

- Ô, anh nhìn xem. Siêu thị Wal-Mart kia kìa. Chúng mình đỗ ở đó nhé.

- Anh tưởng em phải đi tiểu.

- Anh biết là trong Wal-Mart có nhà vệ sinh mà.

Willy Jack xuyên qua hai làn đến đường vào trong lúc Novalee nghĩ cách giải quyết việc rắc rối này. Trong túi cô không có quá một đô-la, Willy Jack đã cầm tất cả tiền mặt.

- Anh à, em cần một ít tiền.

- Người ta bắt trả phí đi tiểu à?

Gã lái qua bãi đỗ như thế dừng lại đỗ xăng nhưng lại lao chiếc Plymouth to tướng vào đường dành cho người tàn tật, gần lối vào nhất.

- Năm đô-la là đủ.

- Để làm gì?

- Em phải mua dép đi trong nhà.

- Dép đi trong nhà ư? Sao vậy? Chúng ta đang trong ô tô mà.

- Chân em sưng phồng lên rồi. Em không thể xỏ vào đôi xăng đan được nữa.

- Trời đất ơi, Novalee. Chúng ta sắp chạy ô tô xuyên quốc gia mà em lại định đi dép trong nhà ư?

- Có ai trông thấy đâu?

- Em không định khi đỗ lại, rồi đi thơ thẩn lang thang bằng đôi dép ấy đấy chứ?

- Nhưng chúng ta có đỗ lại nhiều đâu?

- Thôi được. Thì mua dép đi trong nhà. Mua lấy một đôi chấm bi màu xanh, rồi ai cũng chú ý đến em cho mà xem.

- Em không muốn đi dép có chấm.

- Thì lấy đôi có hình con voi vậy. Chà chà! Một con voi đi dép hình voi.

- Nghe có lý đấy, Willy Jack.

- Mẹ kiếp, Novalee.

- Em phải mua một đôi nào đó.

Cô mong giải thích thế là đủ, nhưng cũng biết là không xong. Tuy Willy Jack không hỏi "Tại sao?", nhưng vẻ mặt gã nói lên điều đó.

- Đôi xăng đan của em rơi qua sàn xe rồi.

Novalee mỉm cười, nụ cười rụt rè, muốn Willy Jack thấy sự hài hước trong sự việc xảy ra, nhưng gã gạt phắt gợi ý ấy. Gã nhìn chằm chằm khiến nụ cười gượng trên môi cô tắt ngúm, rồi gã quay đi, nhổ toẹt qua cửa xe và lắc đầu ngao ngán. Rốt cuộc, thọc tay vào túi quần jeans, gã rút ra một nắm tiền nhàu nát. Động tác của gã rất mạnh và nhanh, cho thấy gã cáu lắm. Gã ném cho cô mười đô, rồi nhét chỗ còn lại vào túi.

- Em đi không lâu đâu, - cô nói lúc trèo ra khỏi xe.

- Ừ.

- Anh không muốn vào à? Co duỗi chân tay một tý?

- Không. Anh không cần.

- Anh có muốn em mua cho ít bỏng ngô không?

- Đi đi, Novalee.

Cô cảm thấy gã nhìn xoáy vào mình lúc bước đi. Cô cố chuyển động thân hình như khi họ gặp nhau lần đầu, khi gã không thể rời bàn tay khỏi người cô, khi ngực, bụng và đùi cô săn chắc, mịn màng. Nhưng cô biết lúc này gã đang nhìn mình với ánh mắt khác. Cô biết hiện giờ nom mình ra sao.

Ngăn vệ sinh duy nhất đang bận. Novalee ép chặt hai chân vào nhau và cố nín thở. Lúc nghe thấy tiếng giật nước, cô những tưởng mình sắp được vào, nhưng cửa không mở.

- Tôi xin lỗi, - cô nói và gõ cửa, - nhưng tôi phải vào bây giờ.

Một cô bé mở cửa, vẫn đang loay hoay cài khuy thì phải nhảy vội tránh đường cho Novalee lao vào.

Lúc đã ở trong, Novalee không còn thời gian để cài cửa hoặc đậy giấy lên chỗ ngồi. Cô không kịp xem cuộn giấy còn không. Cô cứ tiểu và tiểu mãi, rồi cười to, mắt ngân nước vì khoan khoái. Novalee thích những chiến công nho nhỏ.

Khi đến bên chậu rửa ngắm mình trong gương, cô ước giá mình đừng làm thế. Da cô tuy sạch sẽ và mịn màng nhưng tái xám, còn cặp mắt vốn màu xanh sáng ngời, nay có nhiều quầng đen. Mớ tóc nâu dài và dày, đã bung ra khỏi cái cặp nơi cổ và những lọn tóc biến thành nhiều món mỏng, bết lại.

Novalee vã nước lên mặt, đưa đôi bàn tay ướt vuốt tóc cho phẳng, rồi lục trong túi tìm thỏi son, nhưng không thấy đâu. Cuối cùng, cô bẹo má cho hồng lên và quyết định không soi gương nữa, cho đến khi nghĩ mình có một hình ảnh khả dĩ hơn.

Cô đi thẳng tới gian giày dép, biết mình đã mất khá nhiều thời gian. Đôi dép đi trong nhà rẻ nhất lại có chấm bi, nên cô nhanh chóng chọn một đôi khác có quai cao su.

Ở quầy trả tiền, cô bồn chồn, sốt ruột chờ người đàn ông đứng trước viết séc. Lúc người thu ngân kéo đôi dép qua máy, Novalee bắt gặp tiêu để trên tờ *National Examiner*. Cô đưa tờ mười đô trong khi bối rối vì bức ảnh một đứa trẻ sơ sinh từ hai ngàn năm trước.

- Tiền thừa của cô đây.

- Ô, tôi xin lỗi. - Novalee chìa tay ra.

- 7 đô, 77 xen.

Novalee cố rụt tay lại, nhưng không kịp, những đồng xu đã rơi tuột vào lòng bàn tay cô.

- Không, - cô kêu lên rồi hất số tiền qua sàn. - Không. - Choáng váng, cô lê bước quay người và bắt đầu chạy.

Cô biết Willy Jack đã đi rồi, biết từ lúc chưa ra tới cửa. Cô có thể nhìn thấy tất cả, như đang xem phim. Cô có thể nhìn thấy mình đang chạy, gọi tên gã, chỗ đỗ xe trống rỗng, chiếc Plymouth đã mất tăm.

Gã đến California và bỏ cô lại đằng sau … bỏ cô cùng những giấc mơ sách vở về tấm chăn kiểu cổ, đồ gốm sứ xanh lơ và những bức ảnh gia đình lồng khung mạ vàng.

Cho mãi đến sau này, cô vẫn không sao nhớ được mọi sự xảy ra sau đó. Cô không nhớ người đàn ông tìm thấy chiếc máy ảnh của cô trong chỗ đỗ xe dành cho người tàn tật. Cô không nhớ người thu ngân nhét tiền vào tay cô hoặc người quản lý dẫn cô đến chiếc ghế dài ngay bên trong cửa.

Nhưng cô nhớ có người định gọi xe cấp cứu và cô đã nói rằng mình vẫn ổn, cô kể rằng bạn trai cô mang ô tô đem sửa và sẽ trở lại đón cô.

Dần dần, họ đi ăn trưa... lẻn ra ngoài hút điếu thuốc... xếp thêm hàng lên các giá. Khi các nhân viên, quản lý đi qua, họ đã quên bẵng cô gái có thai ngồi ở ghế cạnh cửa, dưới một băng-rôn màu đỏ, trắng và xanh lơ đề SẢN XUẤT TẠI MỸ.

Đến hai giờ, cô thấy đói. Cô ăn bỏng ngô và uống Co-ca trong cái cốc nhựa cao. Cô còn hai gói Payday và đã vào phòng vệ sinh hai lần. Cô cố nghĩ ra việc phải làm, nhưng chỉ thấy mệt mỏi và đầu đau dai dẳng, vì thế cô ăn thêm gói Payday và lại vào phòng vệ sinh lần nữa.

Sắp ba giờ, một phụ nữ thấp người, to xương, tóc nhuộm xanh, không có lông mày ào tới và tươi cười nhìn thẳng vào Novalee.

- Ruth Ann phải không? Ruth Ann Mott! Cô bảo này. Ruth Ann bé bỏng. Cháu yêu quý, cô đã không gặp cháu từ khi mẹ cháu qua đời. Bao lâu rồi nhỉ? Mười hai hay mười bốn năm?

- Không ạ, thưa bà, cháu không phải là Ruth Ann.

- Cháu không nhớ cô sao, cháu yêu quý? Cô là xơ Husband đây. Cháu nhớ ra chưa? Thelma Husband đây. Tất nhiên là hồi đó cháu không gọi cô như vậy, cháu gọi là "Telma" vì không nói được "Thelma". Nhưng hiện giờ ai cũng gọi cô là xơ Husband.

- Nhưng tên cháu không phải là…

- Lần cuối cô nhìn thấy cháu, cháu không lớn hơn một đứa trẻ mấy tí. Còn bây giờ cháu sắp có con. Nó có đạp nhiều không? Mà cháu sống ở đâu, Ruth Ann?

- Ờ, cháu ở Tennessee, nhưng…

- Tennessee. Cô có người em họ là giáo viên ở Tennessee. Nhưng đến tuổi trung niên, cô ấy bị mổ…

Xơ Husband hạ thấp giọng và cúi gần Novalee.

- Phẫu thuật cắt bỏ dạ con. Cháu biết không, sau đó cô ấy không thể đánh vần được nữa. Người ta nói, còn không đánh vần nổi chữ "mèo". Lẽ tất nhiên là cô ấy phải bỏ dạy học. Thật là ngượng, nhỉ.

- Vâng, thưa cô. Ngượng thật.

- Tennessee. Thế cháu định về đấy ư? Về nhà bây giờ sao?

- Không hẳn thế ạ. Có lẽ cháu sẽ ở đây một thời gian.

- Thế cũng hay, Ruthie ạ. Ta nghĩ thế là tốt đấy. Vì gia đình cho cháu thứ không nơi nào có thể cho. Cháu biết đó là gì không?

- Không ạ, thưa cô.

- Là tiểu sử của cháu, Ruthie. Gia đình là nơi tiểu sử của cháu bắt đầu.

- Vâng ạ.

- Đạo hữu Husband quá cố đã nói: "Gia đình là nơi nâng đỡ ta khi ta vấp ngã. Mà tất cả chúng ta đều vấp ngã". Đấy là câu đạo hữu Husband quá cố thường nói.

- Chú ấy là chồng cô à?

- Không, là em trai của cô. Một con người thực sự của Chúa. Cháu đi nhà thờ chứ, Ruthie? Cháu có đến nhà thờ đều không?

- Không đều lắm ạ.

- Thế là tốt. Ta nghĩ thế là tốt. Trường Chủ nhật... học Kinh Thánh... những buổi cầu nguyện. Bây giờ có quá nhiều nhà thờ.

- Vâng.

- Không thể làm việc chăm chỉ ở đấy được. Ta có việc phải làm bây giờ đây. Chỉ một việc thôi. Cháu có biết là gì không?

- Cháu đoán là cứu vớt các linh hồn.

- Ồ không, Ruth Ann. Chúa mới cứu vớt các linh hồn. Ta chỉ "cứu vớt" từng xen mua bánh mì thôi. Không, việc của ta là phân phát Kinh Thánh. Chúa muốn ta làm việc đó. Cháu đọc Kinh Thánh chứ, Ruth Ann?

- Không nhiều lắm ạ.

- Thế là tốt. Ta nghĩ thế là tốt. Dân chúng đọc Kinh Thánh quá nhiều nên nhầm lẫn cả. Đọc ít thôi, cháu sẽ nhầm lẫn ít. Đọc nhiều cháu sẽ nhầm lẫn nhiều. Chính vì thế mỗi lần ta chỉ đọc một chương. Làm thế, người ta có thể giải quyết được những khúc mắc. Cháu hiểu ta nói gì không, Ruth Ann?

- Có ạ. Cháu nghĩ là hiểu ạ. - Novalee sờ vết sẹo trên cánh tay mình và nhớ đến Gladys.

- Giá ta có một chương Kinh Thánh để cho cháu nhỉ, cháu yêu quý, nhưng ta vừa tạt qua bến xe buýt để phát nốt quyển *Đệ nhị luật*[1] và hai quyển *Ai ca*[2] cuối cùng rồi. Ta gặp một bà sắp đến New Orleans. Người phụ nữ nào trên đường tới New Orleans cũng không thể mang quá nhiều những bản Ai ca. Nhưng ta không còn cuốn nào. Ta cảm thấy thực lòng áy náy.

- Ôi, không sao đâu ạ.

- Ngày mai ta sẽ lấy thêm một số quyển đã hết. Ta sẽ in cho cháu một quyển Obadiah[3]. Obadiah sẽ không làm cháu đau đầu đâu. Nhưng bây giờ ta sẽ không để cháu trắng tay, cháu yêu. Đi với ta nào.

Xơ Husband quay người và tiến ra cửa, rồi quay lại ra hiệu cho Novalee.

---

[1] Quyển thứ năm trong kinh Cựu ước.

[2] Một quyển trong kinh Cựu ước, chủ yếu là những khúc bi thương, tương truyền do Jeremiah biên soạn sau khi vùng Judah thất thủ.

[3] Một quyển trong Kinh Thánh, bao gồm những lời tiên tri của Obadiah.

- Đi nào, Ruth Ann.

Novalee không hiểu vì sao mình lại đi theo người phụ nữ tóc xanh ra khỏi cửa, qua bãi đỗ xe, nhưng cô hình dung việc đó sẽ không đem lại nhiều rắc rối hơn những gì cô đã có. Xơ Husband dẫn cô tới chiếc xe tải Toyota nhỏ màu xanh, cũ kỹ, lắp ráp giống một chiếc xe ngựa Contestoga[1], phủ bạt. Nhưng tấm bạt đã rách và khung dây kim loại đỡ nó cong oằn, lún xuống ở giữa. Thành xe treo tấm biển viết bằng chữ màu trắng: WELCOME WAGON[2].

Xơ Husband mở cửa và kéo ra một cái giỏ bện bằng rơm, có nơ đỏ buộc trên tay cầm. Bà giơ cái giỏ ra đằng trước và vươn thẳng người như một lính gác đứng nghiêm.

- Hãy cho ta là người đầu tiên chào mừng cháu tới nhà, - bà uốn giọng, nói bằng ngữ điệu của một diễn giả tồi. - Nhân danh thành phố, ta tặng cháu giỏ quà này đến từ các thương nhân và chủ nhà băng, chúc cuộc hồi hương của cháu sẽ thuận buồm xuôi gió.

- Cảm ơn xơ. - Novalee nhận cái giỏ.

- Xem này, Ruth Ann. Trong này có diêm, danh bạ điện thoại, các tấm bìa giũa móng tay. Có vài cái thẻ mua hàng giảm giá và một bản đồ thành phố. Còn một việc nữa. Cháu thấy cuốn sổ hẹn này chưa?

Novalee gật đầu.

---

[1] Xe ngựa loại lớn có mui do sáu ngựa kéo, dùng để vận chuyển ở Bắc Mỹ vào thế kỷ XVIII và XIX.

[2] Một tổ chức chuyên chào đón các cư dân mới bằng những món quà nhỏ, giúp họ tìm hiểu cộng đồng sở tại và giới thiệu với họ các loại hàng hóa trong vùng.

- Ta đã hết nhẵn những thứ này từ tuần trước. Đây là cuốn duy nhất ta có thể tìm thấy cho mình, vì thế ta đã ghi hai hoặc ba cuộc hẹn riêng trong này, những cuộc họp AA[1]. Nhưng nếu cháu không phải là người nghiện rượu, cháu sẽ hiểu những cuộc hẹn này không dành cho cháu.

- Không ạ, cháu không nghiện rượu.

- Tốt. Ta nghĩ thế là tốt. Nhưng hãy nhớ, tất cả chúng ta đều vấp ngã. Đó là câu đạo hữu Husband quá cố thường nói.

- Xơ Husband, cháu có thể chụp ảnh xơ được không ạ?

Nếu câu hỏi làm xơ Husband ngạc nhiên, bà cũng không để lộ ra.

- Được chứ, Ruth Ann. Cháu thật tử tế, - xơ nói, bỏ kính và nín thở cho đến lúc Novalee bấm máy. Họ cùng quan sát khi bức ảnh chạy ra.

- Ôi, trông mắt tôi như bị lác vậy. Bức ảnh nào tôi chụp trông cũng khiếp như thế cả.

- Không đâu, đẹp đấy chứ ạ.

- Cháu nghĩ vậy thật sao?

- Vâng.

- Cháu thật tốt bụng, Ruth Ann. Thực sự tốt bụng.

Xơ Husband ôm ghì lấy Novalee, rồi trèo vào chiếc Toyota và nổ máy.

- Ta sống ở Evergreen, Ruthie. Cháu sẽ tìm ra trên bản đồ thôi. Ngôi nhà cuối cùng bên trái. Cháu có thể đến

---

[1] Hội Cai rượu, thành lập năm 1935, hiện có chi hội ở 130 nước.

đấy bất cứ lúc nào. Và nhớ mang đứa trẻ đến nhé! Cả hai mẹ con luôn được đón mừng.

- Cảm ơn xơ Husband. Cháu sẽ lồng ảnh này vào khung và sau này cho con cháu xem.

Xơ Husband lái xe đi, nhưng Novalee vẫn đứng trong bãi và vẫy chào chiếc xe tải nhỏ có mui rẽ về hướng tây, cho đến khi khuất dạng.

Trở vào trong cửa hàng, Novalee dừng lại bên cái ghế xích đu bằng gỗ ở hành lang, gần cửa. Cô lướt bàn tay trên lớp gỗ sẫm màu và nghĩ đến những hành lang màu vàng mát mẻ, những cây dây leo phủ kín các giàn mắt cáo.

- Ở sông Sticker có một ông già làm ghế xích đu ở hành lang bằng gỗ mại châu.

Cô quay lại phía tiếng nói và thấy một người đàn ông da đen to lớn đang ngồi trên ghế của cô.

- Những cái kia sẽ không bền đâu, - ông ta nói. - Các đường ren xoáy vào gỗ mềm như thế sẽ chóng trờn. Cô muốn có một chiếc ghế đu bền, cứ đến nhánh sông Sticker.

- Ở đâu ạ? - Cô hỏi.

- Cô là người mới đến thị trấn sao?

- Vâng. À không. Cháu không ở đây quá lâu.

- Vậy là người mới đến.

Người đàn ông mỉm cười và nhích người ra, mời cô ngồi cùng.

Ông là người đen nhất mà Novalee từng thấy, da ông đen đến nỗi phản chiếu ánh sáng. Cô tưởng chừng nếu nghiêng người đủ gần, cô có thể soi thấy mình trên gương mặt ông ta. Ông vận com-lê, cái cặp để bên cạnh, trên sàn. Trước kia, Novalee chưa bao giờ nhìn thấy một người da đen có cái cặp như vậy.

Cô để cái túi nhựa và giỏ quà vào giữa họ, tạo cho mình một khoảng nho nhỏ ở một đầu ghế.

- Tôi tên là Whitecotton. Moses Whitecotton.

- Ồ. - Cô định kể với ông ta về mình, nhưng lại thay đổi ý định.

- Một số người trong gia đình tôi rút gọn tên thành White. Nhưng đấy không phải là tên của họ, phải là Whitecotton.

- Tại sao họ lại thay đổi?

- Họ ngượng vì cái tên ấy. Nghe nói đó là một cái tên của nô lệ. Nhưng đấy là việc của họ, không phải của tôi.

Moses Whitecotton im lặng giây lát, nhìn chằm chằm vào thứ gì đó mà Novalee không thể nhìn thấy.

- Cái tên rất có ý nghĩa, - ông ta nói. - Nó cho ta biết mình là ai.

- Cháu cũng nghĩ thế.

- Thế mới đúng. Cái tên là thứ quan trọng. Cô đã chọn tên gì cho con cô chưa?

- Chưa ạ, nhưng cháu đã nghĩ đến vài cái tên.

- Ừ, cô cứ thong thả. Không thể vội một việc như thế được. Cái tên quá hệ trọng, không nên vội vã.

Novalee với cái túi nhựa và rút ra một thanh kẹo Life Savers, rồi để cái túi xuống sàn, dưới gầm ghế. Viên trên cùng của Life Savers màu xanh, màu cô ưa thích, nhưng cô vẫn đưa mời Moses Whitecotton.

- Cảm ơn, nhưng tôi bị bệnh tiểu đường. Tôi không thể ăn ngọt.

- Bác biết không, - cô nói lúc ném viên Life Saver vào miệng. - Cháu đang nghĩ đến cái tên Wendi, một chữ i, hoặc có thể là Candy, nếu là con gái.

- Hãy tìm cho con cô một cái tên có ý nghĩa nào đó. Một cái tên vững chãi, khỏe khoắn. Cái tên sẽ chịu được những lúc khó khăn, nhiều tổn thương.

- Cháu chưa bao giờ nghĩ thế.

- Tôi từng là thợ khắc... những đồ kỷ niệm, những bản bằng đồng. Cũng cắt bia mộ nữa. Cô mà làm một việc như thế, cô sẽ nghĩ đến những cái tên.

- Vâng, cháu đoán bác là người cả nghĩ.

- Cô hiểu không, cái tên cô chọn sẽ luôn đi cùng con cô chứ không phải bất kì thứ gì, và cũng không phải bất kì ai. Ngay cả cô, không phải lúc nào cô cũng ở bên nó.

- Ồ, cháu sẽ không bao giờ rời nó. Có một số người bỏ con lại, ra đi vì đời mình nhưng cháu sẽ không bao giờ làm thế.

- Nhưng cô sẽ không thể sống mãi được. Rồi cô sẽ chết. Tất cả chúng ta đều phải chết. Tôi. Nó. Và cô.

Novalee nuốt một viên kẹo.

- Ngay lúc này, cô đang chết. Ngay phút này. - Ông ta nhìn đồng hồ và nói. - Ngay giây này, - rồi gõ ngón tay lên đồng hồ. - Cô thấy chưa? Giây đó qua rồi. Nó chết rồi, không bao giờ trở lại nữa. Trong lúc tôi nói chuyện với cô, mỗi giây tôi nói, một giây qua đi. Không còn nữa. Mỗi giây sẽ đưa cô gần hơn đến cái chết.

- Cháu không thích nghĩ đến cái chết.

- Vậy cô đã từng nghĩ đến điều này chưa? Mỗi năm cô sống là cô vượt qua một ngày giỗ. Lẽ tất nhiên cô không biết ngày đó là ngày nào. Cô có hiểu điều tôi nói không?

Novalee gật đầu, nhưng chỉ thế thôi, dường như quá nhiều động tác sẽ làm cô mất tập trung.

- Nghe đây. Ví dụ, tiên đoán cô sẽ chết vào ngày mồng Tám tháng Mười hai. Tất nhiên là cô không biết ngày đó vì cô vẫn sống. Nhưng mỗi năm cô sống, cô vượt qua ngày mồng Tám tháng Mười hai mà không hay biết đấy là ngày giỗ của mình. Cô có hiểu ý tôi không?

- Có. - Novalee mở to mắt, sững sờ vì ý tưởng mới mẻ và đáng ngạc nhiên này. - Cháu chưa bao giờ nghĩ đến điều đó.

- Phải, không nhiều người nghĩ đến đâu. Nhưng nghe này. Cô sẽ chết, nhưng tên cô thì không. Không đâu. Nó sẽ được ghi vào Kinh Thánh của ai đó, in trong tờ báo nào đó. Khắc trên bia mộ của cô. Cô thấy không, cái tên có tiểu sử của nó.

- Còn gia đình là nơi tiểu sử của ta bắt đầu, - Novalee đáp, nhẹ nhàng.

- Tiểu sử đó còn ngay cả khi cô không còn nữa.

Ông giơ tay lên, lòng bàn tay mở … trống không. Ông đã cho cô mọi thứ có thể và cô đã tiếp nhận nó.

- Còn đây, - ông nói, nhấc cái cặp lên lòng và mở ra. Novalee chuyển cái giỏ Welcome Wagon sang bên kia rồi dịch vào gần Moses Whitecotton. Cái cặp đầy những tấm ảnh.

- Sao bác có những thứ này?

- Hiện giờ tôi là nhiếp ảnh gia. Đi khắp các cửa hàng và chụp ảnh trẻ con.

- Cháu có thể xem vài tấm không?

Ông ta trút ra khoảng chục tấm. Những đứa trẻ mỉm cười, cau có, khóc lóc. Trẻ da nâu, da đen, da trắng. Tóc quăn, mắt xanh, tóc đỏ hoe và trọc đầu.

- Vài tháng nữa, cô mang con đến đây, tôi sẽ chụp cho cháu miễn phí.

- Thật chứ ạ?

- Chắc chắn. Tôi sẽ đợi ở đây.

Moses Whitecotton đưa cho Novalee quyển sách trẻ con bằng vải sa-tanh.

- Chúng tôi tặng những cuốn này cùng tờ phiếu một trăm đô-la. - Ông ta mở trang đầu tiên. - Cô ghi tên con mình vào đây. Một cái tên thật chắc chắn.

- Cháu sẽ ghi.

Ông ta cho các bức ảnh vào cặp và đóng khóa đánh tách.

- Whitecotton, cháu có thể chụp ảnh bác được không?

- Chụp tôi ư?

Novalee gật đầu.

Novalee lấy máy ảnh ra rồi đứng trước mặt ông và bấm.

Đúng lúc đó, một thanh niên tóc vàng hoe bóng mượt len vào giữa họ.

- Xin chào, tôi là Reggie Lewis. Con gái tôi nói ông đang đợi gặp tôi phải không? Ông là Mose?

- Không. Là Moses Whitecotton.

- À vâng, vâng. Ông muốn về văn phòng của tôi không? - Reggie quay đi, dẫn đường.

Moses Whitecotton giơ tay về phía Novalee.

- Chúc may mắn.

Bàn tay ông cứng cáp, khỏe khoắn, và Novalee thích cảm giác tay mình nằm trong tay ông.

- Cảm ơn bác vì cuốn sách trẻ con.

- Tôi thích làm việc đó mà, - ông ta nói rồi bước đi.

Novalee nhìn theo, rồi nhìn xuống tấm ảnh Moses Whitecotton trên tay và trong giây lát, chỉ giây lát thôi, cô tưởng như nhìn thấy mình phản chiếu trên mặt ông.

Quá bảy giờ một chút, Novalee ăn một cái xúc xích Đức rưới tương ớt và uống cốc thảo dược. Rồi cô mua một tờ *Tạp chí Thai nhi Mỹ*, mong tìm ra một danh sách tên để lựa chọn, nhưng không có cái nào. Thay vào đó, cô đọc bài *Chống choáng trong thai kỳ*, nhắc nhở các bà bầu phải có một gói thịt bò sấy để bổ sung protein và phải đi bộ nhanh. Novalee đi vòng quanh bãi xe ba lần, thở sâu từ cơ hoành như bài báo gợi ý, nhưng cái nóng Oklahoma làm cô nhanh mệt và đến vòng cuối cùng, cô phải lê từng bước khó nhọc.

Cô ngước nhìn một chiếc xe tải rẽ vào và đỗ gần đó. Thùng xe đầy những cây con, rễ bọc trong bao. Một tấm biển viết tay treo ở thành xe VƯỜN ƯƠM BEN GOODLUCK. ĐẤT TRỒNG CÂY.

Lái xe là một người đàn ông da đỏ cao gầy, xuống xe rồi vào cửa hàng. Một cậu bé ngồi đợi trong xe.

Novalee đến gần, ngắm nghía tấm biển trong vài giây, ngón tay cô lần theo chữ "Goodluck". Cậu bé tầm lên mười, giống hệt người đàn ông, nhoài qua cửa và dõi theo cô.

- Tên em là Goodluck à? - Novalee hỏi.

Cậu bé gật đầu.

- Ước gì đấy là tên chị.

- Sao ạ?

- Vì đấy là một cái tên khỏe khoắn. Một cái tên sẽ chống chọi được nhiều lúc khó khăn.

- Em cũng nghĩ thế, - cậu bé nói. - Tay chị sao thế? - Nó chạm rất nhẹ vào vết sẹo.

- Chị bị xúi quẩy ấy mà. - Novalee chỉ xuống sàn xe. - Cây này là cây gì vậy?

- Cây dẻ ngựa.

- Chị chưa bao giờ nghe về loại cây này.

Cậu bé nhảy xuống xe, lục túi quần và rút ra một cái hạt cứng màu nâu... bóng láng, sáng ngời.

- Đây ạ. - Nó đưa cho Novalee.

- Cái gì vậy?

- Một hạt dẻ ngựa.

Novalee cầm lấy và lăn tròn cái hạt khắp lòng bàn tay.

- Nó là vận may đấy, - cậu bé nói.

- Sao em biết?

- Ông nội em bảo thế. Hạt này là của ông em, rồi đến bố em. Còn bây giờ là của em.

- Họ có may mắn không?

Cậu bé gật đầu.

- Họ là những thợ săn cừ. Em cũng thế.

- Nó mang lại vận may khi săn bắn ư?

- Không. Nó là vận may cho nhiều thứ. Nó cho chị tìm thấy thứ chị cần. Giúp chị tìm ra đường về nhà nếu chị bị lạc. Nhiều thứ lắm.

Novalee đưa trả cái hạt dẻ ngựa cho cậu.

- Chị hãy ước gì đó trước đã, - cậu bé nói.

- Một điều ước ư?

- Vâng. Chị hãy cầm nó trong tay và ước đi.

- Nhưng nó không phải là bùa may mắn của chị, mà là của em.

- Vâng, nhưng nó sẽ hiệu nghiệm đấy. Chị thử mà xem.

- Được. - Novalle nắm những ngón tay quanh cái hạt dẻ ngựa và nhắm chặt mắt, giống như một đứa trẻ đợi điều ngạc nhiên. Cầu nguyện xong, cô đưa trả lại thằng bé.

- Chị ước điều gì vậy? - Cậu bé hỏi.

- Nếu chị nói, nó sẽ không thành sự thật mất.

- Không đâu. Trừ khi chị ước bay lên một ngôi sao thôi.

- Chị có thể chụp ảnh em được không?

- Em nghĩ là được.

- Đứng ở đó, ngay cạnh cửa xe để chị chụp cả tên em, nhé. Dịch sang trái một chút. Tốt.

Novalee bấm máy đúng lúc bố cậu bé về xe.

- Em đi à, Benny?

- Vâng. - Cậu bé mở cửa xe và lên, rồi mỉm cười với Novalee. - Tạm biệt chị.

- Tạm biệt Benny Goodluck.

Cậu bé vẫy tay lúc xe chuyển bánh. Novalee băng qua bãi xe, trở lại cửa hàng.

- Chị gì ơi.

Novalee quay lại và che mắt cho khỏi chói.

- Đợi đã, - Benny Goodluck gọi. Nó chạy tới chỗ Novalee, xách theo một cây dẻ ngựa non. - Của chị đây.

- Cho chị à? Tại sao?

- Để chị may mắn. - Nó để cái cây xuống chỗ đất trống.

- Ôi, Benny. Em hiểu điều chị ước rồi.

- Đúng thế, em hiểu mà.

Rồi cậu bé quay người và chạy trở lại với bố.

Novalee đang ngắm những bộ quần áo sơ sinh thì hệ thống loa vang lên. Giọng nói nho nhỏ và xa xôi, nghe như tín hiệu kém vậy.

"Khách hàng chú ý. Bây giờ là chín giờ, và siêu thị Wal-Mart giảm giá sắp đóng cửa".

Hơi thở của Novalee nghẹn lại và cô cảm thấy choáng váng.

"Xin quý khách mang các thứ đã chọn tới…".

Một thứ nóng bỏng và đau đớn dâng lên trong ngực cô.

"Chúng tôi xin nhắc lại với quý khách về thời gian biểu của cửa hàng…".

Tim Novalee đập dồn dập, nhịp tim không đều và nặng nề.

"Chúng tôi mở cửa từ chín giờ…".

Cô cảm thấy miệng trơn và có vị tương ớt lạnh.

"Như thường lệ, xin cảm ơn quý khách đã đến mua sắm tại Wal-Mart".

Novalee cố nén vị chua loét và bỏng rát trong cổ họng, xoay người và chạy tới phòng vệ sinh ở đằng sau cửa hàng.

Ngăn vệ sinh trống trơn, tối om, nhưng Novalee không có thời gian lần tìm đèn. Cô nôn ọe, lần nữa rồi lần nữa, cho đến khi cảm thấy hoàn toàn cạn kiệt. Rồi ngồi trong bóng tối, cô cố không nghĩ đến tình trạng rắc rối hiện tại của mình. Suốt cả ngày, cô đã cố gạt điều đó ra khỏi đầu, nhưng lúc này, nó ùa trở lại.

Novalee tự nhủ, chắc hẳn có nhiều việc cô phải làm. Cô có thể tìm ra mẹ Nell, nhưng lại không biết họ của Fred. Cô đồ rằng ắt phải có một câu lạc bộ trọng tài để người ta gọi tới, nhưng biết đâu lại có nhiều trọng tài tên là Fred.

Cô có thể gọi tới trường giáo dưỡng của bang, xem Rholda Talley còn đó không. Nhưng vụ ăn cắp xe kem là lần phạm tội đầu tiên của Rhonda, vì thế chắc cô bạn không còn ở đó nữa.

Cô có thể gọi Red, nhưng chắc chắn ông ta sẽ không gửi tiền để cô trở về Tellico Plains. Ông ta hẳn đã thuê một cô hầu bàn khác rồi.

Lúc đó, cô nghĩ đến Willy Jack. Cô có thể đi nhờ xe, cố đến Bakersfield một mình. Nhưng cô không biết họ của J. Paul là Pickens hay Paul.

Cô cũng không biết liệu Willy có bỏ cô thật không. Nhỡ gã đi sửa xe thì sao, hoặc chỉ đùa cô thôi. Gã ta thích cái trò đó lắm. Có khi gã lái xe đi để dọa cô, rồi bị tai nạn trước khi…

Hoặc nhỡ gã bị bắt cóc. Một kẻ nào đó chĩa súng ép gã… Cô nhìn sự việc như xem ti-vi vậy.

Nhỡ đâu…

Đùa như…

Chỉ giả vờ…

Nhưng Novalee biết chẳng xảy ra chuyện gì như thế. Cô biết mẹ Nell không cần biết cô ở đâu, Rhonda Talley chắc chẳng còn nhớ đến cô, và Willy Jack đã bỏ cô mà đi.

Cô lại thấy vị đắng ngắt dâng lên cổ, cảm thấy bụng đau quặn quận. Phải cố chống chọi nhưng đã quá mệt, cô cảm thấy mình trượt vào bóng tối và tan vào không trung.

Novalee không biết mình ở trong phòng vệ sinh bao lâu. Cô quá mệt nên không sao nhúc nhích nổi, quá ốm nên chẳng còn quan tâm.

Quần áo cô ẩm ướt và nhớp nháp, da cô lạnh và dinh dính. Đầu cô như không còn nối với thân. Cuối cùng, khi có thể đứng lên được, cô cảm thấy mình như từ một nơi cao chót vót nhìn xuống mọi thứ.

Novalee đến bám chặt vào bồn rửa, vã nước lên mặt và súc miệng. Đầu đập rộn ràng và toàn thân đau nhức, nhưng cô vẫn cố rửa ráy sạch sẽ hết mức, rồi cầm cái túi và loạng choạng ra cửa.

Tòa nhà tối om và lặng lẽ. Một ánh sáng yếu ớt từ đằng trước rọi tới, nhưng cô biết nơi này vắng vẻ… cô biết chỉ còn mình cô.

Novalee đi lại lặng lẽ trong cửa hàng, tới chỗ ánh sáng và thấy tài sản của mình vẫn ở cạnh chiếc ghế dài, nơi cô để chúng lại: cái giỏ Welcome Wagon, cuốn sách trẻ con, cây dẻ ngựa. Cô thu dọn như thể chuẩn bị rời đi, như thể sắp về nhà.

Sau đó cô bắt đầu lang thang, giống những người chẳng biết đi đâu về đâu, giống Ông Dan Rồ ở Tellico Plains, ban đêm lang thang trên phố, mang theo những mảnh, những mẩu trong cuộc sống của người khác.

Novalee thẫn thờ đi lại từ bên này đến bên kia cửa hàng, qua những dãy ti-vi không hình, những giá đồ chơi không trẻ con. Cô lê chân qua những đống chăn, hộp kẹo và các giá bày bát đĩa. Cô đi qua một số lối đã đi nhiều lần, một số chưa qua lần nào, song cũng chẳng hề gì.

Sau đó, Novalee nhìn thấy một cái bàn tròn có mặt kính ngay dưới một cái ô sọc đỏ và trắng… một chỗ cô có thể ngồi với con, uống sô-cô-la sữa và ngắm mặt trời lặn. Cô lướt bàn tay lên mặt kính nhẵn nhụi, lau bụi, dọn chỗ để cuốn sách và cái giỏ. Gần đó, cô tìm thấy những cái giàn mắt cáo thưa, màu trắng và chuyển hai cái đến cạnh bàn, rồi để cái cây vào giữa.

Cô buông mình thoải mái vào một trong những ghế bành, mở cái túi lấy ảnh xơ Husband, Moses Whitecotton và Benny Goodluck ra, rồi dựng chúng dựa vào cái giỏ. Cô chuyển cuốn sách vào gần giữa bàn, rồi đẩy lại chỗ cũ. Cuối cùng… cuối cùng, Novalee ngồi yên một lúc lâu, lâu đến mức tưởng như cô sẽ không bao giờ cử động nữa.

Rất lâu sau đó, Novalee đứng dậy, đi tới cửa trước và nhìn ra ngoài. Mưa nhẹ bắt đầu rơi và luồng gió mạnh tung hạt mưa đập vào kính. Đèn neon mờ mờ màu đỏ và vàng, những luồng màu sắc bé xíu tạo thành dòng tràn xuống tấm kính. Bỗng nhiên, một hồi ức đã chôn vùi từ lâu ùa về.

Cô rất bé và không thể nhớ nổi vì sao hoặc làm thế nào lại bị bỏ lại một sân trượt băng, bị nhốt và chỉ có một mình. Ban đầu, cô sợ hãi, la hét, đấm thình thịch vào những cánh cửa khóa chặt, cào với lên những cửa sổ cao.

Rồi cố vươn tới một công tắc trên tường, Novalee hất nó lên và một quả cầu khổng lồ màu trắng bạc ở giữa sân băng bắt đầu quay, tung ra một trận mưa màu bạc và xanh lơ khắp sàn, lên tường, trên trần, xoay tròn khắp nơi nơi.

Lúc đó, nỗi sợ vỡ tung như thủy tinh rải rác, và cô bé Novalee Nation năm tuổi bước vào trận mưa ánh sáng, để mặc những viên kim cương sắc màu lộng lẫy nhảy múa quanh người. Rồi, em bắt đầu quay tròn. Dưới quả cầu bạc diệu kỳ, đôi bàn chân đi tất dài trượt qua lướt lại trên sàn gỗ bóng loáng, em xoay tròn… nhanh hơn và nhanh hơn nữa… cánh tay em trôi tự do trong không trung… xoay tròn… xoay tít… tự do.

Novalee mỉm cười với cô bé năm tuổi đó, dùng khuỷu tay và đầu gối cố giữ em ở đó, nhưng cô bé quay tròn, quay tròn, rồi biến vào bóng tối.

Giờ đây, Novalee Nation 17 tuổi, có thai 7 tháng, nặng quá trọng lượng chuẩn đến 17 kg, tuột vội đôi dép và giữa Wal-Mart, cô bắt đầu xoay… nhanh hơn và nhanh hơn… xoay tròn và xoay tít… tự do… đợi tiểu sử của mình bắt đầu.

Chương 3

Ở Tucumcari, Willy Jack hết nhẵn tiền; tám chục dặm sau, chiếc Plymouth hết sạch xăng. Khi kim đồng hồ xăng bò đến chữ E, gã lục túi đếm tiền lẻ, chỉ còn chín mươi tư xen. Gã tiếc đứt ruột đã cho Novalee mười đô, khoản tiền ấy có thể đưa gã tới gần California hơn, nhưng gã nhanh chóng gạt ý nghĩ đó đi. Willy Jack không phải là người hay nấn ná hoặc thích ân hận.

Gã có thể để ô tô lại khu rừng thông. Gã khóa chiếc va-li bằng các-tông trong cốp xe, rồi lật cả ghế trước lẫn ghế sau để tìm kiếm những đồng xen rơi vãi. Gã tìm được hai đồng hai mươi lăm xen, một hào[1], ba đồng một xen và một mẩu cần sa.

Đi bộ chưa được bao lâu, gã nhận ra mình đã để quên cặp kính râm trên bảng đồng hồ. Mỗi lúc trời một nóng hơn, Willy Jack bực mình vì nắng chói chang, cứ như mặt trời mọc đâu ra một ngón tay mà thọc thẳng vào mắt gã vậy.

---

[1] Dime: hào, bằng 1/10 đô-la.

Willy cố vẫy xe xin đi nhờ, nhưng những chiếc xe tải thoát khỏi Pecos Mesa đều tăng tốc, ầm ầm chạy qua, tạo ra những cơn lốc bụi, làm cát khua xào xạo giữa các kẽ răng gã.

Trên đường có thêm vài xe nữa. Những chiếc xe tải nhỏ, cả gia đình chen chúc trong cabin. Những nhà xe di động, cửa xe dán đầy đề-can CÓ NGƯỜI GIÀ TRÊN XE. Hầu như không lái xe nào dừng lại cho đi nhờ.

Có chiếc VW nhỏ, cũ kỹ, chở một đám thiếu niên đi chậm lại ngang tầm Willy Jack. Một cái đầu đỏ rực, răng khấp khểnh thò ra khỏi cửa và cười toe toét.

- Xin lỗi nhé, - cậu ta nói, - ông bạn có Grey Poupon nào không?

- Cái gì? Cái gì xám[1] hở?

Nhưng cái xe vọt đi, để lại những tiếng cười ầm ĩ.

- Đồ bú c... - Willy Jack gào lên.

Cái đầu đỏ lại thò ra và gửi Willy Jack một nụ hôn gió; gã giơ ngón tay lên.

- Lũ bú c... - Gã gào to lần nữa, nhưng lúc đó cả bọn đã ở xa tít.

Cái nóng bắt đầu làm Willy khó chịu, miệng gã khô khốc, đầu giật thình thịch. Ở dưới con đường dốc, gã phát hiện ra một cái ao, nhưng cách đường cái khoảng một dặm.

Willy chưa biết sẽ làm gì để mua xăng hoặc kiếm tiền, nhưng khi nhìn thấy tấm biển đề SANTA ROSA - 3 DẶM,

---

[1] Grey Poupon là tên một loại mù tạt, Willy Jack chỉ hiểu Grey là màu xám.

gã biết đấy là một lựa chọn hay ho hơn là đi bộ đến Bakersfield.

Ngay trước bến xe, một tấm biển khác đề XĂNG, ĐỒ ĂN VÀ NHÀ TRỌ Ở ĐẰNG TRƯỚC, nhưng Willy Jack chẳng bao giờ có được một trong ba thứ đó. Gã cũng chưa đi qua cái quán rượu có tên là Tom Pony nào, một ngôi nhà bê-tông thấp bè bè sơn màu cà phê nhạt.

Willy Jack sợ nơi này có thể đóng cửa. Một cái xe tải cũ kỹ đỗ trước nhà, mất hai lốp sau và hẳn đã ở đó một thời gian. Những biển hiệu neon trên ngôi nhà không bật sáng, trông đằng sau các cửa sổ tối om, nhưng gã nghe thấy tiếng nhạc bên trong, một cây đàn ghi-ta Hawaii luyến theo bài hát. Gã thử lay cửa, nhưng cửa khóa. Gã đến bên cửa sổ, lau sạch một vòng tròn bụi bẩn, khum tay quanh mắt và ngó vào bên trong.

Willy Jack chỉnh tầm nhìn trong vài giây, và nhận ra mắt mình đang nhìn chằm chằm vào một cặp mắt khác ở bên kia lớp kính.

- Chúa ơi, - gã ta kêu lên và nhảy lùi lại.

Gã nghe thấy người ở trong cười to. Lát sau, có tiếng khóa lách cách và cửa hé mở. Willy tiến tới, ngập ngừng, rồi cúi gần hơn một chút. Đúng lúc đó cánh cửa mở toang và một bàn tay thò ra, túm lấy Willy Jack kéo tuột vào trong.

- Anh nghĩ cái quái gì mà nhòm ngó vào cửa sổ nhà tôi thế?

Một cô gái trông như mới mười hai hoặc mười ba túm chặt lấy gã. Tóc cô ta cắt ngắn củn, mũi khoằm, bộ mặt gày guộc, sắc nét, lấm tấm mụn. Willy Jack suýt bật cười vì cô bé xấu quá, gày nhẳng như một sợi dây. Cô ta làm gã nhớ tới hình ảnh những người chết đói ở châu Phi trên ti-vi, trừ một điều cô bé là người da trắng. Và khỏe mạnh.

- Anh có thể bị bắn đấy, biết không?

- Này, - Willy Jack nói và gạt tay cô gái. - Tôi không ngó vào phòng ngủ của cô hoặc thứ gì khác. Đây không phải là nhà ở.

- Sao anh biết là không phải, hở gã Xấc láo?

- Vậy nó là cái gì, hở?

- Trông nó giống gì nào?

Willy Jack nhìn lướt khắp phòng, nhưng không mấy quan tâm. Gã đã trải qua cả ngàn đêm ở những nơi như thế này, nhưng chưa bao giờ thấy những thứ như ở đây: máy hát tự động, bàn chơi bi-a sáu lỗ, quầy rượu, cô gái. Gã chưa bao giờ thấy những thứ đồ bằng nhựa méo mó, những bức tường nứt nẻ, các đồ bọc vải giả da Naugahyde rách nát, các bức tranh ố vàng vẽ những người da đỏ, hốc hác và bị đánh đập. Gã không thể nhìn thấy ánh lấp lánh và sáng bóng của đồ vật hãy còn mới song đã mờ xỉn và sứt sẹo, y như cô gái vậy.

- Thế chỗ này có mở cửa không? - Willy Jack hỏi.

- Nếu chúng tôi đóng cửa, anh đã không vào được đây, đúng không?

- Tôi chỉ muốn… tôi chỉ muốn một cốc bia lạnh.

- Vâng, đấy là thứ chúng tôi bán.

Cô ta vòng ra sau quầy, rót cốc bia và đẩy qua cho gã. Gã uống một hơi gần cạn.

- Anh từ đâu tới? - Cô gái hỏi.

- Nashville.

- Bang Tennessee à?

- Tôi không biết gì ngoài Nashville. Và nó thuộc bang Tennessee.

- Anh khôn gớm!

Willy Jack cười toe toét.

Gã nghe thấy tiếng giật nước bồn xí từ một nơi nào đó ở đằng sau quầy.

- Anh có biết khi cười, trông anh giống ai không? - Cô ta nói. - John Cougar Mellencap. Trước đây đã ai bảo anh thế chưa?

- Rồi chứ. Rất nhiều người. Cô biết vì sao không? Vì anh ấy là anh trai tôi.

- Nhảm nhí. Anh ta không phải là anh trai anh.

- Thế ư? Mẹ tôi cho là thế đấy.

- Anh thì không ư?

Willy Jack uống nốt chỗ bia và giơ cái cốc rỗng lên.

- Hãy cho tôi xem bằng lái xe của anh.

- Tại sao? Cô là cảnh sát à?

Cô ta cười, và Willy Jack thấy cô ta khuyết hai cái răng cửa, lợi màu đỏ sẫm như thể bôi son. Willy Jack sửng sốt thấy mình bắt đầu cương cứng.

Cô ta lại rót đầy cốc và đưa cho gã.

- Nào. Hãy chứng minh anh là ai đi.

- Giá tôi có thể làm thế.

- Tôi biết đó là việc nhảm nhí.

- Đêm qua, một thằng chó đẻ đã ăn cắp ví của tôi. Ngay khi tôi ra khỏi phòng khách sạn. Tiền, thẻ tín dụng. Giấy tờ.

- Anh định nói là anh không có tiền ư? Anh trả tiền hai cốc bia thế nào đây?

- Ô, tôi còn ít tiền lẻ. - Willy Jack làm ra vẻ sắp thọc tay vào túi.

- Thôi được. Miễn phí cho anh đấy.

- Jolene. - Có tiếng đàn bà gọi từ phòng sau, giọng khàn khàn, tẻ nhạt.

Cô gái liếc lên góc tường và nhăn mặt như bị nhét trứng sống đầy miệng.

- Cháu đây.

- Mày đổ đầy muối vào các bình trộn chưa?

- Rồi ạ.

Cô ta vồ lấy túi muối Morton trên quầy phía sau, vặn nắp hai cái bình trộn chắc chắn và vuông vức trên quầy rồi dốc ngược túi muối và lắc lấy lắc để.

- Jolene, - người đàn bà lại gọi.

Cô gái toét miệng cười với Willy Jack lúc muối đã đầy bình, tràn ra quầy. Cô giữ nguyên tư thế cho đến lúc cái túi trống rỗng, hai bình trộn vùi trong cả nửa ki-lô muối.

- Jolene. - Tiếng gọi càng dai dẳng hơn.

- Gì ạ?

- Xếp chỗ Coors và Millers còn lại vào thùng, - bà ta quát.

- Được ạ.

Cô gái bước vào khu vực quây rèm ở đầu quầy và trở ra với hai thùng bia, thùng nọ chồng lên thùng kia. Cô bốc dỡ các thùng rất dễ dàng, không chút nặng nhọc. Gã quan sát cô mở hai cái thùng lạnh sau quầy và bắt đầu xếp bia vào trong. Chiếc quần jeans căng lên ở đũng mỗi lần cô cúi xuống, nhưng nó không kích thích Willy Jack bằng chỗ hổng trong miệng, nơi khuyết hai cái răng cửa.

- Anh cũng là nhạc công à? - Cô hỏi.

- Ừ. Tôi có buổi diễn ở Las Vegas nếu có thể tới đó vào tối mai.

- Sao lại không, còn tám tiếng nữa cơ mà. Có hạn chế tốc độ cũng vẫn ổn.

- Chà, tôi không lo về chuyện hạn chế tốc độ, nhưng tôi...

- Jolene!

Cô gái giơ một ngón tay lên môi, ra dấu giữ im lặng, nhưng thật ra không cần thiết vì Willy Jack có thể nhận ra vẻ sốt ruột trong giọng nói của người đàn bà.

- Mày nói chuyện với ai ngoài ấy thế?

- Không ạ. - Jolene tròn mắt, chán nản. - Cháu chỉ hát thôi. - Anh có thể đến đấy thoải mái trong tám tiếng, - cô gái thì thầm với Willy Jack.

- Nhưng xe tôi đang ở trên đường, hết sạch xăng. Tôi lại không có tiền mặt... không cả thẻ tín dụng.

- Tại sao anh không gọi cho anh trai anh?

- Đấy mới thành chuyện. Anh ấy đang ở London, đi lưu diễn.

- Thì gọi cho vợ anh.

- Tôi chưa có vợ.

- Bạn gái vậy?

- Không, chấm dứt rồi. Tôi đã bỏ cô ta.

- Anh có thể vẫy xe đi nhờ, trừ khi anh nghĩ mình quá oách.

- Tôi có thể làm thế, nhưng không thể bỏ xe của mình lại.

- Có khi tôi có thể giúp được anh.

- Như thế nào?

- Tôi có một ít tiền.

- Chắc là tôi sẽ…

- Chuyện quái gì thế này? - Giọng nói ở căn phòng đằng sau là của người đàn bà thô lỗ đang đứng ở cửa. Bà ta mặc áo lót đàn ông, quần lót ren đen và đi đôi Reeboks màu hồng.

- Mày mở cửa à, Jolene?

- Không ạ, nhưng anh ấy…

- Mày là người quyết định khi nào mở cửa sao? Hả? Bây giờ mày sắp đặt cả giờ giấc chắc?

Bà ta đi tới quầy, đấm vào mặt cô gái.

- Bây giờ mày điều hành nơi này ư?

- Anh này…

Người đàn bà quay sang Willy Jack:

- Chúng tôi đã đóng cửa.

- Thế à? - Gã đáp.

Bà ta vươn tay qua quầy và chộp lấy cốc bia trước mặt Willy Jack.

- Cậu trả tiền cốc này chưa?

- Tôi định trả, nhưng…

- Tôi cho anh ấy đấy, - cô gái nói.

- Chà chà. Mày mở cửa rồi mày cho bia. Bia của tao, ôi, bia của tao. Tao không biết trước kia tao cai quản nơi này không có mày ra sao nữa. Này cậu kia, cái ngày cậu…

Cô gái lẩn qua người đàn bà và lao vội tới cửa trước.

- Anh ấy sắp đi. - Jolene ra hiệu cho Willy Jack. - Đi đi. Ra ngoài đi.

Willy Jack lùi lại, len qua cái ghế và nhắm ra cửa, nhưng không vội vã, không hấp tấp.

Lúc gã bước qua cửa, cô gái đóng sập lại ngay. Ngay cả khi ra tới đường, gã vẫn nghe thấy tiếng người đàn bà quát tháo về chuyện muối miếc.

Trên đường vào thị trấn, Willy Jack đi qua vài tòa xe moóc trên những lô đất trơ trụi, không cây cối, một quầy bán quả bỏ hoang ven đường, một ngôi nhà thô sơ cháy rụi trong cánh đồng dầy đặc những bụi ngải đắng. Gã băng qua đường ray, đến một trạm xăng bít kín, là nơi cô gái đang đợi. Cô ta đứng trên bục bê-tông cạnh những cái bơm.

- Cô dọn sạch chỗ muối ấy nhanh thật, Jolene. - Gã cố nói "Jolene" theo kiểu của người đàn bà.

- Tôi không dọn.

- Thế thì tôi đánh cược là cô sẽ bị ăn roi bét đít.

- Bà ấy không phải chủ tôi.

- Đúng vậy. Tôi có thể thấy điều đó.

Cô ta đi xuống đường, đi bên cạnh Willy.

- Nghe này. Tôi cuỗm được hai trăm đô-la và có thể cho anh nếu anh thích.

Willy dừng phắt lại.

- Tôi thích mà.

- Nhưng anh hãy đưa tôi đi cùng. Đưa tôi tới Las Vegas.

- Chết mất thôi. Người ta sẽ gán cho tôi tội bắt cóc.

- Tôi không phải trẻ con. Tôi mười chín rồi.

- Còn tôi là Elvis.

- Ờ, tôi lớn tuổi hơn bề ngoài đấy.

- Ý cô là đưa cô đi cùng tôi ư?

- Để tôi đi cùng anh, giúp đỡ anh ở Las Vegas.

- Giúp gì tôi?

- Mang các thiết bị cho anh. Nhạc cụ và đồ đạc. Tôi khỏe mạnh. Tôi có thể nhấc chúng. Loa… các bộ khuếch âm. Này, một mình tôi có thể di chuyển cả cây đàn dương cầm đấy nhé.

Jolene kéo áo sơ-mi và nói. Willy Jack có cảm giác cô sắp xắn tay áo cho gã thấy cơ bắp của mình. Gã biết nếu cô làm thế, gã sẽ cười váng lên và chịu thua.

- Anh cười cái nỗi gì? - Cô cáu kỉnh.

- Có người ở cùng tôi thì thú vị quá. Có người chăm lo trang phục, khâu sê-quin, đơm cúc, đại loại thế.

- Tôi có thể làm các việc vặt, chuyển các cuộc điện thoại cho anh… đủ thứ.

- Hay. Chúng ta cứ làm thế nhé.

Cô cười, nụ cười làm lộ rõ những vết nhăn quanh mắt và kéo môi cô sát vào răng, và gã lại trông thấy lỗ hổng ở miệng cô.

- Ta đi thôi, - gã nói.

- Vâng, nhưng tôi không thể đi ngay bây giờ.

- Tại sao không?

- Tôi còn phải lấy tiền. Quần áo. Làm vài việc nữa.

- Vậy bao giờ cô có thể đi được?

- Tối nay.

- Tối nay ư? Thế thì tôi biết làm cái quỷ gì cho hết ngày? Cứ đứng đây dưới nắng mà thủ dâm chắc?

- Tôi không biết. Anh đi công viên vậy. Nhìn ngó đó đây. Đến một nơi nào đó. Rồi tôi sẽ gặp anh ở trường trung học.

- Cái trường trung học ấy ở đâu?

- Ngay giữa thị trấn. Anh sẽ nhìn thấy nó ngay thôi. Ở thị trấn chẳng có gì nhiều nhặn đâu.

Cô đợi dấu hiệu đồng ý của gã, nhưng Willy Jack đút hai tay vào túi và nhìn cô trừng trừng.

- Thế nhé? - Cô gặng.

- Có vẻ như tôi không có nhiều lựa chọn, nhỉ?

- Ô tô của anh bây giờ ở đâu?

- Trên đường cái. Nhưng ở cách đây ba dặm về phía đông.

- Anh lái xe gì?

- Plymouth 72. Thì sao?

- Đưa chìa khóa cho tôi. - Cô chìa tay ra, như có thể giật phắt lấy.

- Tôi nhất định đến mà.

- Anh nghe này. Tôi có thể lái xe khỏi chỗ đó... lấy một can xăng. Sau đó lái nó đến đây, đổ đầy xăng, dầu, làm các việc khác. Tôi sẽ đón anh lúc tám giờ. Chúng ta ra đi từ đây.

- Không. - Gã lắc đầu. - Tôi không đưa chìa khóa cho...

- Anh tưởng tôi định ăn cắp chiếc Plymouth 72 của anh chắc? Khốn kiếp. Quên đi.

Cô quay người và bắt đầu đi xuống đường. - Quên hết chuyện này đi.

- Được rồi, - Willy Jack quát lên. - Cứ làm thế vậy.

Nhưng cô gái vẫn đi. Gã vội vã đuổi theo, đung đưa chìa khóa trước mũi cô.

- Tôi đã bảo cứ làm thế mà. - Giọng gã lúc này cứng rắn hơn.

Cô giật cái chìa khóa trên tay gã mà không hụt bước nào.

- Tám giờ, - cô nói rồi đi thẳng.

Willy Jack đến trường lúc bảy giờ, hy vọng có thể cô gái đến sớm hơn. Lúc này gã chỉ muốn đến Santa Rosa, New Mexico. Gã dành cả một giờ ở phòng chơi bi-a, xem hai người đàn ông to béo chơi như xiên cá. Cuối cùng, gã vào chơi và nhường họ thắng hết chỗ tiền lẻ của mình với hi vọng sau đó có thể kiếm lại vài đô. Nhưng sau khi thắng, hai người đàn ông ngừng chơi và bỏ đi.

Ở hiệu thuốc, gã dùng bã kẹo cao su móc các đồng năm xen trong máy, đủ mua một chai Pepsi và một con thú bông Slow Poke. Sau đó, gã đến hiệu cà phê Peaches, uống nước và xem phim hoạt hình trên chiếc ti-vi đen trắng mười hai inch.

Cuối cùng, gã đến trường trung học đợi và đập muỗi, với nhiều nốt sưng trên mặt và cổ.

Nhưng Jolene không đến sớm, thậm chí không đến đúng giờ. Chín giờ mười lăm cô mới tới, lái xe như điên và không bật đèn. Cô lái chệch khỏi lòng đường, nhảy lên lề đường và đập cái giảm xóc đằng trước vào rào thép chắn vỉa hè.

- Cô ở cái chỗ quái nào vậy? - Gã quát.

- Tôi đi lấy tiền.

Willy Jack đến bên cửa tài xế.

- Vòng sang bên kia, - cô bảo. - Tôi sẽ lái xe.

- Của nợ! - Gã giật mạnh cửa và cô buộc phải trượt sang bên.

- Cô có lấy được tiền không?

- Tất nhiên là có chứ.

- Bao nhiêu?

- Hai trăm mười tám đô, - cô đáp.

Willy Jack ngả người về phía Jolene như định nói thầm, nên cô nghiêng về phía gã. Nhưng bàn tay gã phóng tới, túm lấy gáy cô, xoắn một nạm tóc dày của cô giữa các ngón tay. Gã giật mạnh đầu cô vào đầu mình, gí sát mặt mình vào mặt cô, ép mũi vào má cô.

Rồi, nhìn chòng chọc vào mắt Jolene, gã mài môi mình lên môi cô, dùng răng và lưỡi ép cô há miệng. Gã lùa lưỡi vào miệng cô, đẩy tới lui như thăm dò cho đến khi tìm thấy thứ muốn tìm. Lưỡi gã bắt đầu mơn trớn chỗ hổng, nơi khuyết răng, vuốt ve rìa lợi, trượt tới lui chỗ đó... vào rồi ra, tới rồi lui khiến đầu cô lắc lư... miệng gã nóng bỏng áp chặt vào miệng cô, rót đầy hứng tình vào cô... và khi gã thốt ra một âm thanh từ sâu tận trong cổ, miệng gã đờ ra, mặc lưỡi tự do trượt ra ngoài.

Lúc lâu sau, gã vặn vẹo rời khỏi cô, đẩy cô ra và dựa lưng vào ghế.

- Cho anh cái ấy đi, - gã năn nỉ.

- Cái gì?

- Tiền. - Cô gái cứng người vì thứ cô nghe thấy trong giọng gã, một thứ sắc và nhọn, như thể từ ngữ bị lưỡi dao cắt toạc.

Jolene rút tiền khỏi ví và để vào bàn tay đang chờ sẵn của Willy. Gã không nhìn các tờ tiền, không đếm, chỉ nhét vào túi quần rồi nổ máy và lái xe đi.

Gã im lặng cho đến khi họ tới rìa thị trấn và nhìn thấy biển hiệu neon trên quán bar, nơi gã gặp cô gái.

- Tom Pony là ai vậy? - Willy Jack hỏi.

- Bố em.

Gã cười:

- Anh không tin là em thích ghé vào và chào tạm biệt ông ấy.

Jolene không trả lời, chỉ ngồi sụp xuống một chút lúc xe họ chạy qua.

Lên quốc lộ, Willy Jack bắt đầu tăng tốc chiếc Plymouth lên bảy mươi lăm dặm một giờ, rồi duỗi người, gã đặt cánh tay lên ghế, bàn tay để lên vai cô gái. Cô lùi ra gần cửa hơn.

- Sao thế? - Gã hỏi. - Tưởng anh làm em đau hay sao?

Cô không nhìn gã, chỉ chăm chăm nhìn đường.

- Cho anh biết điều này nhé. Em còn trinh không?

- Đồ chết tiệt, - cô đáp rất nhanh.

- Kìa em! - Gã cười nhăn nhở. - Không sao, anh sẽ không ngốc thế nữa. - Rồi gã lướt bàn tay xuống ghế, qua vai cô và để lên ngực, lần ngón tay khắp bầu vú và mân mê đầu vú cô.

- Anh chỉ ngốc nghếch thôi. Thế mà vớ được một em trinh nguyên! Chà chà, chúng mình phải ăn mừng chuyện này chứ nhỉ?

Đúng lúc ấy, gã nhìn thấy ánh đèn lóe sáng trong gương chiếu hậu. Gã đi chậm lại, mong chiếc xe ấy phóng qua, đuổi theo ai đó, nhưng khi nghe thấy tiếng còi hú, gã thừa hiểu.

- Chết bỏ mẹ rồi, - cô gái nói.

Willy Jack ghé vào lề đường và đỗ lại, rồi đợi trong lúc viên cảnh sát xuống xe và tiến đến chiếc Plymouth.

- Anh vui lòng cho xem bằng lái.

Willy Jack thọc tay vào túi sau lấy ví.

- Tưởng anh bị mất cắp rồi, - cô gái lẩm bẩm.

Willy Jack lườm cô lúc đưa bằng lái xe qua cửa và đợi viên cảnh sát xem xét cái bằng trong ánh đèn pin.

- Tôi phạm lỗi gì sao? - Willy Jack hỏi, nhưng viên cảnh sát đã vòng ra sau xe, ghi biển số xe lên một tờ phiếu.

- Anh nói dối em về việc cái ví phải không? - Cô gái hỏi.

- Hôm nay anh mới lấy lại.

- Bằng cách nào? Sao anh lấy được?

- Thôi nào, đừng cãi nhau về chuyện này nữa. Được không? Cả hai chúng ta đều muốn một việc, là đến Las Vegas cùng nhau. - Gã với tay qua ghế tìm tay cô. - Đúng không nào?

Mặt gã tắm trong ánh đèn xe tuần cảnh.

- Không đúng thế sao? - Gã hỏi lúc xiết chặt bàn tay cô.

Willy Jack quay lại khi nghe thấy tiếng quần áo sột soạt bên cửa.

- Anh mới ghé qua đây thôi phải không, anh Pickens?

- Anh ấy đi cùng tôi mà, Frank, - cô gái đáp.

Viên cảnh sát cúi xuống và chiếu đèn pin vào ghế trước.

- Chào Jolene. Tôi không biết cô ở đây.

- Chúng tôi đến Albuquerque xem phim, - cô giải thích. - Đây là bạn trai tôi.

- Tôi hiểu.

Rồi anh ta chiếu đèn pin vào ghế sau. Jolene đã xếp lên đó nhiều hộp và va-li. Quần áo treo trên mắc ở cửa sau, sàn xe là một mớ lộn xộn giày dép.

- Hai người mang nhiều thứ để đi xem phim thế?

- Chúng tôi định ghé qua hiệu giặt là tự động. Có một số đồ phải giặt.

- Cô cậu có thể ra khỏi xe không?

Willy Jack nhênh nhang, nhưng cô gái trườn ra, rất nhanh và rất sốt sắng hợp tác. Lúc đèn một chiếc xe chạy qua chiếu lên họ, cô chúi đầu xuống.

- Anh đã ở thị trấn bao lâu, anh Pickens?

- Chưa lâu lắm, - Willy Jack trả lời.

- Mới vài ngày thôi, - Jolene nói hộ. - Ba hoặc bốn ngày.

- Anh có thể mở cốp xe ra không?

Willy Jack nhoài qua cửa, vồ lấy chìa khóa rồi vòng ra sau và mở cốp. Gã có để ít đồ ở đó, bên cạnh chiếc va-li để mở là một túi đựng rác. Viên cảnh sát gạt những thứ trong va-li sang một bên, rồi mở cái túi và lục lọi trong đó vài giây.

- Anh Pickens, anh hút thuốc?

- Vâng.

- Nhãn hiệu gì?

Willy Jack rút trong túi sơ-mi ra một bao Marlboros và giơ lên cho viên cảnh sát nhìn.

- Tôi tự hỏi anh làm gì với mười bốn tút Winston?

- Cái gì? - Giọng Willy Jack vang lên nghe rất căng thẳng. - Chúng không phải của tôi.

Lúc đó, người cảnh sát nhìn Jolene.

- Tôi không hút thuốc, - cô nói.

- Anh Pickens, anh bị bắt. Anh có quyền giữ im lặng…

Willy Jack đã xem *Hill Street Blues*[1] từ hồi ở Tellico Plains, nên gã biết những lời này, biết thuộc lòng.

Một luật sư đứng gần cửa, Frank - người đã bắt Willy Jack - ngồi ở bàn, đối diện với gã. Cô gái ngồi bên cạnh nhưng gã không nhìn cô lần nào. Không một lần. Số tiền cô cho gã trải ra trên bàn.

- Nhìn xem, - Willy Jack nói. - Tôi hết nhẵn tiền. Tôi chỉ đến đây để xem có thể nhồi nhét được thứ gì thôi.

- Và cậu đã nhồi được hai trăm mười tám đô-la cùng mười bốn tút Winston Light 100. Thật là một sự trùng hợp ngẫu nhiên lạ lùng vì đó chính là những thứ đã bị lấy trộm tại cửa hàng Seven-Eleven ở Puerto De Luna vào sáng hôm thứ Tư.

- Sáng hôm thứ Tư tôi còn chưa ở đây. Tôi đang ở Oklahoma.

- Ai có thể chứng minh cho cậu?

- Có. Bạn gái tôi, Novalee. Cô ấy đi cùng tôi.

Jolene cựa quậy trên ghế, một trong những thanh gỗ ở lưng ghế phát ra tiếng gẫy giòn.

- Cô ấy hiện ở đâu? - Viên cảnh sát hỏi. - Cô bạn gái đó.

- Tôi đã bỏ cô ấy lại Oklahoma. Ở một thị trấn nào đó có tên bắt đầu bằng chữ S.

Viên cảnh sát rút bản đồ trong ngăn bàn ra, ngón tay lướt qua vài giây, rồi quay sang Willy Jack.

---

[1] Loạt phim truyền hình về cảnh sát hình sự của đạo diễn người Mỹ Steven Bochco, nổi tiếng trong những thập niên 1980 và 1990 tại Mỹ.

- Đây là Oklahoma. Tìm thị trấn ấy đi.

Willy Jack đưa ngón tay qua một phần bản đồ, rồi gõ hai lần vào một chỗ.

- Ở đây, Sequoyah.

- Vậy là cậu đã để cô bạn gái ở lại Sequoyah, Oklahoma; cho một người họ hàng sao?

- Không.

- Một người bạn?

- Không. Tôi để cô ấy lại trong cửa hàng Wal-Mart.

- Cô ấy có việc làm ở đấy không? Ở Wal-Mart?

Willy Jack lắc đầu và bắt đầu gợi gợi một vết rách ở đầu gối chiếc quần jeans.

- Cô ấy có gặp ai ở đó không?

- Không. - Willy Jack rút những sợi xơ ra, dồn hết sự chăm chú vào lỗ thủng trên quần. - Tôi chỉ để cô ấy lại đó.

- Ý cậu là gì? Cậu bỏ rơi cô ấy à?

Willy Jack gật đầu, rồi móc ngón tay vào vết rách.

- Cậu để mặc cô ta?

- Phải. - Cậu kéo lớp vải bò phai màu và xé chiếc quần jeans rách toạc từ đầu gối xuống gấu. - Tôi đã bỏ rơi cô ấy.

- Mày cũng sẽ làm thế với tao, - cô gái rít lên. - Bỏ rơi tao như vứt bỏ một con chó lạc. - Tiếng cô trở nên the thé. - Mày là đồ chó đẻ.

- Kìa Jolene, đừng thô lỗ thế, - viên cảnh sát can. - Hãy để cậu Pickens nghe lọt tai chứ. - Luật sư bên cửa phì cười. - Vậy cậu bỏ rơi cô gái đó lúc mấy giờ ngày thứ Tư?

- Tôi không biết. Khoảng mười giờ. Có lẽ mười một giờ.

- Nói láo, - Jolene xen vào. - Anh ta ở đây với tôi từ đêm thứ Ba và rủ tôi cùng đi Las Vegas. Lúc đó là đêm khuya hôm thứ Ba. Anh ta nói đã có cách kiếm tiền và tôi chỉ cần đi cùng thôi.

- Không, - Willy Jack gào lên. - Tôi nói là…

- Đúng thế, cậu Pickens. Cậu *đã nói*. Nhưng cậu có thể chứng minh điều đó không?

Viên cảnh sát chăm chặp nhìn Willy Jack hồi lâu, rồi đưa mắt nhìn người luật sư đứng cạnh cửa. Lúc nhìn lại Willy Jack, viên cảnh sát lắc đầu.

- Cậu là một phần sự việc.

- Cho tôi gọi điện. Xem có tìm được cô ấy không.

- Gọi điện ư? Gọi đi đâu?

- Đến cửa hàng Wal-Mart.

Viên cảnh sát bật cười, như nghe thấy một câu đùa chẳng buồn cười tẹo nào.

- Cậu tưởng cô ấy vẫn ở đó đợi cậu sao?

- Ờ… không, nhưng…

- Vả lại, lúc này Wal-Mart đóng cửa rồi.

- Nhưng có khi còn ai ở đấy chứ. Có người nào đó đã trông thấy cô ấy hoặc biết nơi cô ấy đi. Một nhân viên bảo vệ chẳng hạn. Hoặc một người gác cửa. Tôi không có quyền được gọi điện thoại ư?

- Có. Một cuộc thôi.

Viên cảnh sát lấy số từ tổng đài, rồi quay số. Khi chuông bắt đầu reo, anh ta đẩy ống nghe qua bàn và lại cười, dặn:

- Một phút thôi đấy.

Willy Jack hắng giọng, rồi áp ống nghe vào tai. Đến hồi chuông thứ ba, gã đã lùi đến mép ghế. Đến hồi thứ tám, gã cắn môi và xoắn dây điện thoại dưới nắm tay. Đến hồi thứ mười, gã bắt đầu thì thào.

- Mười Mississippi... mười một Mississippi... mười hai Mississippi...[1]

Ống nghe trơn và âm thanh bị méo, giống tiếng còi báo động vọng qua một đường hầm.

Viên cảnh sát giơ ngón trỏ lên và nói rành rọt:

- Một phút.

- Hai mươi mốt Mississippi... hai mươi hai Mississippi...

Đột nhiên, Willy Jack lao vọt khỏi ghế và đập mạnh ống nghe vào mép bàn, làm các mảnh nhựa bắn tung khắp phòng. Rồi Willy Jack rống lên, tiếng gầm thét hệt như âm thanh của luồng gió mạnh.

- Đồ chết tiệt! - Gã hét lên. - Trả lời đi chứ. Trả lời cái điện thoại chết dẫm này đi.

Một người trong bọn đánh vào gáy gã. Người kia đè gã xuống sàn, nhưng Willy Jack vẫn sống chết giữ rịt lấy ống nghe. Gã nghe thấy tiếng ai đó, nhưng không biết là ai. Một đứa bé khóc thút thít trong bóng tối.

- Ba mươi mốt Mississippi... ba mươi hai...

---

[1] Phương pháp đếm Mississippi. Khi nói từ "Mississippi" cùng với một số đếm ở tốc độ nói trung bình thì sẽ mất khoảng một giây.

Chương 4

Novalee không sao nhúc nhích được khi hồi chuông báo thức thứ nhất vang lên, nhưng khi đến hồi thứ hai, cô xoay người và duỗi dài trong túi ngủ, chậm và lờ phờ như một con sâu trong kén. Hồi chuông thứ ba chát chúa khiến cô cựa quậy, chậm chạp trườn khỏi cái túi, rồi lê bước xuống lối đi tới quầy đồng hồ. Cô thường để ba hồi báo thức vì sợ người làm công đầu tiên tới, phát hiện ra cô đang ngủ.

Ban đầu, Novalee không cần báo thức vì cô rất khó ngủ sâu. Những tiếng ồn xa lạ lôi cô ra khỏi giấc mơ khiến cô cứng người vì sợ hãi, mắt cô tạo ra những con quái vật từ bóng các bình pha cà phê và áo đi săn. Nhưng khi đã quen với tòa nhà, hiểu rõ vẻ ngoài của bóng tối và cảm nhận rõ các dạng âm thanh, lanh lảnh và lách cách, cô bắt đầu chìm sâu vào giấc ngủ quá nặng nề vì đủ thứ âm thanh lọt vào tai.

Novalee cuộn cái túi ngủ, nhét vào sau những thứ khác ở dưới cùng cái giá. Khi cô đứng thẳng lên, một cơn đau dữ dội thúc mạnh vào phần dưới lưng, cô xoa bóp trong lúc lê bước vào buồng tắm ở đằng sau cửa hàng.

Novalee vã nước lạnh lên mặt, rồi đánh răng. Lúc cởi chiếc áo ngủ đàn ông, cô nhón chân soi bụng trong gương. Da cô căng đến mức trông như một lớp váng sữa mỏng. Cô lướt ngón tay qua rốn và nghĩ đến đứa trẻ ở bên kia làn da, hình dung nó có thể cảm nhận được sự động chạm của mình và có thể sẽ vươn tới cô.

Tiếng xe chở rác đằng sau cửa hàng kéo cô khỏi mơ tưởng hão huyền. Cô tắm rửa và lau người bằng khăn giấy, rồi vận thật nhanh bộ quần áo màu xanh lơ lấy trộm trên giá dành cho sản phụ trong gian hàng nữ, cô thay bộ này với bộ đầm xòe cô mặc khi tới đây. Vào những đêm Chủ nhật, khi cửa hàng nghỉ sớm, cô giặt cả hai bộ vì có thêm vài giờ để phơi khô.

Cô đang chải tóc thì có tiếng cửa sau đóng sập lại. Tim cô đập rộn và cô tống vội tống vàng các thứ đồ vào trong cái túi du lịch, rồi tắt đèn.

"Đồ ngốc, đồ ngốc, đồ ngốc", cô rủa thầm, cáu kỉnh vì không nghĩ lại có người đến sớm thế. Cô đợi tiếng bước chân xa dần trên lớp trải nền bằng nhựa tới cửa trước, rồi bước lẻ ra khỏi phòng vệ sinh, lẻn vào một góc và ẩn vào nơi trú ngụ quen thuộc, một căn phòng có bể nước nóng. Cô nín thở lúc khép cánh cửa lại sau lưng.

Đây là những khoảng thời gian cô ghét nhất... trốn tránh trước giờ mở cửa và sau khi đóng cửa. Căn phòng nhỏ chật chội thiếu không khí, không đủ chỗ cho một cái ghế tựa, thậm chí là cái ghế đầu, nên Novalee phải đứng, len vào giữa cánh cửa và cái bể. Cô càng lớn thêm, không gian càng hẹp đi.

Cô đã cố tìm chỗ trốn khác, nhưng cảm thấy không an toàn. Hai tuần đầu tiên, cô đã trèo lên cái thang lung lay tới cái lỗ lên tầng áp mái, nhưng độ cao khiến cô chóng mặt. Sau đó, cô tạo không gian cho mình trong phòng kho bằng cách xếp lại các thùng các-tông đựng gối to sụ. Nhưng vài ngày sau, người coi kho vào kiểm kê hàng hóa, khi chỉ còn cách cô độ mươi phân thì anh ta bị gọi ra đằng trước. Đó chính là lúc cô tìm ra phòng có bể nước nóng.

Các buổi sáng, cô thường trốn khoảng một giờ, hoặc ít hơn một chút nếu mọi người đến đúng giờ. Cô đếm lúc họ vào, toàn bộ nhân viên ca sáng là mười tám người. Nhưng thỉnh thoảng, họ khiến cô thấy vô cùng lo lắng, khi hai hoặc ba người đi cùng với nhau. Có buổi sáng cô phải ở lại chỗ trốn thêm hai giờ, đợi người cuối cùng tới.

Lúc đó, bụng Novalee sôi ùng ục, ồn ào đến nỗi cô sợ bất cứ ai ở đằng trước cũng có thể nghe thấy. Cô thèm bánh quy và nước sốt, nhưng cũng thấy tạm ổn với thanh granola[1] và món bơ lạc trong túi. Sau vài ngày đầu tiên ở Wal-Mart, Novalee đã bỏ món Payday và Pepsi, nhưng cô luôn lo không ăn đủ chất cho đứa trẻ.

Khi biết chắc tốp nhân viên ca sáng đã đến đủ, cô khẽ mở cửa phòng kho, kiểm tra phòng để đồ, lên ra và vội vã kéo khóa cửa. Cô đặt cây dẻ ngựa ra ngoài, rồi vội vàng thoát ra bằng lối vào của nhân viên.

---

[1] Món yến mạch trộn đường, quả khô, mật và vừng.

Ban ngày trời rất nóng. Mới đi được nửa đường tới chỗ đèn tín hiệu, tóc cô đã bết vào cổ, áo ướt dính vào bờ vai, nhưng cô vẫn quyết đi hết quãng đường dài phía trước.

Thư viện ở phố Main, cách Wal-Mart chưa đầy một dặm, nhưng Novalee phải đi bộ thêm bốn khu nhà, tránh qua vườn ươm. Cô không muốn cậu bé Benny Goodluck hoặc bố cậu trông thấy cô mang cái cây đi khắp nơi, rễ cây vẫn còn bọc trong bao đất. Nhưng còn hơn thế, cô không muốn cha con họ thấy cô để nó yếu ớt.

Cô cố chăm sóc cây dẻ ngựa, đêm nào cũng tưới nước, mỗi tuần mang nó ra ngoài hai hoặc ba lần. Thỉnh thoảng, cô mang cây vào công viên thành phố, để nó giữa những hàng sồi lớn thẳng tắp ở xung quanh đài phun nước gần lối vào. Đôi khi, cô mang cây dẻ ngựa vào khu rừng đằng sau nhà an dưỡng King's Daughters and Sons, giấu nó trong lùm thông non.

Còn những ngày khác, Novalee để nó trong phòng dụng cụ. Cô biết nó cần ánh nắng, nhưng trong những ngày cô cảm thấy không khỏe, cái cây trở nên quá nặng, quá kềnh càng, quá lớn để có thể xoay xở. Hơn nữa, cô biết một cô gái có thai sáng nào cũng xách cây dẻ ngựa ra khỏi Wal-Mart sẽ làm người ta chú ý.

Vì thế cây dẻ ngựa yếu dần. Một số lá ngả màu vàng úa, nhiều đốm nâu sẫm phủ kín mặt dưới lá. Thân cây khẳng khiu và vặn vẹo, khô nứt đến mức để lại một màng bụi mỏng trên bàn tay Novalee lúc chạm phải. Nó không lớn thêm chút nào kể từ khi Benny Goodluck tặng cô từ bốn tuần trước. Cô muốn tin là chẳng có gì nghiêm trọng, nhưng thực ra, Novalee rất sợ hãi. Nếu loài dẻ ngựa mang lại may mắn thật, cô không thể hình dung sẽ bất an ra sao nếu để nó chết.

Vì thế, cô phải đến thư viện tìm sách về loài cây dẻ ngựa, xem cần cứu nó ra sao.

Cô muốn được ai đó khuyên bảo, tìm được người am hiểu về loài cây này và bảo cô phải làm gì, nhưng cô không biết hỏi ai. Cô không thể hỏi bố con Goodluck và để họ biết cô vẫn chưa trồng nó. Cô đã tìm các vườn ươm trong danh bạ điện thoại, nhưng Goodluck là địa chỉ duy nhất trong thị trấn.

Cô đã đọc một cuốn sách ở Wal-Mart về các loài cây, biết khi nào trồng cúc, trồng hoa bướm ở đâu và cách trồng cúc đại đóa, nhưng vẫn không biết cây dẻ ngựa của cô bị gì.

Lúc đó cô nghĩ đến thư viện, một ngôi nhà gạch hai tầng, có hàng rào bằng sắt màu đen, bãi cỏ mọc đầy những cây cúc vạn thọ, cây mao địa hoàng, cô biết những cái tên đó trong cuốn dạy làm vườn. Trên đường tới công viên, cô đã đi qua thư viện nhiều lần, nhưng chưa bao giờ nghĩ đến việc vào trong.

Novalee không đi được xa vì một cơn đau âm ỉ lan rộng giữa hai bả vai. Cây dẻ ngựa vốn nhẹ, mà nay như nặng tới hàng chục ký. Cô đổi nó từ tay này sang tay kia và ở chỗ rẽ, lúc đợi đèn xanh, cô nghỉ một lát và đặt cái cây lên vỉa hè bên cạnh.

Cô ghé vào một hiệu cà phê nhỏ tên là Granny's Oven và xin một cốc nước. Cô phục vụ nặc mùi White Shoulder và hành phi, hình như không vui vì Novalee không phải là khách hàng trả tiền, nhưng cô ta quá bận bán bữa sáng nên chỉ lườm.

Trong lúc Novalee uống từng ngụm nước, cô xem thực đơn để chứng tỏ ít ra cô cũng đang nghĩ đến bữa ăn. Vì sống trong Wal-Mart, cô đã ăn quá nhiều cà rốt Del Monte và đậu hạt Green Giant đóng hộp, không gia vị và lạnh, nên miệng cô ngứa ngáy khi nghĩ đến thịt băm trộn phó mát và thịt rán.

Novalee bật dậy khi còi báo động của cảnh sát hú trước cửa kính. Cô nhìn ra và thấy vỉa hè đầy người lúc một xe cảnh sát lóe đèn chạy tới.

- Này Dooley, - cô hầu gọi vào bếp. - Bắt đầu cuộc diễu hành đấy.

Cô ta rót cà phê cho một bà ngồi ở cuối quầy.

- Đầu bếp của chúng tôi, - cô ta ra hiệu về phía sau. - Con trai của ông ấy là tay trống trong dàn nhạc đấy.

Novalee uống cạn cốc nước, rồi ra ngoài và len vào sau hai cô bé ở bên lề. Một chiếc ô tô mui trần trang hoàng giấy nhiễu đỏ, trắng và xanh lơ chạy giữa đường phố. Biểu ngữ dán trên cửa xe in chữ WESTERN DAYS[1], và trên sàn xe, một ông già mặc com-lê trắng đang kéo vĩ cầm.

Novalee nghe thấy tiếng nhạc của đoàn diễu hành rẽ vào phố Main. Các chàng trai, cô gái vận đồng phục xanh lơ đi thành những hàng cong queo và nhấp nhô theo sau

---

[1] Lễ hội kéo dài một tuần lễ, trong khoảng Ngày Độc lập mùng Bốn tháng Bảy hàng năm.

tám cô gái đi đầu, gậy lấp lánh trong nắng. Novalee ngắm họ, bước cao chân, những cây gậy múa trong không trung lúc họ diễu hành, bụng họ phẳng lì, ngực họ ưỡn cao. Họ là những cô gái tóc sáng bóng, có tàn nhang, má lúm đồng tiền, nụ cười rộng mở… môi quá đỏ, mắt quá sáng, gương mặt quá trẻ trung. Họ là những thiếu nữ ở nhà làm bánh sô-cô-la hạnh nhân, cắt những trái tim bằng giấy đỏ cho vũ hội Valentine. Những cô gái có ảnh trong kỷ yếu hàng năm, được tôn vinh khi trở về nhà. Những cô gái ăn sáng bằng cháo yến mạch với các em gái, và cho chúng mượn son môi hoặc áo len của họ. Những thiếu nữ tầm tuổi Novalee… những thiếu nữ chẳng ai trông già dặn như cô.

Chương 5

Trước kia, thư viện duy nhất mà Novalee từng vào là thư viện lưu động đến trường tiểu học ở Tellico Plains, vì thế khi bước vào thư viện thị trấn Sequoyah, cô ngập tràn cảm giác trông ngóng. Thư viện này không có các bánh xe ở dưới.

Trước khi cánh cửa đóng lại không một tiếng động sau lưng, Novalee đã biết mình bước vào một nơi đặc biệt. Cô hầu như không thở nổi lúc nhìn quanh căn phòng, những món đồ gỗ sẫm màu chạm họa tiết rắc rối, cửa sổ cao lắp kính dày mờ, những tấm rèm bằng nhung đỏ buộc dây bạc, các ngọn chúc đài có nhiều giọt pha lê chuyển ánh sáng thành màu xanh lơ lộng lẫy và màu xanh lục sẫm, nhiều bức tranh đóng khung mạ vàng vẽ những người phụ nữ khỏa thân, bụng to và đùi mập. Sách nhiều vô kể, những giá sách, hàng đống sách, những bức tường đầy sách. Novalee chưa từng thấy nhiều sách đến thế.

Bất chợt, Novalee biết một thứ khác hẳn ở nơi này. Không phải ánh sáng lọc qua kính mờ thành màu bạc.

Không phải sự tĩnh lặng. Không phải thứ mùi mạnh của va-ni, dầu và gỗ. Mà là một thứ gì đó.

- Cô muốn gì?

Novalee nhìn quanh xem ai nói, nhưng cái nhìn của cô trở nên bối rối khi phát hiện ra một người ở tận đầu kia căn phòng. Anh ta gập người trên cái ghế nhỏ hơn mình nhiều, dựng cuốn sách đang đọc dở lên cái bàn dài và hẹp. Anh ta có bộ râu màu đồng, mái tóc gần như khuất hẳn trong cái mũ len nâu, màu sẫm hơn lõi gỗ.

- Tôi đang tìm một cuốn sách, - cô đáp.

- Thủ thư không có ở đây.

- Ồ.

Novalee đợi người đó nói thêm, nhưng anh ta trở lại với cuốn sách đang đọc dở và không hề nhìn cô. Cô không biết nên đợi thủ thư hay thử tự tìm lấy. Trong thư viện lưu động, bọn trẻ con chỉ nhăm nhe vồ lấy bất cứ thứ gì rực rỡ nhất và to nhất, nhưng cô biết đó không phải là cách để tìm ra cuốn sách về cây dẻ ngựa. Cô quyết đợi người thủ thư.

Cô lang thang tới hai cái hộp kính để giữa phòng. Một cái đựng những đồng xu bằng vàng và bạc từ những miền xa lạ. Cái kia đựng bộ sưu tập những cái mở thư, có tay cầm nạm châu báu hoặc chạm khắc những hình thù rối rắm bằng ngà hoặc ngọc bích.

Cô đi qua các bức tranh trên tường, nhìn chằm chằm đến mức cảm thấy họ nhìn trả lại. Novalee dừng lại trước bức tranh vẽ một cô gái đang cố kéo bít tất. Cô gái khỏa thân và chắc nịch. Bụng cô ta tròn và đầy đặn đến nỗi

Novalee tự hỏi hay là có mang. Cô bước đến gần bức tranh hơn.

- Renoir[1] đấy.

Đó là giọng của người đàn ông đội mũ len, nhưng anh ta không còn ngồi ở bàn. Novalee không sao nhìn thấy anh ta ở đâu.

- Anh nói gì? - Cô hỏi, nhưng không có tiếng trả lời. Lúc đó, cô bắt đầu cảm thấy hơi lạ và băn khoăn, liệu có phải cô và anh ta là hai người duy nhất trong tòa nhà. Cô định đi ra, nhưng cây dẻ ngựa giấu ngoài cửa trước sẽ chết, nếu cô không làm được gì cho nó.

Cô tiến đến gần cửa và bắt đầu đi xuống một lối thoát hiểm, hai bên là những cuốn sách và giá sách. Cô đọc tên sách, rồi rút ra cuốn *Bách khoa toàn thư về nhà cửa*. Cô giở các trang, nhưng hình ảnh không in màu. Lúc bắt đầu nhét sách lại chỗ cũ, cô nhìn thấy cái mũ len nâu nhấp nhô ở bên kia giá, nên ấn vội cuốn sách vào và quay đi, rồi rẽ vào góc. Khi nghe thấy tiếng người đó cô bèn chuyển hướng.

- Cô trả sách vào nhầm chỗ rồi, - người đó càu nhàu.

Novalee ép người vào sát tường.

- Nó ở giữa cuốn *Bách khoa toàn thư về làm vườn* và *Bách khoa toàn thư về nhà bếp*, - anh ta nói. - Nếu cô không có thời gian cất sách vào nơi đã lấy, thì…

Bất chợt, anh ta đứng ngay trước mặt cô.

---

[1] Pierre Auguste Renoir (1841-1919): Họa sĩ nổi tiếng của Pháp, thuộc trường phái Ấn tượng.

- … đừng rút nó ra.

- Tôi xin lỗi, - cô nói và men ra cửa trước.

- Cô không phải bỏ đi. - Hình như anh ta đỡ bực hơn. - Chỉ cần cẩn thận hơn thôi.

- Không, tôi nghĩ là sẽ trở lại khi có thủ thư ở đây giúp tôi.

- Giúp gì cô?

- Tìm một cuốn sách. - Cô đến cửa trước. - Một cuốn về cây cối.

- *"Tôi nghe thấy tiếng vang trong rừng vọng đến… Chúa tể của thiên nhiên đang khóc cho cái cây".*

- Anh định nói gì vậy? - Cô hỏi. - Nó có ý gì?

Anh ta săm soi nhìn cô một lát, rồi quay đi và lao tới một cái tủ có nhiều ngăn dựa vào tường.

- Cây cối ư! - Anh ta vừa quát to vừa trượt qua sàn. - Cây cối! Lâm nghiệp? Môi trường… Nông nghiệp? Thực vật. Cô muốn biết những gì về cây cối?

- Tôi muốn hiểu về cây dẻ ngựa, - cô nói và tụt lại đằng sau anh ta.

- Cây dẻ ngựa! Thuộc loài *Aesculus* và họ *Hippocastanaceae*.

- Cái gì? Tôi không hiểu anh nói gì.

Trong lúc mở một ngăn kéo và lật các tấm thẻ, hình như anh ta quên bẵng Novalee. Cặp mắt đen sáng của anh nheo lại vì tập trung, đôi môi động đậy như thể đang nói với những tấm thẻ bay dưới ngón tay mình.

Cô tiến lại một bước, đủ thấy anh ta tỏa mùi bạc hà và

cải gió, những thứ cây cô đã thấy trong các chậu đất sét cạnh cửa trước, đủ gần để nghe thấy tiếng sơ-mi bằng vải bò cứng sột soạt khi anh ta vươn người và đóng sập ngăn kéo lại.

- *Bách khoa toàn thư về nghề làm vườn của Taylor*, - anh kêu to lúc phóng tới một giá sách, những ngón tay lướt qua các đề sách. Rồi đột nhiên, anh ta lao xuống lối đi như một đứa trẻ truy tìm thứ đồ chơi ưa thích của mình. Novalee phải chạy theo mới kịp.

Lúc đó, anh ta đưa tay rút một cuốn sách trên giá.

- Đây. Cô muốn biết gì về cây dẻ ngựa?

- Cây của tôi yếu rũ. Tôi sợ nó sắp chết.

Anh lao vọt tới cái bàn gần nhất, kéo ghế và ra hiệu cho cô ngồi xuống. Rồi ném phịch cuốn sách xuống trước mặt cô và mở phần mục lục.

Cô lướt ngón tay trên trang sách, lẩm bẩm "cây dẻ ngựa".

- Ở đây không có rồi.

Anh ta ghé đến cạnh cô, lướt qua trang sách một lát, rồi chỉ vào một từ.

- Cái gì cơ? Tôi không biết đọc chữ đó.

- Có chứ, cô có thể. Hip-po-cas-ta-na-cea-e.

Novalee kéo cuốn sách gần hơn và bắt đầu đọc.

Cô không nhận ra anh đã mang thêm nhiều cuốn khác, và lúc ngước nhìn, cô sửng sốt thấy cái bàn đã bừa bộn những sách - nào bách khoa toàn thư, nào từ điển, nào niên giám, nào phân vùng nông nghiệp. Cô đọc hết mọi thứ anh ta đặt trước mặt mình.

Cô ngả người ra sau. Ngồi bên kia bàn, anh quan sát cô.

- Thế nào? - Anh ta hỏi.

- Lá cây của tôi bị thối vì tưới quá nhiều.

Anh ta gật đầu.

- Tiếp đi.

- Có lẽ rễ cũng bị hỏng.

- Nói tiếp, - anh ta nói và bắt đầu lắc lư trên ghế. - Tiếp tục!

- Nó có triệu chứng bị tuyến trùng.

Anh ta càng lắc lư nhanh hơn.

- Nhiều vết mốc sương.

- Phải.

- Có lẽ thiếu ni-tơ.

- Đúng! - Đập tay xuống bàn, - Đúng! - anh ta kêu lên, bật khỏi ghế, lùi ra sau và trượt qua sàn. - Những từ ấy!

- Tôi biết có sự trục trặc...

- Cô đã tìm ra từ!

- ... nhưng tôi không biết làm gì cho nó.

Anh ta lắc đầu, rồi nhoài người qua bàn tới Novalee, giọng thì thầm. "*Cây không còn lá và có thể không bao giờ mọc lại. Chúng ta phải đợi vài tháng, cho đến mùa xuân mới biết. Nhưng nếu vận số của nó là không bao giờ mọc lại, có thể đổ lỗi cho sự vô tâm điển hình của trái tim con người*".

Novalee quan sát đôi môi anh ta tạo thành những lời, những âm thanh, giống như đang nói thầm những điều bí mật, lơ lửng trong không trung.

Chương 6

Novalee hy vọng người đó không theo dõi mình qua cửa sổ thư viện lúc cô nhấc cây dẻ ngựa ở đằng sau cây thường xanh, nhưng cô cảm thấy chắc chắn là anh ta đang quan sát. Cô mang cái cây đến cuối khu nhà, rồi dừng lại lục tìm bản đồ thành phố trong túi. Cô sẽ đến ngôi nhà cuối cùng trên phố Evergreen, nơi xơ Husband sống.

Lúc tới vài khu nhà đầu tiên, tâm trí cô vẫn nghĩ tới người đàn ông đã gặp trong thư viện. Cô nhớ lại những lời anh ta nói, cố hiểu, nhưng không biết chắc anh ta nói về điều gì. Cô mong có cuốn sách trong túi, cuốn sách mà anh ta đã lấy cho cô, nó sẽ giúp cô hiểu.

Đường đến nhà xơ Husband đi qua phần thị trấn mà trước kia cô chưa được thấy. Thông thường, khi rời Wal-Mart, cô chỉ đi loanh quanh hoặc tản bộ về phía bắc, nơi có những con đường rộng rãi trồng cây du và tiêu huyền, những bãi cỏ viền cây phong lữ, hoa mõm chó, hoa hồng rêu. Cô nghỉ ngơi trong các vườn hoa xinh xắn, ngắm bọn trẻ bì bõm trong bể bơi màu xanh, trong lúc các bà mẹ đợi dưới bóng cây trinh nữ sum suê đầy hoa nở rộ.

Nhưng phần này của thị trấn, nơi xơ Husband ở, trông giống những nơi Novalee đã sống ở Tellico Plains, màu sắc hơi buồn tẻ. Những hàng cây cạnh các mương đầy nước lợ, còn ở công viên, những cái ghế xích đu lủng lẳng trên sợi xích đứt, những vòng quay ngựa gỗ nghiêng về một bên như say rượu, quang cảnh vắng tanh ngoại trừ những con chó gầy giơ xương và những ông già.

Những ngôi nhà mái đắp từng mảnh như những mảnh chăn, nằm quanh co trong sân bừa bộn những ô tô han gỉ trên các tấm bê-tông. Cuối đường phố là nhà của xơ Husband: một xe moóc dùng làm nhà, một ngôi nhà trên các bánh xe.

Hiên nhà làm bằng các thanh gỗ xẻ thô ráp, dựng vào đằng trước xe, có nhiều hộp cà phê trồng cải xoăn và mào gà đang nở hoa, xếp ven các bậc. Cỏ viền quanh cái chậu nhỏ cho chim tắm bằng đá granit vừa mới cắt và hai lốp ô tô chặn hai bụi thục quỳ nhỏ. Một cây hồ đào đội những kết thảo trùng, che bóng cho một khoảng trơ trụi trong sân, dùng làm đường vào cho chiếc Toyota Welcome Wagon.

Novalee đã mang cây dẻ ngựa đến cửa, nhưng lại đổi ý và để lại bên rìa các bậc. Cô vuốt tóc ra sau lưng và thầm nhẩm lại lời, rồi gõ cửa mạnh hơn dự định.

Cô nghe thấy từ bên trong có tiếng chân đi trên sàn, tiếng sập cửa, tiếng nước chảy. Sau vài phút, cô bắt đầu cảm thấy bứt rứt. Cô không biết nên gõ cửa lần nữa hay bỏ đi, nhưng chưa kịp quyết định thì cửa bỗng bật mở.

Xơ Husband tóc màu xanh nhạt, mỉm cười với Novalee qua khung lưới.

- Xơ Husband, cháu không biết xơ có nhớ cháu không. Chắc là không, nhưng hôm gặp nhau ở Wal-Mart, xơ đã cho cháu một giỏ Welcome Wagon và cháu đã chụp ảnh cho xơ, cháu có mang ảnh trong túi đây ạ. Xơ cứ gọi cháu là Ruth Ann, nhưng tên cháu không phải thế. Cháu là Novalee Nation và...

- Ơ kìa, sao ta lại nhầm lẫn thế nhỉ. Tất nhiên là bây giờ ta nhìn cháu khác và chẳng thấy cháu giống Ruth Ann tí nào. Thật vui được gặp cháu lần nữa. Cháu không vào ư?

- Cảm ơn xơ.

Novalee bước vào một căn phòng màu vàng - đèn vàng làm mọi thứ thay đổi màu sắc, hoa vàng, rèm vàng, thảm vàng, cả sơ-mi của người đàn ông bé nhỏ, đầu hói ngồi sát trong cửa cũng biến thành màu vàng.

- Cháu yêu quý, ta muốn cháu gặp ông Sprock, Jack Sprock.

- Chào cháu, - ông ta nói và đưa cả hai bàn tay nắm lấy tay Novalee.

Jack Sprock tỏa mùi phấn trẻ em, mùi quế và khi mỉm cười, răng ông ta lấp lánh như được sơn bằng men trắng.

- Chúng ta vừa có sữa gầy lạnh và bánh ngô. Mời cháu ăn cùng chúng ta.

- Ôi không. Cháu chỉ tới và hỏi xem...

- Cháu tới vì ta đã mời cháu. Ta mời cháu đến chơi nhà và làm khách của ta. Cháu đã đến đây rồi, hãy làm ta vui hơn đi. Có cháu và con cháu, cùng ông Sprock yêu quý chúng ta sẽ có một buổi chiều vui vẻ.

- Một buổi chiều vui vẻ, - ông Sprock thêm vào.

Xơ Husband tươi cười dẫn Novalee tới một cái ghế ở bàn bếp. Ông Sprock ngồi cạnh cô, trong lúc xơ bưng những cái cốc cao màu vàng đến và rót đầy sữa từ cái bình màu vàng. Bà đặt đĩa bánh ngô đã xắt lát mỏng giống bánh nướng trên cái đĩa màu vàng vào giữa bàn, rồi ngồi xuống, một tay cầm tay ông Sprock, tay kia cầm tay Novalee. Ông Sprock dò dẫm tìm tay Novalee, cả ba người nắm tay nhau lúc xơ Husband cúi đầu và bắt đầu cầu nguyện.

- Lạy Chúa, chúng con cảm ơn Người đã kết hợp những người này ở đây hôm nay. Chúng con cầu xin Chúa phù hộ cho đứa trẻ an toàn và mạnh khỏe, vì cô gái đáng yêu này đã mang lại vẻ duyên dáng cho bàn ăn của chúng con hôm nay. Chúng con xin Chúa tha thứ cho tội thông dâm mà ông Sprock và con vừa phạm phải lần nữa. Chúng con xin Người ban phước cho những đồ ăn này, để nuôi dưỡng cơ thể chúng con. Amen.

Ông Sprock nói "Amen" rồi mỉm cười với Novalee lúc chuyển đĩa bánh ngô cho cô.

- Cháu thấy thị trấn của chúng ta thế nào? Cháu đã quen chưa?

- Rồi ạ, - Novalee nói và lau sữa ở khóe miệng.

- Tốt. Ta nghĩ thế là tốt.

- Hôm nay cháu vừa gặp một người mới. Trong thư viện.

- Đó là Forney Hull, - xơ Husband nói.

- Đúng, là Forney Hull, - ông Sprock tán thành.

- Anh ta là người thông minh. Rất thông minh. Nếu anh ta có cơ hội học hành đến nơi đến chốn, không cần phải nói anh ta sẽ thành đạt đến mức nào.

- Đúng vậy. Không cần phải nói anh ta sẽ thành đạt đến mức nào, - ông Sprock nói.

- Cháu biết không, chị gái của Forney là thủ thư, nhưng cô ta chẳng bao giờ có mặt ở thư viện. Cô ta nghiện rượu. Lúc nào cũng ở trên gác. Chẳng bao giờ rời khỏi phòng. Thế là, Forney thế chỗ cho bà chị ở thư viện dưới nhà.

- Ồ, anh ấy không nói gì về việc đó ạ.

- Không, cậu ta sẽ không nói. Không muốn cháu nghĩ xấu về chị mình mà, xin Chúa thương xót cô ấy. Cháu ăn thêm lát bánh nữa nhé?

Novalee uống hai cốc sữa, ăn bốn lát bánh ngô, xơ Husband mỉm cười nhìn cô ăn từng miếng. Cuối cùng, Novalee quyết định nói về lí do mình đến đây.

- Xơ Husband, cháu muốn xơ cho cháu một ân huệ, nhưng nếu xơ từ chối cũng không sao đâu ạ. Cháu sẽ hiểu mà.

- Nhưng là gì mới được chứ? Cháu cứ nói ra đi.

- Cháu cứ nói ra đi, - ông Sprock phụ họa.

- Việc này có vẻ hơi lạ, nhưng cháu có một cái cây muốn trồng.

- Vậy chúng ta sẽ giúp cháu.

- Không, không phải thế ạ. Ở chỗ cháu đang sống... họ sẽ không cho cháu trồng cây ở đó đâu.

- Ồ, lại tệ thế ư?

- Tệ thật. - Ông Sprock lắc đầu và thở dài.

- Thế nên, cháu không biết là... cháu có thể trồng nó ở đây không ạ? Cháu muốn trồng lâu dài ở một nơi nào đó. Sau này cháu sẽ tới và mang nó đi.

- Trồng trong sân của ta nhé?

- Vâng thưa xơ, nhưng chỉ tạm thời thôi ạ.

- Ta không thể...

- Trong lúc nó ở đây, cháu cũng sẽ chăm sóc. Hiện giờ nó không đẹp lắm nhưng cháu sẽ chữa cho nó và có lẽ nó sẽ tươi tốt lên.

Chúng ta phải đợi vài tháng, cho đến mùa xuân mới biết.

- Cháu này, ta không nghĩ ra điều gì tốt hơn là cho cháu trồng cây ấy ở trước cửa nhà ta.

Nghe câu đó, ông Sprock đứng dậy và ra cửa.

Novalee và xơ Husband vội theo sau lúc ông Sprock đi lấy xẻng trong kho, sau đó, Novalee phải tìm chỗ thích hợp để trồng cây dẻ ngựa. Từ những gì đọc được trong thư viện, cô biết rằng nên trồng cây ở chỗ đất hơi cao cho thoát nước, nên cô chọn vị trí cao nhất trong sân, một chỗ gần như trung tâm.

- Ở đây ạ, - Novalee nói.

Ông Sprock gật đầu rồi bắt đầu đào, nhưng Novalee ngăn lại.

- Cảm ơn ông Sprock. Cháu sẽ tự làm ạ.

- Không, cháu ơi, - xơ Husband can ngăn, - việc ấy nặng nhọc lắm. Cháu tưởng là tốt cho cháu hay sao?

- Vâng ạ. Nó sẽ tốt cho cháu.

Đào xong cái hố, bàn tay Novalee đã phồng rộp, phần dưới thắt lưng đau nhức đến nỗi không thể làm thế nào cho đỡ được.

Cô tháo bao đất, rồi hạ cái cây xuống hố rất nhẹ nhàng, hết sức thận trọng để không động rễ. Cô đã ước chừng đúng. Cái hố rộng gấp hai vòng rễ cây và đã đủ sâu.

Chưa lấp đầy đất vào hố, Novalee trông đã mệt đến nỗi xơ Husband và ông Sprock phải giúp bằng cách dùng giày gạt đất xuống khi cô không để ý.

Xong việc, xơ Husband và ông Sprock nắm tay cô cùng đi vòng quanh cái cây trong lúc xơ hát *Cây vả ở Galilee*, một bài hát mà Novalee chưa nghe thấy bao giờ.

Xơ Husband nói:

- Ta trích từ Kinh Thánh, Mark[1] 8:24. *Và Người nắm tay người đàn ông mù, dẫn ông ta ra khỏi thành phố; Khi Người nhổ nước bọt lên mắt ông ta và đặt bàn tay lên người ông ta, hỏi ông ta đã nhìn thấy chưa. Ông ta ngước nhìn và nói, tôi trông thấy một người như những cái cây, đang đi.*

Khi Novalee đi qua bãi đỗ xe ướt át, lấm lem và bẩn thỉu, trời đã gần tối. Áo cô lốm đốm vài vết sữa đã khô, quần dính vài vết bẩn màu cỏ trên đầu gối. Móng tay cô

---

[1] Quyển thứ hai trong Tân ước, do thánh Mark soạn.

két đất, một vết bẩn màu sẫm vắt qua má, nhưng cô mệt quá nên chẳng buồn để ý.

Cô quá mệt, chẳng còn thưởng thức được vẻ đẹp của mặt trời đang lặn sau những quả đồi ở phía tây thị trấn; quá mệt nên chẳng còn hào hứng đón làn gió đêm nhẹ nhàng, mát mẻ, đang xua đi cái nóng đầu xuân. Cô quá mệt nên không chú ý đến người đàn ông đội mũ len nâu đang đứng ở bên kia đường... anh ta theo dõi cô lúc cô lẻn vào cửa sau của Wal-Mart.

Chương 7

Forney bảo rằng nếu Novalee đến muộn bữa tiệc sinh nhật của cô, anh sẽ bắt cô ăn món châu chấu hầm. Cô cam đoan là không đến muộn. Thực ra, cô đến thư viện sớm hai mươi phút. Nhưng Forney hay rối lên về việc đúng giờ, nên cô nghĩ anh có thể bối rối cả khi cô đến sớm cũng như đến muộn. Vì thế lẽ ra có thể vào trong, cô lại ngồi đợi trên chiếc ghế dài gần cổng sắt trong lúc cố chải mái tóc vẫn còn ướt thành từng lọn.

Novalee đã đi thẳng đến đây từ bến xe tải trên phố East Main, nơi cô đến tắm vòi hoa sen và gội đầu bất cứ khi nào có thể. Vài tuần trước, cô phát hiện ra lối vào các buồng tắm ở đằng sau bến. Cô chỉ cần vào hoặc ra thật nhanh, trước khi viên quản lý hoặc một tài xế xe tải nào đó bắt gặp. Cho đến nay, cô vẫn gặp may.

Sau khi tắm, cô mặc bộ đầm mới thay cho bộ đầm bầu trên giá siêu thị Wal-Mart. Mặc dù cô không thích ghi thêm một khoản nợ vào sổ, nhưng đây là một dịp đặc biệt mà Forney đã lên kế hoạch từ nhiều tuần nay.

Khi Novalee đến thư viện lần thứ ba hoặc thứ tư gì đó, Forney biết được ngày sinh của cô, anh đã kín đáo bắt tay vào hành động. Cô nhìn thấy anh ghi vội gì đó, thường che không cho cô trông thấy, với một lý do hợp lý nào đó. Có một lần, khi cô nhìn thấy anh viết lên tờ đô-la, anh giải thích là đang báo cho Kho bạc Nhà nước về tờ tiền giả. Rồi, với vẻ thành thạo của một mật vụ, anh giơ tờ tiền lên soi, vò để thử độ dai, và gật gù tỏ vẻ tinh tường rồi nhét nó vào sâu trong túi.

Cùng thời gian đó, Forney bắt đầu hỏi Novalee nhiều câu kỳ quặc về món ăn, cô nghĩ gì về món bê, có biết ăn cà-ri không, cô thích món ăn màu cam hay màu đỏ hơn. Khi anh hỏi cô có thích mùi ngải giấm không, cô nói không ưa món cá tẹo nào, một bình luận khiến Forney hài lòng đến mức rơm rớm nước mắt.

Cô muốn kể với anh rằng sau gần hai tháng sống bằng các đồ ăn ở Wal-Mart, cô ngán đến tận cổ những món thịt bò sấy khô, cá hồi đóng nước suối, xúc xích Vienna, cô sẽ không bao giờ ăn món giăm bông khủng khiếp, rằng hạt đậu Stokely và cà rốt sặc mùi hộp, một bữa nấu lấy thì dù là thịt bê, cà-ri với ngải giấm, màu cam hoặc màu đỏ cũng làm cô thích thú hơn nhiều.

Nghĩ đến các món ăn khiến bụng Novalee sôi ùng ục. Xem đồng hồ và nghĩ hãy còn sớm vài phút, cô đứng dậy và vuốt phẳng các nếp nhăn trên váy. Đèn đường vừa bật, hắt những bóng dài của các cây thường xanh sum suê ở rìa vỉa hè tới tận chỗ những chữ cái khắc trên các cột đá đằng trước thư viện.

Forney quan sát cô từ cửa sổ ở đằng sau khu vực tra cứu. Anh đã quan sát cô từ lúc cô ngồi xuống cái ghế dài.

Khi Novalee lên đến nửa chừng vỉa hè, Forney rời cửa sổ và tiến ra tiền sảnh. Anh cố đi thật chậm, nhưng vẫn mở cửa trước khi cô tới bậc trên cùng.

Anh đã biết Novalee chải gọn tóc ra sau và cài bằng chiếc lược bạc, biết cô mặc bộ đầm màu tím sẫm, nhưng chưa cảm nhận được rõ ràng như khi mở cửa, rằng tóc cô thoảng mùi hoa kim ngân, và màu xanh trong mắt cô thẫm hơn, giống màu cây liễu đầu xuân.

- Chào cô, - anh nói bằng giọng nghe rất lạ lẫm.

Novalee khó mà tin rằng người đàn ông đứng trước mặt cô là Forney Hull. Anh không đội mũ len như thường lệ, lần đầu tiên cô thấy anh không có mũ. Tóc anh nâu sẫm gần như màu đen, vắt qua trán. Anh đã cạo sạch râu, điều đó khiến Novalee bất ngờ vì người đàn ông to lớn này lại có làn da quá đỗi mịn màng và mềm mại như vậy.

Anh mặc bộ trang phục trông rất xa lạ, chiếc áo choàng dài, cổ nhung. Novalee đã thấy những người đàn ông giàu có vận trang phục này, chóp mũ sáng óng ánh và uống trà bằng tách sứ trong các bộ phim, hoặc trong các bức ảnh cổ.

- Chào anh Forney. Trông anh đẹp quá.

- Ồ. Tôi… ừm … ổn mà. - Đây là lời anh chưa kịp tập.

- Anh muốn tôi vào không?

- Mời cô vào, - anh nói, to hơn ý định một chút.

- Anh có lạnh không?

Forney lắc đầu.

- Không, tôi không nghĩ thế.

- Anh có vẻ khang khác.

Forney đóng cửa lại.

- Cô cũng vậy, - anh nhận xét.

- Tôi có vẻ khác ư?

- Không! Ý tôi là trông rất dễ thương. Trông cô... cũng... đẹp quá.

- Cảm ơn anh.

- Ờ, - Forney nói, cố nói cho đúng kiểu. - Ờ. - Rồi đột ngột, anh có một cử chỉ trang trọng, vung cả hai tay về phòng đọc, một cử chỉ anh đã tập trước gương nhiều lần. - Mời cô theo lối này.

Forney đi sau Novalee xuống tiền sảnh, anh tin chắc toàn bộ việc này là sai lầm, chắc cô ngỡ anh điên, và sợ cô cười phá lên khi nhìn thấy nó.

Nhưng khi bước qua cửa phòng đọc, nhìn thấy những gì Forney đã chuẩn bị, Novalee hít một hơi thật sâu và vỗ tay sửng sốt vô cùng.

Toàn bộ căn phòng lấp lánh trong ánh nến. Ánh sáng màu vàng lung linh trong từng góc khuất, trên từng bề mặt. Những ngọn nến bừng cháy trên các bàn, giá sách, tủ và xe đẩy. Ở bất cứ chỗ nào có nến là có hoa hồng, những bông hồng trà thanh nhã màu hồng phớt và vàng nhạt, những nụ hồng, những bông hồng đã nở, những bó hồng cắm trong bình và bát. Nến và hoa hồng chen chúc trong các chậu hoa và trên giá, túm tụm trên các bàn, bày trên các bậu cửa sổ. Nến rực rỡ trên đá hoa dày và gỗ bóng loáng, tạo nên những bóng gợn lăn tăn, nhảy múa trên trần và sàn nhà.

Forney đã chuẩn bị một bàn tiệc mừng sinh nhật Novalee ở trung tâm những thứ đó, một cái bàn tròn phủ khăn hoa màu ngà, trên đặt ly pha lê, đồ sứ trắng muốt và những đóa hồng trà cắm trong bình hoa đỏ màu hồng ngọc.

- Ôi, Forney. Tuyệt vời quá, - Novalee thì thầm. Rồi cô đi một vòng quanh phòng, ngỡ ngàng lúc chạm vào một bình hoa màu hồng mỏng manh trông như một cái quạt Tàu, một đôi chân nến bằng bạc khảm những dải nơ, một cái bát gốm màu xanh lá vẽ những vỏ sò và một giá đỡ nến bằng gỗ chạm màu đen.

Forney quan sát cô di chuyển chậm chậm khắp phòng, ánh nến lấp lánh chiếu sáng gương mặt cô lúc ngắm nghía cái chân nến, hơ lòng bàn tay lên trên ngọn nến, cảm nhận hơi nóng của nó. Khi thấy một nụ hồng vàng rơi, cô cài nó lên tóc. Từ chỗ đang đứng, Forney không thể nhìn thấy rõ nhưng anh đoán là Novalee có một cái sẹo nhỏ ở khóe miệng vì nó trắng lên trong ánh nến.

- Tôi cảm thấy như trong một bộ phim vậy, Forney. Như thế chúng ta là những ngôi sao điện ảnh. Rèm nhung kéo lên và chúng ta ở đó, trên màn ảnh, hút thuốc bằng những cái tẩu bạc và…

- Tôi không có thuốc lá, nhưng tôi có thể kiếm một ít.

- Không, chúng ta không cần thuốc lá. Chỉ thế này đã hoàn hảo lắm rồi.

Novalee nâng một bình hoa vẽ những con rồng xanh.

- Anh kiếm những bình hoa này ở đâu vậy, anh Forney?

- Chúng là của mẹ tôi. Bà thường cắm hoa khắp các phòng.

- Thật khó hình dung đây là một ngôi nhà. Ý tôi là nó lớn quá.

- Ồ, bây giờ nó thay đổi nhiều lắm rồi. Các bức tường bị sụp, cửa bị bịt kín. Căn phòng này khởi đầu là ba phòng: phòng khách parlor, phòng ăn và phòng làm việc của cha tôi. Bếp ở đằng sau và các phòng ngủ ở trên gác.

- Anh là một người giàu có.

- Vâng, ông nội tôi rất giàu. Cha tôi thừa hưởng gia tài của ông. Tôi cho rằng chúng tôi đã giàu, trong một thời gian dài.

- Sống trong một thư viện chắc hẳn tuyệt vời lắm, có đủ thứ sách để đọc và …

Từ tầng trên có tiếng cào sồn sột làm Novalee ngước nhìn lên, nhưng Forney không nhúc nhích. Cô tưởng anh không nghe thấy tiếng đó, hoặc các cơ trên quai hàm anh đã căng cứng.

Bất chợt, anh băng qua phòng tới bàn và rút ra một cái chai:

- Chúng ta hãy ngồi xuống nào.

Novalee theo Forney tới bàn, và ngồi yên vị trên chiếc ghế anh đã kéo ra mời cô.

- Cô thích vang không? - Anh hỏi.

- Anh định nói loại Mogen David?

- Vâng, một thứ tương tự thế.

- Nhất định là thích rồi.

Forney bưng một chiếc bình thon cổ tới bàn và rót đầy hai cốc, anh nâng cốc hướng về phía Novalee.

Novalee mỉm cười và nói:

- Đừng bảo tôi đây không phải là trong phim nhé. - Rồi cô chạm cốc với Forney.

- Chúc mừng sinh nhật, Novalee. Chúc mừng sinh nhật lần thứ mười tám, - Forney nói, đúng theo kiểu anh đã tập.

Novalee uống một ngụm vang, cô cố không nhăn mặt, nhưng vẫn rùng mình.

- Quá nặng với cô phải không? - Forney hỏi.

- Anh định nói gì kia?

- Nó... không nhẹ.

- Ý anh là vang nguyên chất thường chua?

- Tôi lấy cho cô thứ gì khác để uống nhé.

- Không! Vang này tuyệt lắm. Tôi thích vang nguyên chất... luôn luôn thích.

Cô giả vờ nhấp ngụm nữa trong cái cốc thanh lịch để cảm nhận vị rượu ngon trong tay.

Forney với xuống gầm bàn, lấy một gói bọc giấy màu vàng và đưa cho Novalee.

- Ôi, anh Forney...

- Mở ra đi, Novalee.

Cô mở cái gói thật cẩn thận để không làm rách giấy hoặc nát dải ruy băng. Bên trong là cuốn sách bìa da đen với hàng chữ vàng *Phép thuật của người làm vườn và học vấn của những người vợ già.*

- Đẹp quá, - Novalee lướt các ngón tay qua đề sách. - Anh không biết tôi cần phép thuật đến thế nào đâu.

- Có lẽ cô sẽ tìm ra cách cứu cây dẻ ngựa của cô.

- Đây là cuốn sách đầu tiên của tôi đấy, anh Forney. Và anh có biết gì nữa không? Đây là tiệc sinh nhật đầu tiên trong đời tôi.

Forney hắng giọng định đọc bài chúc mừng đã chuẩn bị sẵn, nhưng hai tiếng đập nhanh trên sàn gác làm anh quên bẳng.

- Forney, trên đó là…

- Tôi nghĩ chúng ta nên ăn thôi. - Anh đứng dậy và đi vào bếp.

- Tôi có thể giúp anh không?

- Không. Cô là khách danh dự mà. Cô không được phép vào bếp, - anh nói lúc bước qua ngưỡng cửa và khép lại.

Novalee nghe thấy nhiều âm thanh trong bếp - tiếng thìa cạo vào kim loại, tiếng lanh canh của cốc, nhưng không thể hình dung Forney đang xoay xỏa ra sao với cái lò nướng, bếp đun, xoong chảo và vung. Cô có thể thấy anh như đang vẫy vùng và lắc lư giữa lịch sử và hư cấu, chứ không phải giữa một lò nướng và bồn rửa.

Khi anh trở lại, bưng một cái khay và nói, cố nói giọng Pháp mà anh đã được rèn luyện:

- Bữa tối đến đây.

Anh đặt khay lên chiếc xe đẩy cạnh bàn, rồi để một cái bát trước mặt Novalee, một cái trước chỗ mình.

- Súp của tiểu thư đây.

- Trước đây, tôi chưa bao giờ nhìn thấy món súp màu cam.

- Đó là món súp tôm cua nấu với hạnh nhân và cam, - Forney nói lúc ngồi xuống.

Novalee nếm một thìa, mùi vị thơm ngon tuyệt vời, mịn như nhung nhưng... lạnh ngắt.

- Anh Forney, súp ngon quá.

Cô biết khi nếm, anh sẽ bối rối vì để súp nguội, nhưng cũng không rõ súp nóng có ngon hơn không.

Cô cố không ăn quá nhanh, ít nhất không nhanh hơn Forney, nhưng anh không ăn nhiều. Hầu như anh chỉ quan sát cô.

- Anh tự nấu à?

Forney gật đầu.

- Anh học nấu ăn như thế nào?

- Tôi chỉ đọc sách thôi.

- Anh biết mọi thứ qua sách ư?

Forney lướt một ngón tay dưới cổ áo sơ-mi trắng muốt, vuốt hồ cứng của mình.

- Tôi muốn có công thức nấu món này.

- Cô thích nấu ăn à?

- Ờ, ở nơi tôi đang sống bây giờ, tôi không nấu được

nhưng khi con tôi ra đời... - Cô không nói hết câu, vì không biết nói ra sao.

Forney bỗng đứng bật dậy và lao qua phòng. Anh nhào vào một quầy, cúi xuống rồi ngẩng lên với một cuốn sách trong tay.

- *Chức năng sinh lý của mùi vị: hay Suy ngẫm về nghệ thuật sành ăn siêu việt*, - anh nói lúc sải bước qua phòng và đưa cuốn sách cho Novalee.

- Đây là sách dạy nấu ăn à?

- Phải, nó có các công thức nấu ăn, nhưng nó là lịch sử, triết lý và... - Forney xem đồng hồ. - Ồ, đến giờ rồi. - Anh cầm các bát súp và chạy vào bếp.

Novalee cũng nhìn đồng hồ. Cô phải về trước chín giờ, nếu không thì phải ở ngoài công viên cả đêm. Cô cảm thấy mình y như Cô bé Lọ Lem.

Cô vẫn đang ngắm nghía cuốn sách thì Forney trở lại với một khay thức ăn khác, đầy ắp và tỏa mùi thơm ngon đến mức Novalee mê mẩn.

- Đây là món kem trứng măng tây, - anh vừa nói vừa nhúng cái muỗng to vào đống gì đó rung rinh mà thoạt nhìn, Novalee thấy giống cái bánh put-đinh va-ni màu xanh.

- Những thứ này là gì ạ?

- Bánh thịt Wellington.

- Trông giống bánh quy ngon vậy.

- Một loại bánh nướng, nhân thịt bò.

- Thịt bò! - Novalee phải cố kìm mình để không vồ lấy món ăn trên khay và xé nó ra. Cần quái gì dao với đĩa.

- Còn đây là... - Forney nhấc cái bình nhỏ bằng bạc chứa đầy chất lỏng màu nâu sẫm. - Đây là nước xốt Madeira. - Anh đặt một cái bánh nướng vào đĩa của Novalee, rồi rưới nước xốt lên trên. - Cuối cùng là đậu Hà Lan với kem.

- Là thứ duy nhất tôi có thể nhận ra.

Sau khi Forney xếp món ăn đầy đĩa của họ, anh lại ngồi đối diện với cô.

- Anh Forney, tôi đã thấy ảnh các món ăn như thế này trong các tạp chí, nhưng không bao giờ nghĩ là có người làm cho mình ăn.

Forney không biết nói gì.

- Đây là đêm tuyệt vời nhất đời tôi đấy.

Anh chưa tập luyện gì cho tình huống này. Anh không bao giờ lường trước là cô sẽ nói "đêm tuyệt vời nhất".

Cô vừa cắt miếng thịt bò và ngắm nước thịt thấm vào cái bánh, thì một tiếng đổ vỡ loảng xoảng rất to ở tầng trên làm ngọn chúc đài nẩy lên, một trận mưa bụi lơ lửng. Forney lạnh cứng người, vẻ mặt hãi hùng, cái nhìn ngờ vực. Rồi anh nhảy khỏi ghế, va phải cái bàn lúc nhổm dậy. Cốc tách đổ nhào, vang bắn tung tóe vào không trung và một cái đĩa rơi xuống sàn vỡ tan.

- Forney!

- Cứ ở lại đây, Novalee, - anh quát to rồi băng qua phòng, lao ra cửa bếp.

Novalee chạy dọc căn bếp dài, hẹp, cố theo tiếng bước chân nặng nề của Forney ở đâu đó. Cô tìm ra cầu thang sáng lờ mờ lên tầng hai ở cuối tiền sảnh, rồi cứ hai bậc một bước, cô trèo lên tới hành lang rộng rãi. Cô lao tới chỗ ánh sáng tràn ra từ một cánh cửa đang mở.

Forney đang cúi xuống cạnh thân hình một người phụ nữ tay chân gày guộc đến mức Novalee nhớ tới những que củi cô đã kéo khi còn bé. Tóc người đàn bà mỏng dính, hoa râm, nước da như bạc xin. Novalee cứ tưởng người đó đã chết, cho đến lúc nhìn thấy những ngón tay như vuốt của chị ta quắp lấy cổ tay Forney.

Sàn nhà ướt nhoèn, thủy tinh vỡ rải rác. Khi Novalee bước vào phòng, mùi whiskey mạnh đến mức mắt cô cay sè, nhưng còn một thứ nữa, một thứ chị ta…

Forney quay ngoắt người, đột ngột đến nỗi Novalee phải nhảy lùi lại.

- Không, Novalee. Đừng vào đây.

- Để tôi giúp, anh Forney, - cô vừa nói vừa lách đến gần anh hơn. Lúc đó thì cô mới hiểu, mùi hôi thối nồng nặc làm cô cố nín thở. Người phụ nữ ấy nhơ bẩn đầy mình.

- Novalee, - Forney nói bằng giọng không tập trước, - tôi muốn cô gặp chị gái tôi… thủ thư Mary Elizabeth Hull.

Chương 8

Nhiều tuần sau dịp sinh nhật, Novalee thấy mình mỗi ngày một nặng nề và chậm chạp hơn.

Một sáng đầu tháng Năm, Forney đề nghị lái xe đưa cô từ thư viện về nhà, cô rất muốn nói vâng, để anh thấy "nhà" là Wal-Mart… nhưng không dám.

Đêm hôm đó, ngay sau khi chui vào túi ngủ, Novalee bị chuột rút ở bụng dưới. Ban đầu, cô tưởng đã đến lúc, nhưng cơn đau không kéo dài và không hơn cơn đau bụng. Nếu đau đẻ thì phải là sự đau đớn dữ dội nhất, nhưng cô hình dung nó không đến nỗi khủng khiếp như cô từng lo sợ.

Cô đã nghe hàng chục câu chuyện hãi hùng về việc sinh nở từ hồi còn làm ở quán Red. Hình như bất cứ người phụ nữ nào khi say rượu cũng có một chuyện để kể. Họ kể có người đau đẻ liền bốn ngày, chỉ van xin được chết. Họ nói đau đến mức tự cắn vào lưỡi hoặc rứt từng nắm tóc trên đầu. Họ tả da thịt bị rách toạc như thế nào khi đứa trẻ chui ra.

Nhưng có lẽ đấy chỉ là do rượu nói; có lẽ họ kể những chuyện đó để dọa các cô gái như cô đừng bao giờ có con. Có lẽ sự việc không đến nỗi kinh khủng như thế.

Cô đã đọc một cuốn sách mà Forney bảo nên đọc, về một phụ nữ Trung Hoa có thai, làm việc trên ruộng lúa cho đến khi cơn đau đẻ bắt đầu, rồi sinh con một mình, hầu như cơn đau là tạm thời... cúi người, lom khom, lội trong nước đến đầu gối. Novalee hình dung nếu người đó có thể tự xoay xỏa được, việc sinh con ắt không đến nỗi quá khủng khiếp.

Ngoài ra, không phải là cô không chuẩn bị tí gì. Cô đã đọc về việc sinh nở và biết phải làm những gì. Cô thu thập những thứ cần thiết - kéo, cồn, gạc bông, khăn tắm cho bé. Cô đóng tất cả vào một cái túi, kiểu như một số phụ nữ chuẩn bị đi bệnh viện khi thời điểm ấy đến. Nhưng Novalee biết cô sẽ không đến bệnh viện.

Novalee định vào phòng kho lấy cái túi và cất vào nơi an toàn, song cô quá mệt, không thể đứng dậy nổi. Cô ngáp và lăn nghiêng, không biết có nên ngủ không vì sợ cơn đau đẻ đang bắt đầu. Cô sợ nhỡ ngủ quên mất, rồi lúc tỉnh dậy đứa bé đã ra đời, nên cố giữ cho mắt mở chong chong.

Sáng sớm hôm đó, cô đã đi bộ tới nhà xơ Husband và trồng những cành giâm pyracantha[1] cắt ở chậu hoa bên ngoài tòa Thị chính. Tuần trước, cô đã bắt đầu trồng

---

[1] Loại cây cảnh thuộc họ Hoa hồng, có hoa màu đỏ, vàng và trắng, quả mọng màu đỏ hoặc vàng.

một luống tú cầu và sơn mai hoa ở góc sân; vài ngày sau, cô trồng thêm mấy mầm hoa lộng lẫy và vài cành thường xanh.

Luống hoa sẽ được cây dẻ ngựa che bóng, nếu nó nảy lá. Một tuần sau khi cô trồng cây dẻ ngựa, chiếc lá cuối cùng đã rụng. Nhưng Novalee nghĩ có thể nó sẽ mọc lại. Cô không biết vì sao mình lại nghĩ thế, dù biết nó chịu rét kém hơn cây Giáng sinh Charlie Brown, nhưng cô vẫn hy vọng.

Xơ Husband vắng nhà, nên Novalee nghỉ ở cổng một lát, rồi tới thư viện, nơi Forney đợi cô. Anh đã mua cho cô kẹo cà rốt, hai cái bánh xốp và một phích sữa lạnh. Ngày nào anh cũng mua cho cô thứ gì đó có lợi cho sức khỏe. Món ăn bằng giá đỗ, hạt mì và đậu nành. Và sữa. Rất nhiều sữa. Sữa đựng trong cốc... và chén, trong bình, trong ca...

Khi ngủ thiếp đi, thỉnh thoảng cô giật mình, gần như tỉnh táo vì những cơn co rút trong bụng, kết hợp với các giấc mơ về đứa trẻ lạc trong đêm tối... chìm trong giếng sâu thăm thẳm... gọi tên cô.

Sau đó, Novalee thức dậy vì một cơn đau khác thường. Nó xóc qua xương chậu, xuyên qua hông vào xương sống. Cô nín thở cho đến khi thấy đỡ hơn, rồi cố chui ra khỏi túi ngủ.

Nước ối vỡ ngay khi cô vừa đứng lên. Cô quan sát thứ chất lỏng âm ấm chảy rỏ giọt thành vũng giữa hai bàn chân. Dù biết đó là nước gì, cô vẫn cảm thấy hơi choáng váng, giống một đứa bé vừa tè dầm.

Cô thấm khô người và thay chiếc áo ngủ sạch, rồi lau sạch sàn và di khăn giấy để làm khô dấu vết tới phòng vệ sinh.

Cơn đau thứ hai dữ dội hơn cơn trước, làm Novalee phải nín thở và nghiến chặt hai hàm răng. Đây không phải là đau bụng. Con cô sắp ra đời... nhưng cô chưa sẵn sàng.

Cô tự hỏi, tại sao mình lại đợi cho đến phút cuối cùng? Thời gian biến đi đâu? Hai tháng đã trôi qua từ khi Willy Jack bỏ rơi cô, vậy mà cô chưa làm được gì. Cô chưa tìm được nơi để ở, cũng chưa biết kiếm sống ra sao. Thậm chí, còn chưa tìm ra một cái tên cho đứa trẻ.

Cô nhớ đến danh sách đã lập vào ngày cô và Willy Jack rời Tellico Plains. Cô rút cuốn sổ tay trong túi ra và lật giở. Danh sách vẫn còn đó, một trang tên con gái, một trang cho con trai. *Felicia, Brook, Asley.* Novalee vừa nhăn mặt vừa đọc. *Rafe, Thorne, Hutch, Sloan.* Những cái tên cô lấy trong các bộ phim truyền hình nhiều tập. *Blain, Asa, Dimitri.* Moses Whitecotton đã dặn cô tìm một cái tên khỏe khoắn, nhưng những cái tên trong danh sách chẳng khỏe khoắn tí nào. Chúng chỉ có vẻ ngớ ngẩn.

Cơn đau thứ ba bí ẩn và dữ dội, để lại cho cô cảm giác buồn nôn. Cô nhắm mắt một lát cho đến lúc qua cơn, nhưng cái đau dữ dội và âm ỉ ở bụng dưới không hết. Cuối cùng, cô quyết định đứng dậy và đi loanh quanh, xem có đỡ không.

Mất một lúc cô mới đứng lên được, nhưng may thay, lưng cô không còn đau nhiều nữa. Cô nghĩ, thà làm bất cứ việc gì còn hơn là chỉ đợi. Vừa thở hổn hển ở lối đi, cô vừa tìm một cái tên cho con. *Coleman. Prescott. Dixie. Hanes.* Cô cười toét miệng lúc nghĩ tên cho đứa trẻ còn đang ở sau lớp đồ lót của mình.

Ra gần đến cửa, cơn đau tiếp theo làm cô ngã quỵ xuống sàn. Cô với tay tìm chỗ níu, và túm được cái giá để cát-xét. Lúc chúng rơi loảng xoảng trên gạch, Novalee kêu "Ôi", hoảng hốt vì đã gây nên cảnh hỗn độn.

Cô không biết đã ở ngoài bao lâu, và cũng không biết những cảnh nhìn thấy là thực hay mơ. Cô ngỡ đã trông thấy một con chuột lao qua lối đi, rất gần chân cô. Cô nghĩ đã nhìn thấy cái mũ len nâu nhấp nhô ở bên ngoài tủ kính đằng trước cửa hàng. *Rồi mẹ Nell và người trọng tài tên Fred vẫy cô trên ti-vi, nhưng màn hình dày quá và mờ mịt, cô phải liếc mãi mới nhìn rõ.*

Cô trôi giạt hết vào lại ra... để giấc ngủ tiếp nhận cô giữa cơn đau và đỡ cô như một thanh giằng... cơn đau chạy từ dưới xương sườn tới xương chậu, vòng ra lưng... cơn đau kéo cô tới rìa... *rìa quốc lộ lúc chiếc Plymouth phóng qua, Willy Jack gù lưng trên tay lái... hình ảnh nhạt nhòa...*

Rồi cô thấy gương mặt của Forney Hull, nhưng không rõ nét và mờ mịt. *Cô đã chỉnh độ tương phản và tiêu điểm, bắt được hình nét hơn lúc anh vẫy tay, cả hai cánh tay giơ cao trên đầu. Cô vẫy trả tuy bàn tay cô tê bại, quá nặng nên không thể giơ cao quá vài phân.*

Miệng Forney mấp máy, nhưng Novalee không nghe thấy anh nói gì. *Rồi cô cười và nhận ra âm lượng đã giảm. Cô có thể nghe thấy ai đó rên rỉ, nhưng là từ kênh khác. Bị* nhiều. Khi cô chỉnh cho âm thanh to lên, thấy Forney nói rất nhanh nhưng giọng nói lại là giọng của Willy Jack.

- Anh đã tìm ra một nơi cho chúng ta, Novalee.

Giọng nói của Willy Jack không khớp với cử động môi của Forney… tiếng nói chậm so với chuyển động của môi tới vài giây.

- Anh đã tìm ra một nơi cho chúng ta.

Nhiễu quá nên cô không sao nghe thấy tiếng anh.

- Willy Jack? Em tưởng anh đã đến California.

- … một ngôi nhà có ban công…

Hình ảnh bắt đầu quay tròn, nhanh hơn và nhanh hơn nữa, cho đến khi cô vớí tới nút cao nhất.

- … ban công để chúng ta có thể ngồi chơi với con.

- Tối nay em sẽ có con, Willy Jack ơi.

- Chúng ta có thể ngồi chơi với con…

- Em đã đọc cuốn sách này, Willy Jack, cuốn sách của một phụ nữ tên là Pearl Buck làm việc ở cửa hàng Wal-Mart.

- … ngồi với con và…

- Trong chương thứ ba… hoặc thứ sáu… anh đã bỏ rơi người phụ nữ Trung Hoa này trong ruộng lúa, ngay trước khi cô ta sinh con…

- … ngồi với con và…

- Anh có nhớ con chó xù bé nhỏ ấy không? Con cún mà em gọi là Frosted Mocha vì nó có màu giống son môi của em. Anh nhớ nó không?

- … chúng ta có thể ngồi với con và…

- Anh đưa nó tới ruộng lúa và bỏ nó ở đấy. Frosted

Mocha. Anh dừng xe và ném nó ra ngoài đường. Anh bảo để nó không bậy lên sàn xe anh…

- *Chúng ta có thể ngồi với con và ngắm mặt trời lặn.*

- *Anh bỏ rơi em và nói…*

- *Novalee, anh đã tìm được nhà cho chúng ta.*

- *… để con trên sàn…*

- *… tìm được nhà cho chúng ta.*

Bỗng nhiên, tiếng cô trôi xa tít tắp. "Để con trên sàn cửa hàng Wal-Mart". Những âm thanh ấy hình như không thoát ra từ miệng cô, mà từ một cái hố trong không khí phía trên đầu cô. "Đồ trời đánh". Những lời ấy như luồng gió dữ quất sau họ, đẩy lên và tràn ra, đầy không trung quanh cô. "Đồ khốn, Willy Jack! TRỜI ĐÁNH THÁNH VẬT MÀY!"

Lúc đó, bộ mặt Forney Hull ép vào "màn hình ti-vi", anh che mắt cho khỏi chói và đập thình thịch lên kính.

- Anh đập vỡ ti-vi là em phải trả tiền đấy.

Nhưng Forney Hull không nghe. Anh đập vào kính lần nữa rồi lần nữa, lúc đầu bằng nắm tay, sau đó là một cái ống dài, mỗi cú đập càng ngày càng mạnh hơn… càng ngày càng nhanh hơn, rồi kính vỡ, bắn tung tóe khắp mọi phía, nghe như những nốt nhạc trên cây đàn dương cầm bị hỏng. Rồi Forney chui vào qua cửa kính vỡ, vào hẳn bên trong cửa hàng Wal-Mart.

- Novalee!

- Anh không nên làm thế. Người ta sẽ bắt em trả tiền mà ti-vi màu không hề rẻ đâu.

Forney gập người xuống cạnh cô và đặt đầu cô lên lòng mình.

- Ti-vi màn hình rộng không...

Người Novallle bỗng cuộn lại, cô thấy đường cong của cánh tay Forney vừa khít lúc cô gồng mình... cứng ngắc thành một mớ xương sụn vì quá đau. Cô nghiến răng để kìm tiếng thét muốn bật ra từ nơi sâu thẳm, từ nơi cô cảm thấy mình sắp rách toang. Cô cưỡng lại, gồng mình cứng ngắc, và khi nó qua đi, cô đổ sụp như con rối bị cắt dây.

- Màn hình rộng. - Tiếng cô mỏng manh, không đều. - Nó đắt hơn anh tưởng đấy, Willy Jack.

- Không. Tôi không phải Willy Jack.

- Tốt, - cô nói. Cô nhìn Forney chằm chằm, nheo mắt để nhìn cho rõ. - Willy Jack đi rồi.

- Tôi đoán thế.

- Em đang sinh con, Forney.

- Tôi biết.

- Anh có thể giúp em không?

- Novalee, tôi không biết làm thế nào.

- Có chứ, anh biết mà. Anh đã đọc nhiều sách.

- Không đọc được hết.

- Gần như thế.

- Hồi đó tôi không đọc những quyển đúng.

- Có những quyển sách sai ư, anh Forney?

- Ờ, tôi không rõ. Tôi cho rằng...

Nhưng Novalee không kịp nghe hết. Cô ôm chặt

bụng, dường như muốn chắn cho mình khỏi điều cảm thấy sắp tới, nhưng rồi lại buông tay ra.

Lúc này, sự đau đớn như thiêu đốt cô ... cơ, xương, da thịt cháy thành một khối ở bụng dưới, áp vào xương sống. Nó cháy ở tận sâu tít bên trong, bỏng rát ... cháy bùng bùng ... rồi dâng lên, nung phổi, sém họng. Khi tắt, nó để lại cô khô khốc, giòn như một tờ giấy cũ.

- Cho em uống nước, Forney.

- Làm thế có ổn không? Em muốn uống nước à?

- Vâng, em nghĩ thế. Anh xem cuốn cẩm nang đi.

- Cẩm nang gì kia?

Cô ngả đầu lên ngực Forney. Tóc cô ướt, mặt đẫm mồ hôi.

- Cây dẻ ngựa rụng hết lá rồi, anh Forney.

- Cẩm nang gì kia? - Anh đưa tay lau mặt cho cô. - Tôi phải tìm trong cuốn cẩm nang gì?

- *Hướng dẫn đầy đủ về cây ăn quả.*

- Novalee, để tôi gọi xe cấp cứu. Em cần phải đi bệnh viện.

- Trên cái giường phủ khăn trắng.

- Phải, một bệnh viện. Em cần một bác sĩ.

- Forney! - Tiếng cô vang lên khẩn thiết. - Lấy con dao.

- Cái gì?

- Một con dao.

- Để làm gì?

- Anh không nhớ ư? Cây dâm bụt!

- Nhưng tôi không ...

- Người ta để một con dao dưới gốc dâm bụt... khi đau đẻ. Con dao sẽ... cắt cơn đau.

- Novalee, tôi không nghĩ đấy là...

Cơn đau xuyên qua người, nhanh đến mức cô không kịp cưỡng lại.

- Novalee?

Cô nghe thấy một tiếng rú như thú vật, tiếng rú the thé khiến họng cô nhức nhối.

- Novalee!

Cơn đau vặn xoắn trong người, kéo vào giữa, đẩy cô tới tận cùng sức chịu đựng.

- Ôi, lạy Chúa tôi! - Forney nói.

Cô tự thấy đã đến lúc, không còn gì có thể giữ nó lại.

- Tôi phải làm gì đây, Novalee?

- Forney...

Lúc này, cơn đau choán giữ, thắt quanh người mạnh đến mức Novalee nghẹn thở.

- Tôi phải làm gì đây?

Cơn đau trong người cô bắt đầu di chuyển, kéo một thứ khỏi cô, lúc nó tự đẩy vào sâu hơn và sâu hơn nữa.

- Nó sắp ra rồi, Novalee.

Rồi cô cảm thấy một phần thân thể mình rách toạc lúc nó xuống thấp hơn.

- Tôi nhìn thấy nó rồi. Bây giờ tôi có thể nhìn thấy nó.

Một sự sống từ cơn đau đang vùng vẫy và giãy đạp làm bụng cô căng cứng lên, nó đang dùng sức chịu đựng của cô để tìm đường ra đi.

- Vâng!

Lúc đó, nó được giải thoát.

- Tôi có nó đây rồi, - Forney nói. - Tôi có nó rồi. - Anh cười lớn, như một cậu bé nhận được phần thưởng Cracker Jack. - Nhìn này, Novalee. Mở mắt ra.

Sự giải thoát thật bất ngờ... tình trạng phân tách đã chấm dứt.

- Mở mắt ra mà nhìn con gái của em này.

Novalee hé mắt vì chói, rồi chớp chớp mắt cố tập trung và thấy Forney giơ đứa trẻ lên rồi nhẹ nhàng đặt nó lên bụng cô. Một thân hình bé xíu, nhăn nheo và thâm tím, nở ra rồi co lại theo từng nhịp thở.

Khi Benny Goodluck đặt cây dẻ ngựa vào tay cô, cô ngạc nhiên thấy nó nhẹ đến thế và tự hỏi sao mình có thể nắm giữ một vật mỏng manh nhường này.

Cô duỗi tay ra, vuốt ve, kiểm tra con gái và mỉm cười vì sự đụng chạm... theo cách cô cảm thấy... cách cô cảm thấy khi xơ Husband ôm ghì cô, khi Moses Whitecotton cầm tay cô, khi Benny Goodluck chạm vào cái sẹo của cô... khi Forney Hull ôm cô trong vòng tay.

Và lúc đó, cô đã hiểu...

một cái tên có ý nghĩa

đến bất chợt đến mức không có khoảng cách giữa biết và không biết...

một cái tên vững chãi

giống như hai mép thời gian khép chặt vào nhau và không gì có thể xen vào giữa ...

một cái tên khỏe khoắn

dâng lên từ một nơi nào đó sâu thẳm trong cô, như một nhạc phẩm đầy ngẫu hứng ngân lên, lấp đầy những khoảng trống rỗng trong cô, chạm nhẹ vào trái tim cô.

một cái tên sẽ chống lại những thời khắc khó khăn ...

lấp lánh trong đôi mắt rưng rưng xúc động của cô. Và Novalee cảm thấy hình dáng cái tên trên lưỡi mình, trượt và trượt qua môi cô ...

nhiều tổn thương...

Cô vừa nếm vừa thì thào "Americus".

- Forney, - cô gọi, giọng nghe rất xúc động. - Em biết tên nó rồi. - Cô mỉm cười với anh. - Americus. Tên nó là Americus.

Lúc một bàn tay cô nắm lấy tay đứa bé, tay kia nắm tay Forney, cô gái đang độ tuổi thiếu nữ trên sàn Wal-Mart thì thầm trong những khoảnh khắc đầu tiên của một ngày mới, - Americus ... Americus...

Chương 9

- Ai là người đập vỡ cửa kính?

- Cô đặt tên cho đứa trẻ chưa?

- Cô sống trong Wal-Mart bao lâu rồi?

Người phóng viên đầu tiên xuất hiện khi Novalee vẫn còn trong phòng cấp cứu. Người thứ hai tới khi cô đã chuyển sang phòng bệnh, và trước khi cô y tá bắt đầu truyền dịch, thêm hai người nữa lẻn vào, chen chúc quanh giường bệnh.

Những câu hỏi của họ nhanh đến nỗi Novalee không thể trả lời dù có muốn, nhưng cô chẳng muốn tí nào.

Một tốp nhân viên truyền hình đến ngay sau khi cô được chuyển vào phòng riêng, treo biển KHÔNG LÀM PHIỀN. Kể cả khi đó, một thanh niên lanh lợi vận bộ quần áo hộ lý vẫn lẻn được vào và bắt đầu quay phim, trước khi cô y tá kịp đuổi anh ta ra ngoài.

- Cô khuấy động cả vùng này, - người y tá nói lúc thắt chặt dây đo huyết áp quanh cánh tay Novalee. - Cứ làm như chúng tôi có người nổi tiếng ở đây không bằng. - Môi cô ta uốn cong lên lúc nói từ "nổi tiếng", như thể vừa nhét hạt mại châu[1] vào đầy miệng.

- Tôi không biết họ muốn gì, - Novalee nói.

- Cô tưởng chúng tôi có Madonna ở đây chắc. Cả đàn cả lũ bọn họ đánh hơi khắp nơi. Cố tìm hiểu cô nặng bao nhiêu, cô mất bao nhiêu máu. Một người trong số đó còn gạ đưa tôi hai chục đô-la để cho anh ta chụp ảnh con cô.

- Con tôi...

- Ồ, cô không phải lo lắng gì sất. Phòng dành cho trẻ sơ sinh được bảo vệ chặt chẽ hơn cả Fort Knox[2] kia. Nếu có người nào...

Cửa phòng Novalee bật mở và Forney chạy ào vào như người đang bị săn đuổi. Tiếng ồn từ hành lang tràn theo sau anh.

- Này, - cô y tá quát to. - Anh diễu bộ mông của anh ra khỏi cánh cửa kia ngay cho.

- Anh ấy không phải người trong số họ đâu. Anh ấy là bạn tôi.

- Tốt! Có vẻ như cô có thể gặp người này. - Cô ta liếc nhìn Forney. - Cô này vừa sinh con. Cô ấy cần nghỉ ngơi.

- Tôi không ở lại lâu đâu.

- Tôi biết thế, - cô ta nói lúc mở cửa và len qua đám

---

[1] Một loài cây ở miền đông Bắc Mỹ, có quả vỏ mỏng, hạt ăn được.

[2] Căn cứ quân sự Mỹ ở miền Trung Kentucky và là kho chứa vàng từ năm 1936.

đông ở hành lang. Khi cửa đóng lại, họ nghe thấy tiếng cô y tá gọi bảo vệ.

- Có chuyện gì thế, Forney? Tại sao họ lại ở đây?

- Thật điên rồ, Novalee ạ. Hóa rồ cả lũ rồi. Máy ghi âm. Máy quay phim. Một cô còn gí cả micro vào mặt tôi.

- Nhưng có gì lạ đâu. Bao nhiêu phụ nữ sinh con trong xe taxi và thang máy đấy thôi. Em họ của Red sinh con ngay đằng sau quán cà phê của ông ấy ở Tellico Plains. Còn ở Wal-Mart có gì đặc biệt đâu?

- Tôi không biết. Tôi cũng không hiểu chuyện này.

- Sao họ biết tin? Ý em là, họ phát hiện ra ở đâu?

- Là lỗi của tôi, - Forney nói và cụp mắt xuống. - Khi tôi phá cửa kính, đã đụng phải còi báo động tới đồn cảnh sát. Khi xe cấp cứu tới thì…

- Anh làm thế để giúp em mà, Forney.

Novalee mỉm cười với anh, và anh lại nhận ra cái sẹo nhỏ xíu, không lớn hơn sợi lông mi ngay dưới môi trên của cô.

- … và bác sĩ bảo nếu anh không ở đó, có lẽ em phải…

Khi cô nghiêng cằm, cái sẹo bắt ánh sáng và trong giây lát, nó lóng lánh như bạc.

- … sinh con trong môi trường không vô trùng, thế nên họ vẫn tiêm kháng sinh cho em.

Cô ngừng lại và liếm môi, đầu lưỡi chạm vào rìa cái sẹo, và chỉ một thoáng thôi, Forney cảm thấy tim mình loạn nhịp.

- … và giữ đứa bé trong lồng ấp cho đến khi nhiệt độ

cơ thể ổn định, nhưng bác sĩ cho rằng... Kìa Forney, anh có nghe em không?

Lúc này cô y tá trở lại, gầm lên vì bực tức. Forney hiểu mình phải đứng dậy, phải ra khỏi cửa, nhưng không biết làm thế nào. Sau đó, anh không nhớ mình rời đi khi nào và bằng cách nào. Anh chỉ nhớ nụ cười của Novalee, đôi môi cô và vết sẹo nhỏ của cô.

- Anh ta lạ thật, - cô y tá nói lúc lật nghiêng người Novalee và kéo cái áo choàng đang phủ kín hông cô. - Hít thở sâu nào. Sắp tiêm đấy.

Nhưng Novalee hầu như không cảm thấy mũi kim đâm vào da. Cô mệt quá nên chẳng quan tâm, rồi chìm vào giấc ngủ đầy mộng mị, men theo những giấc mơ mà cô không thể nhớ, ngoài một cảnh quen thuộc... rất quen khi cô nghe thấy tiếng tàu hỏa, nhìn thấy nó tăng tốc lao tới cô và đứa con, cô rùng mình suýt tỉnh, rồi lại trôi vào một giấc mơ vô cùng ảm đạm.

Novalee thức giấc vì mùi thịt xông khói, cô ngước nhìn vào cặp mắt màu hổ phách trên một gương mặt tròn và bẹt như cái đĩa.

- Xin chào, - cô gái nói. Lúc cười, cặp mắt cô ta biến mất sau một đống thịt mềm mềm phồng lên từ má tới sống mũi, còn cằm tan chảy vào lớp da mềm căng đến cổ. Nhưng cô ta có cái miệng hoàn hảo nhất mà Novalee từng thấy. Đôi môi cô đầy đặn, ngon lành như mận chín, không tô son mà trông vẫn mềm và bóng mịn; ngay lập tức, Novalee thèm vươn tay và lướt đầu ngón tay qua miệng cô gái.

- Tôi mong cô không đói, - cô gái thì thầm, - vì hôm nay là ngày thứ Ba.

Novalee nhìn quanh tìm Forney, nhưng anh đã đi rồi.

- Bữa sáng ngon nhất vào các ngày thứ Sáu và Chủ nhật, còn thứ Ba là dở nhất, - cô phụ tá nói lúc chăm chút đến khay đồ ăn, xếp lại các hộp đựng và hộp giấy mở sẵn. Cô ta sờ vào tách cà phê xem còn nóng không, chạm vào hộp sữa để biết chắc nó lạnh. Cô ngửi bát cháo yến mạch, khuấy cốc nước cam và trộn sa-lat hoa quả, rồi mở nắp các hộp mứt dâu tây và mứt nho. Trước kia, Novalee chưa bao giờ thấy một người chăm chút các món ăn đến thế.

Khi cô gái với đến cạnh khay tìm khăn ăn, bộ ngực cô rung rinh phía trên mặt Novalee như những quả bóng nước đồ sộ. Chúng nhô khỏi cổ áo khoác và cuồn cuộn dưới cánh tay, bộ đồng phục của cô ta căng ra ở chỗ vùng ngực đến mức khó tin.

- Tôi là Lexie Coop, - cô ta nói lúc mở cái nắp ủ đĩa trứng rán và bánh mì nướng mềm. Trứng có màu mù tạc và trông như yến mạch lứt. - Nếu muốn ăn trứng, có thể cô muốn ăn thêm với thứ này. - Cô ta rút trong túi ra một chai tương ớt nhỏ và chìa cho Novalee.

- Không, tôi không nghĩ thế.

- Còn bánh mì thì sao?

Novalee lại lắc đầu.

- Tôi nghĩ là ngửi thấy mùi thịt lợn xông khói.

- Đấy là mùi nước hoa của tôi. Mùi thịt lợn xông khói. - Rồi cô ta cười vang, tiếng cười sâu trong ngực, lăn qua lưỡi và thoát ra qua khuôn miệng hoàn hảo.

- Tôi đùa thôi, - Lexie nói, ngực cô căng phồng lúc lấy lại hơi. - Sáng nay, tôi rán thịt xông khói cho các con. Chắc là tôi mang mùi ấy đi làm. Cô chắc là không muốn ăn, - cô ta hỏi và chỉ vào đồ ăn.

Khi Novalee nhăn mặt, Lexie rưới tương ớt lên món trứng rồi cắn một miếng ngon lành.

- Tương ớt đấy, - cô ta nói. - Thấy chưa, tôi có giả thuyết này. Tương ớt đốt cháy ca-lo. Cô có thể ăn bất cứ thứ gì cô muốn, miễn là ăn với tương ớt.

- Có tác dụng không? - Novalee hỏi.

- Tôi giảm được gần ba ký trong mười tám ngày, nhưng sẽ còn phải làm dài dài. Sinh đứa con cuối cùng, tôi tăng cân quá nhiều.

- Chị có mấy con? - Novalee hỏi.

- Bốn.

- Bốn ư? Trông chị không già đến thế.

- Ờ, tôi bắt đầu đẻ khi mới mười lăm, rồi không thể dừng lại. Sau khi có đứa thứ nhất, tôi bắt đầu tìm cho nó một người bố. Tôi nghĩ là đã tìm ra một người. Nhưng hắn lại chỉ cho tôi thêm đứa nữa. Thế là tôi phải đi tìm một người bố tốt khác cho cả hai đứa con. Tôi cố, nhưng tôi đã được gì? Thêm hai đứa trẻ nữa, sinh đôi.

- Chị đã tìm được bố cho chúng chưa?

- Chưa, và tôi không tìm nữa. Tôi hình dung là sẽ lại có thêm con. Đứa thứ năm. Tôi không biết nữa, - Lexie nói và lắc đầu. - Tôi nghĩ là mình làm không đúng cách. Nhưng hình như tôi không thể nói *không*.

Lexie ăn hết quả trứng cuối cùng, rồi đậy nắp lên cái đĩa không.

- Cô nên ăn chút gì đi. Nó sẽ giúp cô khỏe lại.

- Tôi chỉ muốn tắm một cái. Tôi có thể tắm được không?

- Chắc chắn là có.

- Còn thứ này? - Novalee chỉ vào cái giá truyền.

- Không sao. Chúng ta sẽ đẩy nó vào buồng tắm cùng cô.

Lexie dịch khay đồ ăn, đậy nắp lại và giúp Novalee ra khỏi giường rồi đứng lên.

- Cô cứ từ từ. Nếu cảm thấy run quá, tôi sẽ để cô nằm xuống vài phút.

- Không, tôi ổn mà. Nhưng...

- À, tôi hiểu. Các mũi khâu căng ra phải không?

Novalee nắm cánh tay Lexie lúc họ lê bước qua sàn.

- Chị biết chuyện tôi rồi sao? - Novalee hỏi.

- Ý cô là về Wal-Mart? Có, tôi biết. Tôi nghĩ tất cả mọi người ở đây đều biết. Bệnh viện đầy phóng viên. Họ bảo trưa nay sẽ đưa cô lên ti-vi.

- Lạy Chúa tôi, - Novalee rên lên vì tin Lexie vừa nói hơn là vì đau khi bước đi.

Những cú điện thoại bắt đầu dồn tới ngay sau bữa trưa, đầu tiên là một người đàn ông có giọng nói dịu dàng và âm sắc lạ lùng. Ông ta nói muốn mua bản quyền câu chuyện của Novalee để làm phim, nhưng ông ta cần một bức ảnh cô đang cho con bú làm căn cứ gửi cho dự án.

Tiếp đó là một bà già tự xưng là người sản xuất búp bê. Bà ta khuyên Novalee đặt tên cho đứa trẻ sơ sinh là Walmartha, rồi bà ta sẽ đưa búp bê mang tên ấy ra thị trường. Nếu bà ta thuyết phục được Wal-Mart ý tưởng đó, người ta sẽ sản xuất hàng triệu con. Bà ta còn dặn Novalee nếu cô có đứa con nữa, một đứa con trai, cô hãy đặt tên là Walmark, họ sẽ quảng cáo những con búp bê là chị em.

Cuộc gọi thứ bảy hoặc thứ tám - lúc này Novalee không đếm được nữa - của một người đàn ông cho rằng mình chính là cha đứa trẻ. Gã ta muốn biết Novalee có phải là người gã đã hiếp trong một căn hộ trên phố Cedar chín tháng trước không? Vừa ngắt máy, Novalee rút ngay phích cắm điện thoại ra.

Sau đó, cô y tá trực tầng vào, mang theo cái hút sữa để họ có thể nuôi Americus bằng chính sữa của Novalee. Cô y tá sống sượng đưa cho Novalee cái hút sữa, cái bơm lạnh và cứng úp chặt lên đầu vú nhạy cảm của Novalee. Khi chúng không tiết ra nhiều sữa, cô y tá có vẻ bực mình.

Rốt cuộc, cô ta để mặc Novalee tự xoay xở, nhưng cũng không khá hơn. Lexie vào, mang một bình nước mát lạnh, cô ta giằng lấy cái bơm. Bàn tay Lexie vẫn nặc mùi thịt xông khói, ấn mạnh vào bộ ngực của Novalee và giọng cô dịu dàng, vỗ về. Sữa của Novalee chảy đầy bình.

Khoảng giữa ngày, hoa bắt đầu đến, các thiếp đều để gửi cho em bé Wal-Mart. Hoa của các nhà băng, nhà thờ, các chính khách, các trường mẫu giáo - những người mà Novalee chưa bao giờ nghe tới. Hoa xếp trong giỏ và cắm trong các bình gốm, bên trong còn cắm những con cò nhựa và những chú hề bằng cao su.

Novalee đang đọc tấm thiếp cài vào một bình hồng bạch duy nhất thì có tiếng gõ cửa, một giây sau, một người đàn ông cao, tóc hoa râm với cái mũ bóng chày úp chặt trên đầu.

- Tôi vào được chứ? - Ông ta hỏi.

- Ông là phóng viên à?

- Không. - Ông ta bước hẳn vào trong phòng. - Tôi là Sam Walton[1].

- Là ai ạ?

- Sam Walton. Tôi là chủ của Wal-Mart.

- Cửa hàng nào ạ?

- Ờ, thực ra … - Ông ta cúi đầu, có vẻ lúng túng. - Tôi sở hữu tất cả các cửa hàng.

- Ồ. - Novalee rúm người, hiểu vì sao ông ta tới.

- Tôi chưa biết họ của cô.

Ông ta nói "họ của cô" như một câu hỏi, nhưng Novalee không nói gì.

- Vậy tôi gọi cô là Novalee được chứ? Đấy là tên mà người ta gọi cô trên ti-vi.

Cô gật đầu.

- Cô có những bông hoa đẹp quá.

- Tôi không biết bất kỳ ai trong số những người gửi chúng.

_____
[1] Người sáng lập ra chuỗi siêu thị Wal-Mart mất năm 1992.

- Phải, tôi cho rằng họ đã nghe về chuyện cô sinh con trong cửa hàng…

Ông ta không nói hết câu, từ "cửa hàng" lơ lửng vài giây trong lúc ông săm soi những lá thường xuân trồng trong cái chậu hình dáng như chiếc giày trẻ con.

- Người ta bảo là một bé gái. Cháu thế nào rồi?

- Cháu nó được nuôi trong lồng kính, nhưng chỉ để đề phòng thôi ạ.

- Americus. Tôi nghe tin cô đặt tên cháu là Americus.

- Vâng.

- Một cái tên đẹp.

- Một cái tên khỏe khoắn, - Novalee nói.

Sam Walton gật đầu, rồi nhìn Novalee chằm chặp, như thể mong cô nói gì đó, như muốn cô giải thích, nhưng cô không biết nói gì. Cả hai im lặng một lúc lâu, lâu đến nỗi cuối cùng Novalee ho, nhưng không phải là ho thật.

- Tôi tới đây vì…

- Ông Walton, tôi đã lấy nhiều thứ. Đồ ăn. Quần áo. Túi ngủ. Và cả những thứ khác nữa.

- Nhưng tôi…

- Tôi đã ghi lại đầy đủ giá cả của mọi thứ. Nhiều tiền lắm. Hơn một trăm đô-la.

- Phải, đấy chính là một trong những điều tôi muốn nói với cô.

- Tôi sẽ thanh toán với ông, từng xen một. Kể cả cửa kính mà Forney đã đập vỡ.

- Novalee, sự thể là, tôi muốn xóa món nợ ấy.

- Ý ông là gì?

- Tôi muốn hủy bỏ nó.

- Ôi, không. Tôi không thể làm thế. Tôi nợ ông.

- Không, tôi mới nợ cô.

- Vì sao ạ?

- Vì cô đã đem lại cho tôi rất nhiều tiền.

Novalee nhổm dậy, nhíu mày, hoang mang.

- Tôi không hiểu.

- Thế này. Chắc là cả nước đều nghe về đứa bé sinh ra trong Wal-Mart. Hiện giờ, đó là cách một quảng cáo rất ăn khách. Ai cũng đọc về Wal-Mart, nhìn thấy nó trên ti-vi. Đấy là một thứ quảng bá miễn phí và rất có lợi cho kinh doanh.

- Nhưng...

- Chính vì thế tôi muốn cô quên cái cửa kính, quên chuyện tiền nong của cô đi. Hãy quên tất cả. Tôi muốn mời cô làm việc trong cửa hàng. Tại cửa hàng này, ngay trong thị trấn này, nơi cô đã sinh đứa bé.

- Vâng, ông rất tốt bụng và tôi vô cùng cảm kích. Chắc chắn là tôi cần một công việc. Nhưng... tôi không biết nữa.

- Tại sao? Có gì khiến cô băn khoăn vậy?

- Sẽ có nhiều người tới đó nhòm ngó tôi, hỏi tôi nhiều câu và tôi không...

- Ồ, không lâu đâu. Chỉ vài ngày nữa là toàn bộ chuyện này sẽ lắng đi. Đến lúc cô sẵn sàng bắt tay vào việc thì dân chúng đã quên tất tật rồi.

- Ông nghĩ thế ư?

- Tôi nghĩ thế. Vậy thỏa thuận rồi nhé?

- Vâng. Đây là một thỏa thuận.

Sam Walton tiến đến bắt tay Novalee, rồi rút trong túi ra một phong bì và đặt lên cái bàn cạnh giường.

- Cô hãy chăm sóc bản thân chu đáo và khi nào sẵn sàng, cứ tới phòng nhân sự ở đằng sau cửa hàng. Họ đã biết về cô. - Rồi ông ta quay đi và chỉ ba bước sải dài, ông đã ra đến cửa.

- Tạm biệt ông, - Novalee nói, nhưng không biết ông ta có nghe thấy không. Khi ông mở cửa, hành lang sáng rực đèn của các máy quay phim, máy ảnh. Hàng chục giọng nói tranh giành sự chú ý của ông.

- Ông Walton, ông đã nói gì với cô ấy?

- Sam, ông đã nhìn thấy đứa bé chưa?

- Ông Walton, cho tôi hỏi ông...

Novalee cầm cái phong bì in tên cô và rút ra năm tờ một trăm đô-la, món tiền lớn nhất cô được cầm trong tay từ trước đến nay.

Mãi sau đó, khi cô y tá trực tầng vào, Novalee vẫn đang cầm số tiền đó. Cô ta liếc nhìn rồi trừng trừng xoáy vào Novalee và nói.

- Ngớ ngẩn mới giữ tiền mặt trong phòng.

Trước kia Novalee đã từng thấy vẻ mặt đó. Trên mặt các nhân viên khi họ quan sát những bà mẹ được trợ cấp phiếu thực phẩm. Trong mắt của vài giáo viên khi nhìn những đứa bé xếp hàng chờ suất ăn trưa miễn phí. Đằng sau những nụ cười biển lận của các nhân viên kiên nhẫn giải thích rằng không thể cấp nước cho đến khi hóa đơn được thanh toán.

Cô y tá đẩy Novalee nằm nghiêng để tiêm mũi nữa. Nhưng lần này không giống như lần trước. Lần này cô ta đâm mạnh hai lần, động tác thô bạo như hành hạ.

Forney lẻn qua cửa không một tiếng động và rón rén tới bên giường. Novalee đã ngủ thiếp đi, cánh tay che mắt vì ánh đèn chói chang; tay kia quấn vào dây truyền vặn xoắn và vướng ở dưới vai.

Anh tắt ngọn đèn trên đầu, rồi nhẹ nhàng gỡ cánh tay trên mặt cô xuống giường, Novalee nhăn nhó nằm nghiêng người.

Forney gỡ sợi dây truyền dưới vai cô rồi chỉnh lại và đặt lên mu bàn tay Novalee, nơi làn da mỏng như giấy lụa. Anh nhẹ nhàng chạm vào cổ tay cô, mê mẩn vì mạch ở đó đập cùng nhịp với tim mình.

Phổi anh tràn đầy mùi của cô ... mùi xà phòng thơm, mùi sữa và hoa hồng. Anh thấy môi dưới của cô run run khi bất chợt thở ra và nghe thấy tiếng rên nho nhỏ khi cô lướt các ngón tay qua ngực. Lúc mí mắt cô đập yếu ớt như nhịp tim của con chim non, một cái gì đó thắt chặt trong ngực Forney, khiến hơi thở của anh chìm dưới chỗ hõm trên cổ, và một âm thanh thật nhẹ, không thể nghe thấy được, rung lên từ sâu thẳm trong anh.

Chương 10

Sáng hôm sau, Novalee phát hiện bữa sáng thứ Tư không ngon hơn bữa sáng hôm thứ Ba. Cô đang cố nuốt món cháo yến mạch nguội ngắt và thạch Jell-O ấm, thì một phụ nữ tóc bạc, đeo tạp dề hồng mang đến một nắm thư.

Ban đầu, cô ngỡ là nhầm, nhưng khi lướt qua các phong bì, cô thấy đề địa chỉ: Gửi EM BÉ Wal-Mart, gửi NGƯỜI PHỤ NỮ TRANG BÌA CỦA TULSA WORLD, gửi BÉ AMERICUS và gửi NGƯỜI MẸ ở Wal-Mart. Thư gửi từ Texas, Arkansas, Louisiana, Kansas, một bức từ Tennessee, còn lại từ Oklahoma.

Novalee mở phong bì từ Tennessee trước vì sợ có người nào đó ở Tellico Plains nhìn thấy cô trên ti-vi và nhận ra cô. Bức thư viết: "Tôi đã sinh con trên thùng xe tải VW, nơi tôi sống gần một năm nay. Con tôi ngoan. Tôi hy vọng con cô cũng thế". Một tờ mười đô-la kẹp vào bức thư.

Rồi cô mở phong bì từ Texas. Bên trong là tờ một đô-la và lá thư viết bằng bút chì trên tờ giấy thủ công màu vàng:

"Americus thân mến. Anh đọc về em trên báo. Anh nghĩ em là cô bé rất can đảm và anh thích tên của em. Anh là Debbie và anh lên bảy".

Một bức thư đánh máy trên giấy cứng trắng muốt trong kẹp hai mươi đô-la viết: "Americus. Một cái tên tuyệt vời. Ta đã chiến đấu trong Thế chiến II và ở Triều Tiên, em trai ta đã hy sinh ở đó. Chúng ta cần nhiều người Mỹ như cháu, tự hào vì đất nước chúng ta và không ngần ngại thể hiện điều đó. Một số người không ủng hộ Quốc ca. Cầu Chúa phù hộ cháu".

Một phụ nữ viết: "Tôi ước ao có thể gửi tiền cho cháu, nhưng tôi chẳng có đồng nào". Trong phong bì là một phiếu mua hàng ở Huggies trị giá một đô-la. Một cậu bé hỏi liệu cậu có thể làm anh của em bé ở Wal-Mart được không. Nhiều người xin nhận bé làm con nuôi hoặc đề nghị chăm sóc giùm. Một cặp vợ chồng muốn mua Americus. Có người gửi thẻ tín dụng đã quá hạn, người khác gửi chứng chỉ câu cá. Một phong bì có tờ séc một ngàn đô-la, nhưng ký tên "Nàng tiên Răng"[1]. Một quảng cáo của dịch vụ tã lót; một lá thư của hãng người mẫu. Một người đàn ông muốn cầu hôn; một người cảnh báo việc nuôi con bằng sữa mẹ. Hai phong bì không có thư, chỉ có tiền. Một thư viết: "Ước gì mày chảy máu đến chết trên sàn Wal-Mart đó. Cầu cho con mày bị siết cổ bằng sợi dây rốn. Mày chẳng là gì, cả con mày cũng vậy, và tất cả chuyện này chỉ là trò láo lếu".

---

[1] Trong truyện dân gian, Nàng tiên Răng là bà tiên mang răng trẻ con đi khi đứa trẻ để răng dưới gối, và thay thế bằng đồng xen hoặc một món quà nhỏ.

Novalee đọc lá thư hằn học ấy lần nữa rồi lần nữa, cố hình dung vì sao có người lại muốn làm những việc đó với cô. Cô không biết ai viết, và cố tưởng tượng người viết trông như thế nào, nhưng cô chỉ nghĩa đến bộ mặt kẻ sát nhân trong bộ phim *Cuộc thảm sát* mà Willy Jack đã đưa cô đi xem ở nơi phục vụ khách ngồi ăn trong ô-tô.

Khi một trong các bác sĩ tới, Novalee dúi hết thư từ xuống dưới gối. Cô quyết định khi nào chỉ còn lại một mình, sẽ xé nhỏ bức thư và ném vào toilet rồi xả nước cho trôi.

Vị bác sĩ không phải là người khâu cho cô trong phòng cấp cứu hôm trước, nhưng Novalee đã trông thấy ông trong phòng ngủ nhỏ ở bệnh viện. Ông bảo rằng nếu nhiệt độ của cô vẫn bình thường và Americus không phát sinh vấn đề gì, ông sẽ cho cả hai mẹ con ra viện vào sáng mai. Ông nói đứa trẻ đã ổn định và không có dấu hiệu nhiễm trùng, nhưng ông muốn giữ nó trong lồng ấp thêm hai mươi tư giờ nữa.

Novalee muốn hỏi bác sĩ vài điều, nhưng hình như ông vội đi đến mức vừa nói vừa lùi ra cửa. Ông ra tới tiền sảnh đúng lúc nói "hai mươi tư giờ" rồi sau đó đi mất.

Novalee không nhận ra mình mỉm cười cho đến khi vào buồng tắm và thấy mình trong gương. "Americus ổn rồi", - cô nói với bóng mình, - "con tôi ổn rồi".

Nhiều âm thanh ồn ào trong hành lang vọng tới. Những giọng nói căng thẳng, giận dữ và khẩn thiết, lách tách như những tàn lửa khô. Một lúc lâu sau, mẹ Nell lao vào phòng.

- Thằng cha lập dị nào đóng vai bảo kê ở đây thế hả? -
Bà cáu kinh vắt chiếc túi khoác vai bằng nhựa đỏ lên tay
ghế gần giường.

Novalee nhớ bà tròn trĩnh và mềm mại - đầy đặn,
hông nhiều thịt, bụng như cái gối và bộ ngực đầy. Nhưng
đấy là mười năm trước. Bây giờ, bà chẳng còn gì mềm
mại. Bà xương xẩu, tong teo thân hình đầy góc cạnh và
nét mặt như diều hâu.

Da bà đầy những đường vân vằn vện, mắt bà màu đá
phiến sét, phẳng và cứng như cái giường của một khách
sạn rẻ tiền. Tóc bà tẩy trắng, nhuộm vàng và trông rất dễ
gãy, trông như bụi cà độc dược cuối hè. Lông mày của bà
vẽ bằng bút chì đen, bóng, kéo lên quá cao, quá mảnh.
Bà khiến Novalee nhớ đến các nạn nhân gầy giơ xương,
bị hành hạ trong các bộ phim bạo lực.

Mẹ Nell dừng lại cách giường vài bước, rồi lóe lên nụ
cười đầy mãn nguyện của kẻ thảm bại. Bà nặc mùi
phòng cho thuê và nước hoa rẻ tiền, giọng bà bị tàn phá
vì hút quá nhiều Camel với Jim Beam, vang lên xào xạo
và thô thiển.

- Mẹ mong con không định cho con bé gọi mẹ là bà
hoặc đại loại thế, - bà nói lúc móc thuốc lá và bật lửa từ
trong túi ra.

- Mẹ làm gì ở đây?

- Mẹ tưởng con phải ngạc nhiên chứ.

- Sao mẹ biết con ở đây?

- Chà, mẹ thấy con trên ti-vi. Mẹ vừa chuyển kênh và
thật bất ngờ, trông thấy con. Người ta đang đưa con

xuống hành lang bằng xe đẩy. Trông con như chết rồi, nhưng mẹ nhìn thấy con mở mắt ra. Rồi mẹ nghe chuyện con đẻ trong Wal-Mart, thế là mẹ ghi tên thị trấn này lại, lôi bản đồ ra và mẹ đến đây. Lái xe gần mười tiếng đấy.

- Từ đâu ạ?

- Ờ, mẹ đang trên đường tới New Orleans.

- Người phụ nữ nào trên đường tới New Orleans cũng không thể mang quá nhiều những bản Ai ca, - Novalee nói, tuy không có ý gì.

- Cái gì? Cán mỏng[1] cái quái gì, hả?

- Bây giờ mẹ ở New Orleans à?

- Không. Nhưng mẹ đã ở Louisiana vài năm.

- Còn Fred thì sao ạ?

- Ai hở?

- Fred. Ông trọng tài ấy.

Mẹ Nell cau mặt nghĩ ngợi trong lúc dụi điếu thuốc vào cái đĩa đựng xà phòng trên bàn cạnh giường. Bà hất đầu vài lần, như cố giũ sạch cái tên "Fred".

Bỗng nhiên, bà quay ngoắt lại và hét lên.

- Thằng khốn ấy kể với mẹ nó là trọng tài chính của Liên đoàn nên thường đi du lịch từ bờ Đông sang bờ Tây, được ở toàn các khách sạn sang trọng ở Los Angeles, New York, Chicago. Nó nói mẹ sẽ gặp các cầu thủ lừng danh. Thằng chó đẻ dối trá! Thật ra. Hắn chỉ là thằng

---

[1] Mẹ Novalee nghe nhầm Lamentation (Quyển Ai ca) thành *lamination* có nghĩa là *cán mỏng*.

trọng tài quèn của các trận đấu bóng mềm ở Little Rock cho VFW[1].

Mẹ Nell châm điếu thuốc khác.

- Fred. Thằng khốn ti tiện. - Bà phì khói qua mũi và để điếu thuốc đung đưa ở khóe miệng. - Vì sao con lại nghĩ đến hắn?

- Vì ông ta là lý do mẹ bỏ đi.

- Bỏ cái gì?

- Con.

- Ờ, chuyện ấy xưa rồi, - mẹ Nell nói lúc xua tay trong không khí, xóa bỏ quá khứ. - Mẹ đến đây không phải để nói đến thời xưa.

- Vậy tại sao mẹ đến đây?

- Nói thật với con, mẹ nghĩ có thể con cần giúp đỡ. Có vẻ như con không ổn lắm. Mẹ nghĩ sống ở Wal-Mart chắc không phải là người thành công.

Novalee chăm chú vuốt phẳng các nếp gấp trên tấm ga, để tránh nhìn mẹ mình.

- Mẹ định giúp con như thế nào đây?

- Ồ, mẹ không biết. Con có kế hoạch gì không? Có ai giúp con không? Con có người đàn ông nào không?

Novalee lắc đầu.

- Thế thằng ngu nào đưa con vào tình cảnh này?

- Đi California rồi.

- Con người là thế đấy. Con có chỗ nào để ở không? Hay lại định dọn về Wal-Mart?

---

[1] Hội Cựu chiến binh.

- Không ạ, - Novalee nói, cố không bật khóc, cố không như cô bé lên bảy lần nữa.

- Ờ, con phải kiếm một chỗ mà nuôi con chứ. Hay con tưởng có thể dọn vào siêu thị Sears? Còn Kmart? Đấy có thể là...

- Nếu mẹ đến đây để làm con vui thì...

- Mẹ đã bảo mẹ đến xem con có cần giúp gì không mà. Này Novalee, mẹ đang làm cho một thằng khốn ở quán bar tại Baton Rouge, nhưng đấy là một đống rác và mẹ không kiếm đủ tiền. Nghe nói ở New Orleans kiếm việc dễ hơn và kiếm tiền cũng bẫm hơn, rồi nhìn thấy con trên ti-vi, mẹ nghĩ: "Mình sẽ đến thăm Novalee và con nó". Thế là mẹ ở đây.

- Cháu đang trong phòng dành cho trẻ sơ sinh.

- Thế ư?

- Tên nó là Americus. Nó xinh lắm. Tóc nó nâu, dày và quăn.

- Giống như con hồi mới đẻ vậy.

- Con chưa đến thăm nó, chỉ nhìn thấy nó vài phút thôi vì họ cho cháu vào lồng ấp ngay khi đến đây. Con không thể đợi đến lúc bị tống ra và bắt đầu tự chăm lo cho mình.

- Con nghĩ bao giờ sẽ được ra viện?

- Ngày mai. Một trong các bác sĩ nói là ngày mai.

- Con đã định đi đâu chưa?

- Con chưa chắc chắn.

- Ờ, vì mẹ chẳng vội đi tiếp, nên có thể tìm ra một chỗ. Một chỗ cho con, cho đứa bé và mẹ.

- Mẹ định ở lại đây và…

- Nhất định rồi. Giúp con và đứa bé cho đến khi con khỏe lại. Thuê một căn hộ cho chúng ta, có lẽ là một nhà cho hai hộ. Mẹ có chút ít tiền đây.

- Ồ, con cũng có tiền.

Novalee thò tay xuống dưới gối và rút cái phong bì của Sam Walton cùng những bức thư và séc gửi trong các bưu phẩm. Cô đưa cho mẹ.

- Con có gần sáu trăm đô-la.

- Con kiếm đâu ra số tiền này?

- Những người không quen gửi cho con. Ông chủ các cửa hàng Wal-Mart cho con năm trăm đô-la và mời con đến làm việc ở đấy.

- Tại sao?

- Con không biết nữa. Nhưng với số tiền của con và của mẹ, chắc có thể kiếm được một chỗ ở dễ chịu.

- Mẹ đánh cược là có thể.

- Chúng ta sẽ cần mua một số thứ cho đứa bé. Một cái giường, có lẽ là một cái nôi. Một số tã lót và chăn.

- Nhất định rồi. Nó sẽ cần áo, giày len và…

- Một cái ghế bập bênh. Con muốn có một cái ghế bập bênh vững chãi. Mua cho cháu nó một con gấu bông màu trắng.

Mẹ Nell rút tiền trong các phong bì ra và đếm.

- Mẹ xem chúng ta có đủ tiền mua các thứ ấy không? - Novalee hỏi.

- Nhiều quá. Chúng ta có nhiều tiền.

Mẹ Nell vồ lấy cái xắc và vội nhét tiền vào trong.

- Hay quá. Con đừng lo gì hết. Mẹ sẽ quán xuyến cho.

- Mẹ có muốn đến phòng trẻ xem mặt Americus không? Con biết người ta sẽ cho mẹ gặp nó nếu mẹ nói với họ...

- Sau này mẹ gặp cháu thì hơn. Hôm nay mẹ có nhiều thứ phải lo rồi, nhưng ngày mai mẹ sẽ gặp cháu.

- Vâng. Nhưng mẹ đến đây sớm nhé. Người ta bảo khoảng chín giờ.

- Ừ. Chín giờ. - Rồi bà ta lao ra, đột ngột như lúc lao vào.

Đêm khuya hôm ấy, sau khi Novalee chợp mắt, các phòng tối om và hành lang yên tĩnh, cô cố hình dung loại nhà mà mẹ Nel sẽ tìm cho họ. Cô hy vọng các căn phòng nhiều ánh nắng, cầu thang uốn lượn, cửa sổ cao và hành lang màu vàng rộng rãi. Nhưng cô có cảm nhận bất an về những nơi như thế. Các phòng trong trí cô tối tăm, ánh sáng lờ mờ và đáng sợ.

Novalee ráng sức nhớ lại những bức ảnh trong tạp chí... các phòng dán giấy in hoa mùa xuân nhẹ nhàng, cửa kính nhìn ra khu vườn rực rỡ, nhưng các hình ảnh cứ mơ hồ, màu sắc nhạt nhòa.

Cô lấy gối che đầu, mong sao giấc ngủ sẽ đem lại những giấc mơ với nôi trắng muốt, tủ bằng liễu gai, hộp nhạc bằng thủy tinh, quay tròn và phát sáng.

Sớm hôm sau, sau những thủ tục xuất viện và những lời chào tạm biệt rộn ràng, Novalee và đứa trẻ được một thanh niên tình nguyện tóc tẩy trắng và mặc quần dây nịt đấy xuống dưới nhà. Cô đợi gần một giờ mới bị đòi lại xe lăn và đành đi thơ thẩn.

Novalee và Americus đợi ở hành lang đến gần trưa, có thể ở lại đây lâu hơn, nhưng Novalee nghĩ mọi người đang thì thầm về họ, nên cô bế đứa bé ra đợi trên hè.

Cô hiểu mẹ Nell sẽ không đến; hiểu rằng bà ta và số tiền đã biến mất rồi. Nhưng Novalee không còn nơi nào để đi... và thế là cô cứ đợi.

Hai mẹ con ở đó thẳng một lèo tới hai giờ chiều thì chiếc Toyota của xơ Husband tới, nhảy lên hè và rít lên cho đến khi đỗ. Giống người chăn chiên tìm cừu lạc, xơ lượn quanh Novalee và Americus, đưa họ vào chiếc xe tải có mui rồi phóng đi, hướng về nhà... về nơi an toàn.

Chương 11

Sam Walton nói đúng. Khi Americus một tháng tuổi,
dân chúng không còn quan tâm đến đứa trẻ sinh ra ở
Wal-Mart nữa. Vừa xuất viện, Novalee tiếp tục nhận
được nhiều thư gửi qua xơ Husband. Một góa phụ ở
Dallas gửi thiếp mời dự cưới con gái, một cậu bé tên là
Moe Dandy gửi một cái đánh dấu sách làm bằng da rắn.
Một lớp học của Trường Chủ nhật ở Topeka gửi hai chục
đô-la và một gia đình người Việt ở Fayetteville gửi mười
đô. Một thanh niên da đỏ mười chín tuổi tên là Johnson
Bearpaw gửi một bao toàn truyện vui thiếu nhi đã cũ
mòn và năm đô-la. Tuy vậy, phần lớn là những bức thư
động viên và cầu phúc cho Americus, nhưng những thư
từ loại này cũng nhanh chóng giảm dần.

Thỉnh thoảng, có phóng viên gọi từ Tulsa hoặc thành
phố Oklahoma, đôi khi là một cuộc gọi từ bang khác, có
người muốn biết về đứa trẻ tên là Americus Nation. Có
lần, một cặp vợ chồng đến trước cửa và nói với xơ
Husband rằng, họ đã lái xe suốt quãng đường từ

Midnight, Mississippi để mang lời của Chúa đến cho Novalee, nhưng xơ Husband bảo rằng Novalee đã có rồi, và tặng hai người một cuốn Ecclesiastes rồi tiễn họ ra về.

Nhiều người dân địa phương hiếu kỳ nhìn Novalee chằm chằm lúc cô xuống phố Main tới thư viện. Những người biết cô là ai, chỉ trỏ cho người chưa biết. Khi cùng gia đình ra khỏi thị trấn, họ lái xe qua phố nhà xơ Husband để có thể chụp ảnh chiếc xe moóc của bà. Những người bán hàng ở IGA, nơi cô mua bột tan và va-dơ-lin trẻ em, lễ phép và nói năng nhẹ nhàng khi trả lại tiền thừa, nhưng họ nháy mắt với nhau và kể truyện cười về Wal-Mart khi cô ra khỏi cửa.

Nhưng cô không nhìn thấy và cũng không bao giờ để ý. Cô quá bận yêu thương Americus ... mải mê ghi nhớ lòng bàn chân nó, những lọn tóc quăn mỏng ở sau gáy, phát hiện môi nó cong lên khi bú ... học nâng hông nó lên bằng một tay ... lắng nghe hơi thở của nó trong đêm tối.

Xơ Husband rõ là làm hư họ ngay từ khi dọn tới. Bà bế Americus ngay khi nó cất tiếng khóc đầu tiên và ôm nó nhảy múa khắp nhà theo tiếng nhạc bài *Ngày Valentine vui tươi của tôi*. Bà cắt những ngôi sao bằng giấy đủ màu, treo chúng lên chiếc giường cũi và tuyên bố trẻ con sẽ có cảm nhận phương hướng theo các ngôi sao.

Khi Novalee định giúp bà nấu ăn hoặc hút bụi, xơ dẫn cô tới ghế xích đu ở hiên trước và bắt cô ngồi yên ở đó. Lần nào vào thị trấn, bà cũng mua cho Novalee một món quà đặc biệt - cái kẹp tóc bằng nhựa hình con bướm, cuốn Kinh Thánh nhỏ xíu, gần bằng bao diêm, một thỏi son mẫu ở cửa hàng Merle Norman.

Trong vài ngày đầu tiên ở xe moóc, Novalee cảm thấy không tự nhiên, hơi bẽn lẽn. Cô thận trọng không dùng quá nhiều nước nóng và khép cửa lúc ban đêm. Cô nói năng lễ phép, luôn nói "cảm ơn", "xin lỗi" và "xin mời", luôn lau sạch bát đĩa ở bàn ăn, kể cả khi xơ dọn cho cô món đậu.

Nhưng mọi sự thay đổi khi Novalee đụng phải cái bếp gas. Cô đặt Americus ngủ sau khi cho bú lúc hai giờ, rồi lẻn xuống hành lang, vào buồng tắm không một tiếng động. Cô nhẹ nhàng đóng cửa và không bật đèn, để không hắt ánh sáng vào phòng của xơ. Đi chân đất, dò đường trong bóng tối nhưng cô ước lượng nhầm khoảng cách và đâm sầm vào cái bếp gas cũ nặng trịch, ống chân đập vào một trong các cạnh sắc uốn cong trên ống dẫn. Tiếng xương đập mạnh vào sắt phá tan bầu không khí im lặng trước khi Novalee ngã quỵ xuống sàn vì đau đớn.

Xơ Husband bật khỏi giường, lao vào buồng tắm và bật đèn.

- Ôi cháu ơi, có chuyện gì thế?

Novalee vừa nâng cẳng chân vừa đu đưa từ trước ra sau. Lớp da dọc ống chân cô rách toạc, thịt toác đến tận xương.

- Trời đất ơi. Để xem chúng ta làm được gì nào. Ta biết chắc phải đau kinh khủng lắm.

Novalee rít lên "kinh khủng" giữa hai hàm răng nghiến chặt, trong lúc xơ mò mẫm trong tủ thuốc, vừa lẩm bẩm một mình vừa gạt những lọ và ống sang một bên. Bà thấy lọ thuốc cần tìm ở ngăn trên cùng. Quỳ gối, một tay bà nắm chặt cẳng chân bị thương, tay kia mở nắp lọ Merthiolate và dốc ngược lên da thịt Novalee.

- Ối, chó chết! - Novalee hét lên lúc đấm xuống sàn. - Chó chết!

Cô bỗng cứng người, mặt đờ ra khi nhận thấy lời mình vừa thốt.

- Xơ à... - Tiếng cô nhỏ dần thành im lặng.

Trông xơ Husband nghiêm nghị lúc đặt nhẹ chân Novalee xuống sàn.

- Cháu yêu. - Bà nói chậm rãi, cẩn thận chọn từng từ. - Cháu không quên nói "xin lỗi" chứ?

Xơ cau mày, che miệng, cố giấu nụ cười định nhoẻn trên môi. Bà nén cười, khó nhọc nuốt không khí, nhưng rồi những tiếng cười giòn giã bật ra, cười đến nghẹn thở và chảy cả nước mắt.

Novalee đã hồi sắc, cũng buột một tiếng cười ngập ngừng, nén được chốc lát, cho đến khi tiếng cười nắc nẻ đầu tiên buột ra... và thế là thôi. Họ cười ha hả, kêu ré lên, ngực phập phồng hít thở, và lát sau, họ hổn hển cố đứng lên, lết vào bếp, pha cà phê rồi trò chuyện đến lúc rạng đông.

Novalee kể với xơ về Willy Jack và Wal-Mart. Cô cũng kể về mẹ Nell, nhưng không nhắc tới chuyện cũ. Cô chỉ kể chuyện bà ta đến bệnh viện rồi ôm tiền của cô chạy trốn.

- Gần sáu trăm đô-la, - Novalee nói thêm.

- Giờ cháu chỉ cần nhớ thế này, - xơ nói. - Những người xa lạ rất quan tâm đến cháu và đứa con yêu quý của cháu nên đã gửi tiền của họ cho các cháu. Thế chẳng hay hơn sao?

- Lẽ ra cháu nên biết bà ấy sẽ làm gì.

- Nhưng chuyện đó cũng chẳng thay đổi được sự hào hiệp của những người ấy dành cho mẹ con cháu, đúng không?

- Xơ à, cháu muốn hỏi xơ một điều. Tại sao xơ đến bệnh viện đúng lúc ấy? Ý cháu là, sao xơ biết?

- Tại sao ư, cháu, Chúa có cách bảo chúng ta điều cần biết.

Novalee gật đầu như hiểu, nhưng thực ra chẳng hiểu gì. Cô không hiểu nhiều về những sự việc đã xảy ra, như khi xơ đưa cô và Americus về xe moóc hôm đầu tiên. Xơ bảo Novalee rằng nếu có Chúa, mọi việc sẽ suôn sẻ. Nghe vậy, cô gật đầu tuy trong lòng chưa tin lắm.

Chiều hôm đó, một gia đình Mexico tên là Ortiz ở xe moóc bên cạnh mang đến cái giường cũi bằng gỗ thông do họ tự đóng và món bánh tamale[1] nóng hổi. Người cha không nói được tiếng Anh, nhưng mỉm cười trong lúc người mẹ và ba cô con gái thay nhau bế Americus. Dixie Mullins ở bên kia đường, mang cho bỉm, tã lót và áo, những thứ cháu bà mặc đã chật. Dixie có một thẩm mỹ viện ở phòng sau nhà, nhưng không nhiều khách lắm. Xơ Husband bảo lí do là vì bà ta cứ trò chuyện với người chồng đã khuất trong lúc làm việc. Vợ chồng Henry và Leona Warner ở cách đấy ba nhà, mang đến một quả dưa hấu, một số khăn tắm cho bé và máy khử trùng. Họ cùng nhất trí rằng đứa bé rất xinh, nhưng tranh cãi mãi về màu mắt của bé. Henry nói

---

[1] Món ăn Mexico, làm bằng ngũ cốc, thịt băm, ớt, dâu và đem hấp.

chúng màu xanh lá, còn Leona một mực cãi là màu xanh da trời. Sau khi họ ra về, xơ giải thích là họ sống trong một căn hộ kép, Henry ở một căn, Leona ở căn còn lại.

Đến lúc mặt trời lặn, Novalee và Americus đã có mọi thứ cần dùng. Họ đã có nơi ăn, chốn ở trong căn nhà mới này. Novalee nghĩ, có lẽ xơ Husband nói đúng. Có thể mọi sự sẽ tốt đẹp hơn, nhưng cô chưa rõ tốt như thế nào mà thôi.

Căn phòng nhỏ ở đằng sau xe moóc chỉ đủ chỗ cho giường của Novalee, cái giường cũi và cái tủ cao đựng quần áo của hai mẹ con, nhưng xơ đã chăm chút trải khăn và treo rèm mới lấy từ Hội từ thiện và vài bức tranh đóng khung mua tại chợ trời ở phía đông thị trấn. Novalee thấy lăn tăn vì số tiền xơ tiêu cho cô và bé Americus. Cô đoán công việc ở Welcome Wagon không được trả công nhiều vì phần lớn các tuần xơ tới tòa Thị chính lấy tên những cư dân mới trong thị trấn, mà mỗi lần đều không có quá hai hoặc ba người. Thỉnh thoảng, bà phân phát các mẫu xúc xích hoặc phó mát hoặc bánh quy mới ở IGA, nhưng công việc này buộc bà phải đứng ròng rã nhiều giờ liền trong nhiều ngày dài. Bà chưa bao giờ phàn nàn, nhưng sau đó phải uống thuốc liên miên. Bà bảo "để cải thiện tâm tính". Novalee hy vọng khi đi làm ở Wal-Mart, cô sẽ kiếm đủ tiền để xơ có thể bỏ việc ở IGA.

Tối nào, sau khi đóng cửa thư viện, Forney cũng tới. Anh luôn gõ ba tiếng rồi đợi Novalee ra mở cửa, dù cô có hô "Cứ vào" bao nhiêu lần cũng kệ.

Mỗi lần đến, anh đều mang theo cái đồng hồ báo thức và hai cuốn sách, trong đó một cuốn dành cho Novalee.

Anh mang cho cô những cuốn sách về các nhà tu kín, về những chàng cao bồi, những hành động mạo hiểm, cá voi và sinh học phân tử. Cô đọc về các hành tinh, nhạc jazz và kiến trúc Mexico, về các cuộc thám hiểm ở địa cực, trận đấu bò và cách mạng ở Nga. Có hôm, anh mang cho cô một bộ sưu tập các bài viết về tình yêu để trong túi giấy màu nâu. Cô đọc cuốn sách về những người chăn cừu ven sông Tweed ở Scotland và một cuốn nhan đề *Chuột, Chấy rận và Lịch sử*, một ghi chép về các loại bệnh truyền nhiễm và chúng đã khiến thế giới biến đổi ra sao. Novalee thường đọc tất cả, phần lớn là đọc kỹ, lướt qua một số cuốn và bỏ rất ít, nhưng cô không chịu thua kém Forney. Chồng sách cạnh giường cô kéo dài đến tận cửa sổ.

Cuốn sách thứ hai anh mang tới dành cho Americus. Anh đặt nôi con bé lên bàn bếp, rồi ngồi xuống ngay trước mặt nó. Sau đó, anh lau kính, rót một cốc nước, để đồng hồ báo thức và bắt đầu đọc.

Anh đọc đúng ba mươi phút, mỗi tối đọc một tác giả, ví như Shakespeare, Plato, Freud, Nietzsche, Rousseau, và đọc rất chăm chú. Thỉnh thoảng, anh ngước nhìn Americus xem phản ứng của con bé ra sao.

Bé không bao giờ ngủ gà gật, không quấy khóc, mà chú ý ngay từ lời đầu tiên, hoàn toàn tập trung vào Forney.

Trong khi anh đọc, xơ Husband và Novalee ngồi lặng lẽ ở đầu kia phòng. Đôi khi, xơ gật gù với những gì cảm thấy đáng phản ứng, hoặc thì thầm "Amen" khi nghe thấy điều mà xơ tin là thật. Dành hết tâm trí nghe Forney đọc *Romeo và Juliet*, bà đã khóc và nắm chặt tay Novalee.

Khi chuông đồng hồ reo, Forney gấp sách rồi nhắc lại ba đoạn chính, như muốn khắc sâu vào trí nhớ của Americus.

Đọc xong, Forney nghĩ ra hàng đống lý do phải vội về, nhưng anh chẳng bao giờ làm được. Anh thích ngồi ở ngoài hiên với xơ, gọt đào hoặc bóc vỏ đậu. Anh thích bế Americus đi ngủ, thích sờ vào chiếc áo bằng vải bông mềm mại của bé, thích mùi sữa của Novalee phảng phất trong hơi thở của bé. Anh thích ngắm Novalee khi cô vừa mỉm cười nghe anh nói, vừa nâng bé lên và cúi người đặt Americus vào tay anh.

Những chuyến thăm của ông Sprock hầu như không đoán trước được. Có khi ông đến vào buổi sáng, mang cà chua tươi hoặc ớt trong vườn nhà. Khi thì ông đến vào buổi tối, ngồi trên hiên và uống trà. Ông thường có thứ gì đó thú vị, một hòn đá hình con thỏ, một củ khoai tây trông như bộ mông của người đàn ông. Ông mang đến những cái lông công và những đồng xu của nước ngoài, những mũi tên và các bưu thiếp cổ. Có lần ông mang đến một cái răng vàng trong chai tìm thấy trên hồ.

Novalee không biết ông Sprock và xơ tìm ra thời giờ ở riêng với nhau khi nào và ở đâu, nhưng thỉnh thoảng, khi đọc kinh, xơ lại xin Chúa Trời tha thứ cho tội thông dâm của họ.

Ông Sprock hay mang đến hạt giống và cây non cho khu vườn bắt đầu rực rỡ màu sắc của Novalee. Những cây đậu tía lộng lẫy, cao độ ba chục phân và bò, uốn quanh cái giàn mắt cáo ông Ortiz làm cho cô. Các chậu phong lữ thảo, hoa bướm cô nhận được ở bệnh viện nay tươi tốt trong góc sân, từ khi cô về nhà đã thêm vào những cây thập tự trắng, cẩm quỳ đỏ hồng và dã yên thảo đỏ thắm.

Khá xa phía sau xe moóc, Novalee tìm được nhiều hòn cuội trắng, cô xếp quanh gốc cây dẻ ngựa trồng giữa sân. Có thể nói nó không lớn hơn là mấy, nhưng thân cây đã mất lớp màng bụi, chứng tỏ nó đã khỏe lại. Cuốn sách làm vườn Forney tặng nhân dịp sinh nhật, Novalee đã đọc đến sờn.

Ngay đằng sau xe moóc, Novalee bắt đầu trồng một vườn rau nhỏ, cô giâm mắt khoai tây và hành củ, gieo hạt xà lách Dixie cho. Cô trồng thêm măng tây cho xơ vì bà khẳng định nếu ăn rễ măng tây, con người sẽ sống lâu.

Thỉnh thoảng, ông Sprock đến vào buổi tối, mang một số hạt giống mới hoặc giúp cô làm cỏ, rồi ở lại nghe Forney đọc sách. Đôi khi cả ông Ortiz cũng tới, và khi ông ta ở đó, Forney đọc to hơn, có lẽ hy vọng tất cả mọi người đều nghe rõ. Sau đó là cuộc trò chuyện về bài đọc, ông Ortiz lúc nào cũng phát biểu ý kiến của mình bằng tiếng Tây Ban Nha, rất nhiệt tình.

Thỉnh thoảng Dixie mang đến món kem do bà tự làm. Forney đặt thêm que và để lạnh, rồi mọi người cùng ăn kem ở hiên trước cho đến khi đàn muỗi xua họ vào trong nhà. Dixie không bao giờ ăn kem do mình làm. Bà bảo nó làm bà bị tiêu chảy. Novalee tin mình sẽ gặp đủ thứ phiền toái, nếu bà bế Americus vài giờ. Một hôm, Henry và Leona rán cá ở sân sau nhà, nhưng họ cãi nhau cả đêm là đứa trẻ ngủ sấp hay ngửa. Ngày mồng Bốn tháng Bảy, các cô gái nhà Ortiz đi xem bắn pháo hoa trên phố, trong lúc mọi người tụ tập ở hiên nhà xơ uống nước chanh. Bà Ortiz may cho Americus cái mũ sơ sinh ba màu đỏ, trắng và xanh lơ; các con gái bà đặt cô bé cạnh lá cờ để chụp ảnh.

Đôi khi, Novalee lo lắng vì mọi sự chú ý đều dồn vào con gái mình. Cô tự hỏi liệu con bé có được yêu thương quá nhiều không. Nhưng Americus lớn nhanh. và chẳng bao giờ quấy rầy đám đông xung quanh. Họ có thể đi qua bé, gần hoặc xa song bé chẳng hề ọ ẹ. Bé có thể ngủ trên vai Forney, trong lòng Dixie hoặc trên chân Leona. Bé nhận ra nụ cười của các cô con gái nhà Ortiz, bản van-xơ của xơ hoặc cái chạm nhẹ của ông Sprock.

Novalee khó mà hình dung một sinh linh nhỏ xíu như vậy lại có thể tạo nên nhiều tình yêu thương đến thế. Và đấy mới là vấn đề: càng yêu thương con bao nhiêu, cô càng lo sợ mất nó bấy nhiêu.

Nhiều khi, nỗi sợ của Novalee ào tới rồi đột ngột mất ngay trước khi cô nhận ra, giống như một hồi ức bị cắt rời bất chợt lóe sáng. Hoặc có khi nó từ từ thấm vào người cô, ép lên ngực cô, hình thành dần cho đến khi tim cô đập thình thịch. Thỉnh thoảng nó đỡ dày vò, chỉ như một bứt rứt mơ hồ, một mảnh trong cơn ác mộng dằn vặt cô. Nhưng tệ hại nhất, nó thực sự là … một cái bóng, một hình dáng trốn nấp ở ngoài rìa ánh sáng.

Thông thường, nỗi lo sợ đến không hề báo trước, không vì lý do gì, ví như trong lúc tắm cho Americus, cánh tay và cẳng chân khẳng khiu của bé đầy xà phòng, trơn trượt như món spaghetti … khi bé ngủ, một mí mắt lười biếng hơi hé … miệng bé cong thành hình chữ O không cân... bàn tay bé cuộn thành nắm đấm, một ngón tay nhỏ xíu giật giật.

Cùng với nỗi sợ mới, sự mê tín cũ trở nên đáng sợ hơn. Giấc mơ về những cánh cửa bị khóa có thể là điểm báo bệnh bạch hầu hoặc sởi. Con ngựa xám có thể là dấu hiệu của bệnh viêm phổi hoặc sốt phát ban. Hai con quạ trên cùng một cây có thể là điểm bệnh bại liệt. Hoặc xấu hơn nữa.

Nhưng điềm gở tai họa nhất, thần báo oán của cô là con số 7 hiện giờ đang lan từ cô sang Americus, làm cô luôn phải sờ tìm chỗ sưng hoặc sốt, kiểm tra miệng, tim, phổi con bé. Một số 7, dù là 7 gì đi nữa cũng là tai họa, là bệnh tật, là hoạn nạn. Như nhiều tuần lễ trước, khi Americus bước vào ngày thứ bảy trong đời, Novalee đã phải đương đầu với con số 7 kinh khủng nhất.

Ban đêm đầy những người xa lạ rình rập, buổi sáng nhiều chó dại. Mỗi con muỗi đều mang mầm bệnh sốt rét, mỗi vòi gas rò rỉ là hỏa hoạn chết người. Lưỡi dao trở thành thứ vũ khí nguy hiểm, làn gió nhẹ có thể thành cơn bão hung hãn.

Novalee kiểm tra các cửa sổ, cảnh giác với cửa ra vào, và luôn đi lại trên sàn. Cô thấy mối nguy hiểm trong từng chiếc ô-tô chạy trên đường phố, dù có nhận ra người lái xe hoặc không. Có vài lần thiu thiu ngủ, cô nhìn thấy Willy Jack chạy đến chỗ mẹ con cô, mặt gã méo mó vì cái cười nhăn nhở, hằn học.

Cô ôm Americus trong tay từ nửa đêm này đến nửa đêm khác. Khi nỗi sợ chấm dứt, mối nguy đã qua, cô tự hỏi làm thế nào mẹ con cô có thể sống qua tuần lễ thứ bảy, tháng thứ bảy, năm thứ bảy.

Chương 12

Willy Jack tới nhà tù bang New Mexico vào ngày thứ Hai, thì đến thứ Sáu tiếp theo, gã đã có sáu mũi khâu ở trực tràng, mũi bị vỡ, một miếng thịt cỡ đồng năm xen bay khỏi mông bên trái và một vết bầm tím to bằng cái đĩa nhỏ trên ngực. Nhà tù là một nơi khắc nghiệt mà Willy Jack phải quen.

Người ta vội chuyển gã khỏi Santa Rosa. Gã đến nhà tù của hạt chín ngày trước khi bị đưa ra xử, phiên tòa chỉ kéo dài hơn một tiếng đồng hồ, tuyên án chưa đầy ba phút. Gã sẽ bị tù giam mười bốn tháng dù có cư xử tốt hay không, nhưng cư xử tử tế chưa bao giờ là một phẩm chất mà Willy Jack khao khát.

Những bất an của nhà tù bắt đầu từ sớm. Cái mũi vỡ ngay từ ngày đầu tiên, khi lính gác cố nhốt gã vào xà lim, vụ xô xát khiến gã bị giam ba ngày cách ly. Mông bị cắn và trực tràng bị rách vào đêm thứ hai, khi gã bị anh em Jabbo và Sammy cưỡng hiếp, bọn chúng đã hối lộ lính gác để gã ở một mình. Vết bầm tím trên ngực gã tưởng chừng là vết thương nhẹ nhất, song thực ra lại nghiêm trọng nhất. Nó xảy ra vì gã không chịu nhường phần bánh khủng khiếp của mình cho một người nhỏ bé, không còn sức sống tên là Sweet Tooth (Răng Đẹp), một cái tên kỳ cục với một người không có răng.

Đến cuối tuần thứ nhất, Willy Jack đã phải đến bệnh xá bốn lần. Bác sĩ Strangelove ở đó nhận thấy Willy Jack vô cùng cuốn hút, một tình trạng chẳng hay ho gì đối với gã. Đáp lại sự hấp dẫn về nhục dục của bác sĩ Strangelove là nỗi đau đớn thể xác, vì ông ta thèm khát Willy Jack đến điên cuồng. Khi băng bó cái mũi vỡ của Willy Jack, ông ta đã nhét quá nhiều bông đến nỗi các mô mềm của vách ngăn mũi bị thủng, khi xử lý vết thương trên mông Willy Jack, bác sĩ đã thêm một dúm Dranto vào thuốc mỡ và bôi vô tội vạ lên các vết lởm chởm quanh lớp da thịt mềm bị rách, lúc khâu trực tràng, ông ta ký tên mình bằng những mũi khâu bay bướm và chính xác.

Bạn cùng xà lim với Willy Jack là một thổ dân Navajo[1] tên là Turtle. Ông ta không biết mình bao nhiêu tuổi, mắt ông trông như lòng trắng trứng đang chảy, nước da mỏng đến mức Willy Jack có thể nhìn thấy máu đang chảy qua từng tĩnh mạch, bò ngoằn ngoèo qua thái dương. Ông lão không trò chuyện nhiều. Thực ra, họ không nói chuyện cho đến đêm thứ năm, khi cơn đau trong ngực đẩy Willy Jack nằm ngửa ra và ghìm chặt xuống đệm,

---

[1] Thổ dân Bắc Mỹ, chủ yếu sống ở miền Bắc bang New Mexico và Arizona.

nhưng sự im lìm làm Turtle đến bên giường, nhìn chằm chặp vào mặt Willy Jack.

- Tim đây mà. Nó không đập. - Turtle nói. Giọng ông già nhẹ nhàng, thong thả theo kiểu khoan khoái như khi cánh đàn ông lẩm bẩm một mình về bộ chế hòa khí hỏng hoặc pit-tông trục trặc.

Willy Jack mấp máy môi, cố nói thành lời gọi ông già giúp đỡ, nhưng nỗi đau trong ngực bóp nghẹt âm thanh.

- Nó không đập, - Turtle nhắc lại.

Willy Jack cảm thấy sức ép dần hình thành trong bụng, rồi căng tròn như quả bóng dưới xương sườn và ngực, nơi bị Răng Đẹp đấm.

- Tim của ông tôi đã ngừng đập một lần, - Turtle nói. - Suốt ba tuần trăng.

Cằm hếch ngược, môi cuộn vào sát tận chân răng, Willy Jack hớp không khí, cố thở.

- Charlie bảo chúng tôi là ông chưa chết. Bảo chúng tôi hãy kiên nhẫn đợi. Và chúng tôi đã làm thế.

Cánh tay Willy Jack bắt đầu co giật, các ngón tay cào vào không khí.

- Nhưng đợi cho một trái tim đập lại không phải dễ.

Lời lẽ của Turtle bắt đầu trượt xa, dâng qua một thứ đen như mực và lơ lửng, lờ đờ bên trên cơ thể Willy Jack.

Willy Jack không nhớ là âm thanh trầm bổng bằng tiếng Navajo hay những ngón tay xương xấu của Turtle gõ lên ngực mình. Nhưng gã sẽ luôn nhớ mãi về sau dù không muốn nghĩ đến, đó là giọng nói của Novalee, nhỏ và xa xôi như một tiếng vang.

Đưa tay đây cho em.

Willy Jack hé mắt, cố nhìn qua thứ gì đó tối tăm và âm u ngăn cách họ.

Anh có cảm thấy nó không?

Lúc đó, gã nhớ lại cô đang nói với mình về trái tim?

Anh không thể cảm thấy tiếng bum... bum... bum bé tí à?

Cô đang nói về trái tim gã chăng?

Sờ vào chỗ kia kìa.

Hay có lẽ cô yêu cầu gã có thể là...

Đấy là chỗ tim thai.

Cuối cùng, gã cảm thấy một tiếng đập rất khẽ trong ngực mình. Rồi, một lát sau có tiếng nữa... rồi hai nhịp một, vấp váp, theo đúng nhịp Turtle gõ làm mẫu cho tim Willy Jack đập theo.

Claire Hudson, thủ thư của nhà tù, có cặp mắt buồn, và càng buồn hơn khi bà mỉm cười. Nụ cười của bà cởi mở, song không làm gương mặt rạng rỡ lên khi mắt bà dâng đầy nước, dường như nụ cười là kết quả của đau đớn hơn là sướng vui.

Bà là một phụ nữ to lớn, phải mua quần chật ống cỡ lớn và giày cỡ mười một, gấp đôi cỡ E. Bà vận trang phục sẫm màu bằng vải ga-bác-đin xám cứng nhắc, vải chéo màu xanh nước biển và sẹc màu đen... những bộ trang phục nghiêm túc, cổ cao, bó và dài tay. Claire tránh những bộ có đăng ten, nơ, dây dài hoặc khuy cài diêm dúa, bà không dùng trang sức, thậm chí không đeo đồng hồ. Bà coi thường mọi thứ phô trương, chỉ tự cho phép mình phung phí một thứ duy nhất là băng cứu thương.

Claire Hudson mang băng cứu thương trong ví và túi, nhét trong quần áo và áo choàng tắm. Bà cất chúng trong bàn, trong ngăn đựng đồ nhỏ ở ô tô, trong bàn cạnh giường, để lẫn với dụng cụ làm vườn và trong hộp đồ khâu. Bà nhét chúng trong bình trà, lọ hoa và bát, trong túi đựng bữa trưa và giữa các trang Kinh Thánh, hay dưới gối trên giường.

Bà dán băng gạc vô tội vạ, từ da đầu xuống đến bàn chân. Bà dán những miếng trong suốt, có tẩm thuốc màu trắng, với kích cỡ và hình dạng riêng cho từng phần trên cơ thể... miếng hình tròn cho cổ và mặt, cỡ nhỏ cho ngón tay và ngón chân, cỡ lớn cho thân người và cỡ vừa cho cánh tay và cẳng chân. Thỉnh thoảng bà dán đè các loại lên nhau nếu cần.

Bà che đậy các mụn cơm, nốt ruồi và lông mọc ngược, che mụn nhọt, các vết rách và phồng rộp vì sốt, các vết bỏng, những chỗ trầy xước và vết cắn, vết chàm, vẩy nến, vết cào và phát ban. Suốt sáu mươi mốt năm cuộc đời, Claire đã giấu diếm các vết thương của mình với thiên hạ, nhưng bà lại để lộ vết thương đau đớn nhất với tên tù mang số 875506 Willy Jack Pickens.

Lần đầu tiên nhìn thấy Willy Jack bước vào thư viện cùng tổ quét dọn, bà đang phết thuốc lên miếng gạc ở ngón tay trỏ.

- Finny, - bà gọi Willy Jack, rồi đổ sập xuống.

Người ta khiêng bà vào bệnh xá, bác sĩ Strangelove làm bà tỉnh lại bằng muối ngửi, nhưng trước đó đã kịp liếc vào bên dưới hàng chục miếng dán, thất vọng vì không tìm thấy những vết nhiễm trùng nặng hoặc các vết thương biến dạng. Khi Claire hồi phục và trở lại thư viện, tốp quét dọn đã đi rồi. Nhưng chẳng mấy chốc, bà tìm ra cớ để Willy Jack trở lại.

Khi gã bước qua cửa, bà lại gọi gã là Finny, lần này giọng bà còn nhỏ hơn cả tiếng thì thào.

Willy Jack vừa lách vào phòng vài chục phân, liền dừng lại và nghi ngại săm soi Claire.

- Vào đây, - bà nói và ra hiệu cho gã đến bên bàn. - Không sao đâu.

- Người ta bảo tôi đến lau dọn chỗ nước tràn ở đây.

Không rời mắt khỏi Willy Jack, Claire lắc đầu, một cử chỉ ngờ vực.

- Thật lạ thường, - bà nói. - Không thể tin được.

- Gì vậy?

Bà cầm bức ảnh đóng khung ở góc bàn, ngắm nghía một lát rồi đưa cho Willy Jack. Bức ảnh phóng to hình một thanh niên đứng trên sân khấu chơi ghi-ta.

- Cậu có thể tin được không? - Claire hỏi.

Willy Jack không hiểu phải tin cái gì, nhưng cứ gật đầu lúc bà đưa thêm tấm ảnh khác. Trong bức này, chàng thanh niên một tay cầm cúp, tay kia cầm cây đàn ghi-ta.

- Ảnh này chụp ở Hội chợ Bang. Nó mười tám tuổi.

Willy Jack thấy các tấm ảnh đều đã cũ, nhưng gã chưa hiểu đầu đuôi ra sao.

- Cậu có thấy như nhìn người anh em sinh đôi của mình không? - Claire hỏi.

Lúc đó, Willy Jack hiểu mình phải tin vào cái gì. Gã và chàng trai trong ảnh giống hệt nhau.

- Có, - gã nói khi đưa trả những bức ảnh. - Ai đấy ạ?

- Finny, con trai tôi.

- Ồ. - Willy Jack nhìn quanh thư viện. - Bà đánh đổ nước ở đâu?

Cái nhìn chăm chú của Claire chuyển từ các bức ảnh sang Willy Jack, rồi lại nhìn ảnh.

- Nhìn là thấy ngay. - Bà đưa một ngón tay sờ vào khuôn mặt trong ảnh. - Cũng đôi môi này. Có lần, một cô gái vẽ hình nó lên khăn ăn khi nó chơi đàn ở câu lạc bộ Tucumcari. Cô ấy viết cho nó một bức thư, nói rằng nó có đôi môi tuyệt đẹp. - Claire mỉm cười, nụ cười buồn bã.

Willy Jack đưa đầu lưỡi liếm môi. Trước kia có người bảo môi ướt trông rất gợi tình.

- Đây là bức ảnh cuối cùng của nó, - Claire nói và hất đầu về một trong những vật kỷ niệm. - Hai tháng sau, nó bị giết. - Bà ngước nhìn Willy Jack, như mong gã nói gì đó nhưng gã im lặng. - Nó bị một gã lái xe say rượu đánh trên đường từ vũ trường ở Carlsbad về nhà.

- Thế ư, - Willy Jack nói. - Thật tệ quá.

- Hai mươi hai năm rồi. Tôi đoán vào khoảng thời gian cậu ra đời. - Claire đặt cả hai bức ảnh lên bàn. - Nhưng tôi không sao quên nổi nó, mà sao cậu giống Finny đến thế. Thậm chí cậu cùng tầm vóc với nó ... cùng một cỡ người.

- Anh ấy cao bao nhiêu?

- Một mét sáu.

Willy Jack vươn thẳng người hết mức.

- Đúng vậy. Đúng vào khoảng ấy.

Gã ghét đôi giày tù đang đi. Thứ duy nhất gã có thể nhét vào đó là giấy vệ sinh, nhưng nó chỉ thích hợp ở đằng sau gót.

- Nó có giọng nói du dương hạng nhất. Ai cũng bảo thế.

Willy Jack ngắm giọt nước mắt chảy dài xuống má Claire Hudson, tràn qua một miếng băng gần môi trên, rồi rơi xuống một miếng khác trên cổ tay bà.

- Chuyện này khá kỳ lạ, - gã nói. - Cháu ... cũng là một nhạc công.

Claire đưa tay lên che miệng.

- Cháu chơi ghi-ta. - Willy Jack gật đầu, một cử chỉ quá trịnh trọng trong tình huống đầy trớ trêu này. - Và ... là ca sĩ nữa.

- Nhạc công ư, - Claire nói giọng dịu dàng, sùng kính.

- Vâng, cháu định nói cháu từng là nhạc công.

- Nhưng ...

- Còn ở nơi này, khó mà hình dung cháu có thể chơi nhạc được.

- Kìa, cậu có thể chơi mà.

- Nhưng, đàn ghi-ta của cháu... - Willy Jack kéo dài giọng như thể sắp phải nói một điều quá đau đớn.

- Gì kia? Có chuyện gì vậy?

- À vâng, chỉ là... cây đàn ghi-ta của cháu. - Lúc này giọng gã vỡ vụn. - Chắc là mất rồi.

- Nhưng cậu có thể chơi ghi-ta trong xà lim mà. Cậu không biết điều đó ư?

- Không, thưa bà. Cháu không biết.

- Cậu chỉ cần nói cây đàn ở đâu, tôi sẽ kiếm nó rồi gửi đến đây cho cậu.

- À, là thế này, có một trận hỏa hoạn. Nhà bà cháu bị cháy... - Gã tỏ ra cố gắng nói tiếp. - Mất hết mọi thứ, nhà của cháu, âm nhạc của cháu. Tất thảy bị thiêu rụi. - Willy Jack dành một lúc để tạo vẻ mặt đáng thương như con cún bị đá, rồi lại tươi roi rói. - Nhưng cháu mừng vì bà đã kể chuyện về con trai mình. Cứ như thể cháu và anh Finny của bà là anh em vậy, phải không ạ?

Lúc này Claire Hudson mỉm cười, một lần nữa mắt bà lại rưng rưng lệ.

Lúc đó, Willy Jack tin chắc mình sẽ có cây đàn ghi-ta, có khi là cây đàn Martin gã đã thấy trong ảnh, nếu nó vẫn còn. Gã biết mình sắp có không chỉ cây đàn, mà sẽ có mọi thứ gã muốn trong thời gian ở tù. Và gã đã đúng.

Ngày hôm sau, Claire Hudson xuất hiện với cây đàn ghi-ta của Finny, cây đàn nhãn hiệu Martin, và đêm hôm đó, Willy Jack đã mày mò ra ba hợp âm liền. Một tuần sau, gã đã chơi được hai bài của John Cougar Mellencamp. Rồi chỉ trong vòng ba tháng sau, gã đã sáng tác được một ca khúc tên là *Nhịp đập của con tim*, bài ca ấy vút lên top đầu những bài hit của nhạc đồng quê, và trong ba năm đã bán hết veo một triệu bản.

PHẦN HAI

Chương 13

Khi Novalee nhận công việc đang đợi sẵn ở Wal-Mart, những người làm công rộ lên nhiều tin đồn. Nào Sam Walton là cha của đứa trẻ; nào Novalee tống tiền, dọa kiện đòi công nhận tư cách làm cha của ông ta; nào Americus sẽ được thừa hưởng nhiều triệu đô từ Walton. Nhưng trước khi Novalee nhận séc trả lương đầu tiên, chuyện ngồi lê đôi mách đã chuyển sang cuộc tình trăng gió giữa một phụ nữ có chồng bốn mươi tuổi quản lý gian đồ thể thao với người em họ mới mười chín tuổi, tóc tai bù xù tên là Petey làm việc ở bộ phận chăm sóc khách hàng.

Nhưng nếu chú ý, họ đã có thể thêm một tin đồn mới vào ngày trả lương, khi Novalee đi chiếc Toyota của xơ Husband đến nhà để sửa phanh.

Cô đỗ xe trước trung tâm sửa chữa ô tô cạnh siêu thị lúc chín giờ rưỡi. Cô vừa tắt động cơ, một cánh cửa to tướng trên đầu bật mở và anh chàng Troy Moffatt hai mươi sáu tuổi, hông hẹp, tóc vàng, xuất hiện đứng nheo mắt vì nắng.

- Này! - Anh ta quát. - Cô không được đỗ ở đây. Chúng tôi chưa mở cửa.

- Tôi biết, nhưng tôi còn phải đi làm.

- Đấy không phải là việc của tôi. Việc của tôi là giữ gìn cái cửa này sạch sẽ.

- Nhưng tôi phải sửa xe

- Vậy hãy quay lại lúc mười giờ.

- Tôi không thể làm thế.

- Cô không được để xe ở kia.

- Hãy cho tôi gửi anh chìa khóa và…

- Này cô, cô phải đưa chiếc Toyota của cô đi.

Novalee khởi động, rồi rồ máy cho anh ta thấy cô tức điên lên ra sao… cho đến lúc nó tắt ngóm. Cô cố khởi động lại, tăng ga lúc động cơ rít lên nhưng chiếc xe vẫn không thể xoay bánh.

- Thôi. Thôi! - Troy quát lúc dậm chân thình thịch cạnh chiếc xe và mở tung cửa bên phía lái xe. - Xê ra.

- Quên đi!

- Xê ra. Tôi sẽ lái xe đưa cô đi làm, rồi đưa xe cô trở lại đây.

- Không, tôi sẽ…

Nhưng lúc đó, anh ta đã trườn vào chỗ tay lái, đẩy cô sang ghế bên. Cô mong động cơ không nổ, nhưng nó nổ ngay cú dận đầu tiên.

- Thế, - Troy nói. - Hãy dận một cái thật nhanh. Cô đi đâu? - Anh ta lùi xe thật êm, rồi rẽ sang làn đường song song với cửa hàng.

- Vòng qua góc phố, rẽ trái ... ra phố.

Sau khi Troy rẽ, cô bảo:

- Đỗ ở đây.

- Để làm gì?

- Anh bảo sẽ đưa tôi đến chỗ làm kia mà.

- Thì sao?

- Đây là nơi tôi làm việc. - Cô chĩa ngón tay cái vào cánh cửa đề DÀNH CHO NHÂN VIÊN.

- Trời đất ơi, - Troy kêu lên. - Sao cô không nói, hở? - Mặt anh ta đỏ bừng. - Tôi xin lỗi.

Troy mỉm cười với cô và lần đầu tiên, Novalee nhận thấy mắt anh ta có màu đường nâu.

- Tại phanh đấy, - Novalee nói. - Tiếng nó ken két. - Cô mở cửa và trườn ra. - Tên tôi là Nation và tôi sẽ lấy xe lúc sáu giờ. - Cô đóng sầm cửa xe và bỏ đi, cảm thấy cái nhìn của Troy dán vào đường cong hông mình, không hiểu sao, cô hài lòng khi nghĩ anh ta đang ngắm mình.

Đến giờ nghỉ ăn trưa, Novalee tới quán ăn nhỏ gặp Lexie Coop, cô phụ tá nhiệt tình ở bệnh viện lúc Novalee sinh con, người bạn gái duy nhất kể từ khi Rhonda Talley bị đưa đến trường giáo dưỡng hồi lớp bảy.

Mỗi tuần hai hoặc ba lần, Lexie đưa các con đến Wal-Mart, cô tuyên bố là nơi giải trí này rẻ hơn sân gôn thu nhỏ hoặc trò chơi điện tử. Ở Wal-Mart, cô có thể đặt các con lên xe mua hàng, rồi lang thang khắp các lối đi. Bọn trẻ không bao giờ đòi súng đồ chơi hoặc búp bê

Barbie, không bao giờ khóc đòi ra khỏi xe hoặc lè nhè vì thấy chật chội. Thân hình chúng mềm mại và nhớp nháp, dễ uốn như bột làm bánh còn ấm, và thỏa sức cuộn tròn như không có các khuỷu tay nhọn hoặc đầu gối xương xẩu.

Lexie hay trữ đầy một túi thức ăn… bánh mì kẹp mứt hoặc các ổ bánh quế, bánh chuối, bánh quy đường. Bọn trẻ chia nhau đồ ăn, liếm ngón tay rồi ngáp và nhoẻn cười trong lúc Lexie lướt qua các lối đi, tìm kiếm chỉ, xê-quin hoặc những quả bóng bằng bông màu nhạt làm đồ thủ công cho ngày nghỉ của các con. Những thứ đó dùng làm ông già Nô-en, các chú lùn, giỏ Phục sinh và Valentine, nhưng mấy mẹ con ít chú ý đến lịch và thời gian phù hợp. Họ có thể nhuộm trứng vào tháng Giêng và may quần áo vào tháng Bảy, nhưng bọn trẻ chẳng bao giờ hỏi là sớm hay muộn. Chẳng ai quan tâm đến điều đó.

Mấy mẹ con đang chen chúc đợi gọi món thì Novalee đến.

- Chào cô No*bb*alee, - bọn trẻ đồng thanh.

Novalee hôn cả bọn, rồi lau chỗ dính nhớp trên mũi mình. Bọn trẻ túm tụm vào nhau như một lũ gấu kẹo gôm… những mẩu đường, bánh quế dính trên má và cằm, ngón tay chúng dính mứt và thứ gì đó xanh xanh.

- Mình đến trước và gọi món cho cậu rồi, - Lexie nói.

- Hay quá. Em không có thời gian ăn sáng và đang sắp chết đói đây.

- Cậu ngủ quên sao?

- Không. Hôm nay xơ làm ở IGA, nên bà Ortiz nhận trông Americus. Lúc em xếp xong đồ cho nó và mang ba hoặc bốn chuyến sang nhà bà ấy thì đã chín giờ.

- Cậu thật may vì có những người trông trẻ tốt bụng.

- Ai cũng muốn trông con bé. Dixie Mullins, Henry và Leona. Em nghĩ họ mừng vì xơ đi làm.

Bằng một dấu hiệu không nói ra lời, tất cả các con của Lexie cùng ra khỏi ngăn, như thể chúng đã dính với nhau vĩnh viễn. Người ta mang nhiều khay đồ ăn bày kín bàn: xúc xích Đức, thịt rán kiểu Pháp, bánh khoai tây rán và hành thái khoanh. Lexie thọc tay vào ví và rút ra một nắm đũa buộc bằng dây cao su. Bọn trẻ lặng lẽ đợi Lexie đưa cho mỗi người một đôi.

- Nghe thì có vẻ lạ lùng, Novalee ạ, nhưng mình có ý kiến này. Người ăn bằng đũa thường mảnh dẻ. Cậu có biết vì sao không?

- Ờ…

- Cậu cho là vì họ ăn cơm và rau, nhưng không phải thế đâu. Chẳng qua vì họ không thể ăn nhanh bằng những thứ này.

Đũa của Lexie lách cách như đôi kim đan lúc cô rắc jalapeño[1] lên xấp bánh khoai tây rán, rồi rưới phó mát lên.

- Mình đã giảm được bốn ký đấy.

Đôi đũa của cô xắn cái bánh rán kiểu Pháp, rồi xắt cái xúc xích Đức ra làm đôi. Hai đứa trẻ lớn hơn là Brownie

---

[1] Loại hạt tiêu khi chín có màu xanh hoặc đỏ, dùng rắc lên các món ăn Mexico.

và Praline dùng đũa thạo như mẹ. Hai đứa sinh đôi là Cherry và Baby Ruth làm theo, tuy chưa gọn gàng nhưng dù sao cũng xoay xỏa được. Không đứa nào phàn nàn hoặc cáu giận, đứa nào cũng im lặng ăn và ngoan ngoãn, đưa thức ăn, chia sẻ đồ uống, thỉnh thoảng lại thở dài mãn nguyện.

Lexie im lặng cho đến lúc ăn xong và để đũa sang một bên.

- Mình đã gặp một người, Novalee ạ.

- Chị định nói là...

- Ừ. Một người nào đó!

- Ai vậy?

- Anh ta tên là Woody. Woody Sams. Anh ấy dễ chịu lắm, Novalee ạ. Thực sự dễ chịu.

- Kể cho em nghe đi.

- Đêm hôm thứ Hai, mình trực cấp cứu muộn vì một trong những phụ tá đêm đang bị bắt giữ. Thế là Woody vào, vai trật khớp và trầy xước vì va xe máy vào thành một chiếc xe tải. Người ta đã vá víu cho Woddy và khi ra về, anh ấy mời mình đi uống cà phê, nhưng mình nói phải về nhà với con, để cô giữ trẻ còn về. Thế là anh ấy hỏi liệu tối hôm sau, tức là thứ Ba có thể đến được không; mình đáp là được và anh ấy đã đến. Anh ấy mang theo băng video *Ngựa ô*, và vài món quà cho bọn trẻ, đồ chơi và quân cờ đam. Anh ấy rất yêu trẻ, và kể rằng không thể có con vì khi còn thiếu niên, anh ấy gặp một đám hành khất và họ đã đè lên anh ấy rồi...

- Chị định nói gì vậy? Họ đè lên anh ấy?

- Ờ, cậu hiểu đấy. - Lexie tặc lưỡi, tạo ra một âm thanh giòn, rồi chỉ vào đũng quần mình. - Họ đè lên anh ấy.

- Ồ.

- Lại đây con yêu, - Lexie gọi Baby Ruth, - con có mẩu rau dính trên tóc này.

- Thế chị với Woody đã...?

- Không! Thậm chí bọn mình còn chưa hôn nhau khi anh ấy ra về, nhưng thật dễ chịu. Đằng nào, anh ấy cũng không thể có con, nên mình chẳng lo chuyện ấy. Mình nghĩ là mình thích anh ấy.

- Chị nghĩ ư?

- Ờ, anh ấy không hoàn hảo hoặc có gì hết. - Lexie hạ giọng, tỏ vẻ không tán thành. - Anh ấy nhai thuốc lá, và là người vô thần.

- Ồ, em nghĩ chẳng có ai là hoàn hảo.

- Mình biết. - Lexie lắc đầu. - Nhưng bọn trẻ con thích chúng mình, Novalee ạ... mà bọn mình cũng không kén cá chọn canh được nữa.

- Troy! - Người đàn ông trung niên ở quầy phục vụ gọi to về phía đằng sau cửa hàng. - Cô đây muốn lấy chiếc Toyota.

Troy Moffatt trườn từ dưới gầm xe tải ra, rực lên một nụ cười khi anh tới chỗ Novalee.

- Phức tạp hơn là tôi dự đoán, - Troy nói và lau dầu mỡ trên tay vào cái khăn đen nhẻm.

- Có tốn nhiều không?

- Chắc không đến nỗi quá tốn, nhưng tôi sẽ không thể

làm xong trước ngày mai. - Anh tránh né, làm động tác giả như cô có thể tung ra một quả đấm.

- Vậy anh cứ làm đi.

- Cô cần đi nhờ xe không? Tôi có thể đưa cô về nhà.

- Không. Tôi không sao đâu.

- Cô chắc chứ?

- Chắc.

Lúc bước đi, Novalee nghe thấy anh lẩm bẩm câu gì đó, nhưng cô không quay ngay lại, cũng không hỏi anh nói gì.

Cô đã qua hai khu nhà, đang băng qua giao lộ thì một chiếc Ford cũ kỹ đỗ lại ngay sau cô và rúc còi.

- Lên xe đi, - Troy nói. - Anh ta nhoài người mở cửa xe. - Cùng đường về nhà tôi mà.

Novalee vào xe và đóng cửa lại.

- Anh biết tôi ở đâu không?

- Không. Nhưng dù ở đâu, cũng là trên đường về nhà tôi. - Anh lái chiếc Ford rất cẩn thận, từ từ qua bùng binh.

- Mà này, chuyện sáng nay… - Troy liếc nhìn cô và cười toét miệng. - Tôi xin lỗi.

- Không sao.

- Chỉ vì tôi chưa thấy cô ở khu vực này. Tôi biết hầu hết mọi người làm việc ở đây. Nhưng cũng chỉ thoáng qua ấy mà.

- À, tôi ở đây chưa lâu lắm.

- Tôi có nghe nói thế.

Novalee nghi ngại nhìn Troy, chắc anh ta đã nghe chuyện về cô và Americus, nhưng anh ta vẫn chăm chú nhìn đường.

- Ngày mai tôi rất cần xe, - Novalee nói. - Xe là của một người ở cùng tôi, nhưng bà ấy để tôi lái đi bất cứ khi nào tôi cần.

- Khoảng trưa sẽ xong.

Troy châm điếu thuốc. Novalee tự hỏi anh ta có nhai thuốc lá không.

- Tôi đã sửa vài thứ bên trong. Radio và chụp đèn.

- Này, tôi không biết liệu có thể trang trải hết được không. Song tôi sẽ tự trả hết. Bà chủ xe sẽ ngạc nhiên, nhưng…

- Tôi sẽ không tính phí thêm cho cô đâu. Nhưng khi lái xe đó, tôi đã kiểm tra phanh, thử radio và chú ý đến cái chụp đèn, thế là tôi sửa thôi.

- Cảm ơn anh, - cô nói, vẻ giận dữ hơn cảm kích.

- Cô bán sách à?

- Cái gì? Sách ư… không.

- Ở, trong chiếc Toyota đó có nhiều sách về thần thánh.

- Ồ, tôi quên bẵng. Anh nghĩ có sao không… nếu để sách ở đó qua đêm?

- Cô đùa đấy à?

- Ý tôi là, đấy là sách của thư viện. Không phải của tôi đâu.

- Cô tưởng sẽ có người làm việc ở nhà xe ăn trộm sách hay sao? - Troy cười phá lên. - Họ có thể xoáy một cuộn băng Willie Nelson hoặc mỗi câu, nhưng sẽ không ăn cắp sách đâu.

Novalee cắn môi và nghĩ, Forney sẽ khó chịu biết chừng nào nếu biết sách của mình đang ở đâu.

- Đấy là sách gì? Truyện tình ư?

- Không.

- Tôi hay đi cùng một cô gái thích đọc truyện tình.

- Rẽ trái đi.

- Cô ta lúc nào cũng nói đến ngọn lửa tình yêu và… trái tim rực cháy, đủ thứ. - Giọng anh ta cao hơn lúc uốn cong môi nói từng lời. - Ôi chào, người yêu của tôi đang bốc cháy.

Anh ta vỡ giọng như một thiếu niên, Novalee bật cười và Troy cười theo.

- Phố nhà tôi đây. Tôi sẽ xuống ở đây.

- Không, tôi sẽ đưa cô đến tận nhà. Đường nào?

Cô ra hiệu về bên phải.

- Nó là chiếc xe moóc ở cuối khu nhà.

- Cô có muốn khi nào đấy đi chơi không? - Anh hỏi.

- Đi chơi?

- Phải. Với tôi. Một cuộc hẹn hò.

- Ồ, không, tôi không đi được đâu. Tôi có con nhỏ mà.

- Mọi người có con nhỏ thỉnh thoảng vẫn đi chơi đấy thôi.

- Tôi nghĩ thế.

- Ý cô là cô nghĩ sẽ đi chơi với tôi hay nghĩ những người có con vẫn đi chơi?

Troy mỉm cười và nháy một con mắt màu đường nâu.

- Thế đấy. Cô có muốn đi không?

- Đi đâu?

Troy nhún vai.

- Xem phim. Khiêu vũ. Bắn vài viên bi-a. Làm bất cứ việc gì cô muốn.

Khi họ dừng xe trước nhà xơ, Novalee trông thấy Forney trên hiên với Americus.

- Thứ Bảy được không? - Troy hỏi.

- Tôi chưa biết.

- Ngày mai tôi sẽ gặp cô khi cô đến lấy xe. Lúc đó có khi cô sẽ biết.

- Cảm ơn anh đã cho đi nhờ.

Novalee vừa ra khỏi xe, Troy đã lùi vào đường dành cho xe, rồi bật đèn pha chiếu sáng cho cô. Chói mắt vì ánh đèn, cô dừng lại, không biết chắc mình đang đi đâu.

Chương 14

- Bác Whitecotton?

Người đàn ông quay lại, nheo mắt tập trung nhìn cô.

- Bác còn nhớ cháu không? - Novalee hỏi, bỗng sợ có thể ông ta không nhớ mình. - Bác đã cho cháu...

- Một cuốn sách về trẻ sơ sinh, - ông nói, - và cô đã chụp ảnh tôi. - Ông bắt tay cô. - Tôi nhớ cô rất rõ, - Moses Whitecotton nói. - Cô thích các cảnh hiền và các vị cứu tinh.

- Cháu biết là một ngày nào đấy sẽ gặp lại bác, - Novalee nói, ngạc nhiên vì cổ mình nghẹn lại, như đôi khi cố nén khóc.

Lát sau, ông buông tay cô ra, cô cảm thấy tay mình lơ lửng trong không trung, cô dường như không muốn phá vỡ sự kết nối giữa hai người.

- Tôi nghĩ đến cô nhiều lần, - ông nói.

- Vậy sao?

- Nhiều lần lắm.

- Cháu nghĩ về mọi điều bác nói hôm đó. Và nhớ từng lời.

- Ồ, có lẽ đôi khi tôi nói quá nhiều. - Ông ngửa tay ra, cử chỉ của một người tự giác thú nhận khiếm khuyết của mình.

- Không ạ, bác nói đúng. Bác đã nói về thời gian, những cái tên và ...

- Phải, chúng ta đã nói nhiều đến những cái tên. Nhưng cô có biết gì không? Cô chưa bao giờ cho tôi biết tên cô.

- Cháu là Novalee. Novalee Nation. - Cô kéo mép chiếc áo len để ông có thể nhìn thấy thẻ mang tên mình. - Bây giờ cháu làm việc ở đây.

- Novalee Nation, tôi thấy hình như đây là lúc cô có thể trò chuyện. Là lúc để cô kể với tôi về con cô.

- Bác không nghe gì về cháu sao?

- Không. Tôi không nghe gì hết.

Có thể nói ông không thuộc loại người biết giả vờ. Ông không giống thế chút nào.

- Cháu đã sinh một bé gái.

- Một bé gái. - Ông gật đầu. - Tôi lấy làm lạ đấy, cô biết không?

- Nó ... nó chỉ ... - Novalee cười, không biết nói thế nào.

- Chao ôi, không gì đáng yêu hơn là một bé gái. - Ông nhúc nhích như thể đang chờ đợi, muốn biết nhưng không muốn hỏi.

- Cháu nó có một cái tên khỏe khoắn, - Novalee nói.

- Tôi mừng vì nghe thấy điều đó.

- Đó là một cái tên sẽ chịu đựng được nhiều thời khắc khó khăn.

- Mà chúng sẽ tới, - ông nói và lắc đầu vì điều đó chắc chắn sẽ xảy ra.

- Tên cháu nó là Americus.

Moses nhìn đăm đăm, không chớp.

- Americus, - ông nói. Ông ngoảnh đi, thốt ra thứ âm thanh của một thời… xa vắng. Cuối cùng, ông lại nhìn Novalee. - Americus Nation, - ông nhắc lại. - Nó sẽ là thế. Chắc chắn sẽ là thế.

Họ im lặng một lát, nhưng là sự im lặng dễ chịu… cuối cùng, sự im lặng ấy bị phá vỡ vì điện đàm nội bộ gọi thêm người kiểm tra ở cửa trước.

- Họ gọi cháu đấy ạ, - Novalee nói.

- Ngày mai tôi sẽ làm việc ở đây. Chụp ảnh.

Novalee mỉm cười:

- Cháu biết ạ.

- Cô sẽ đến đây chứ?

- Mai là ngày nghỉ của cháu, nhưng cháu sẽ đến.

- Cùng Americus chứ?

- Cả hai mẹ con cháu sẽ đến.

Reggie Lewis, viên quản lý trẻ tóc vàng hoe bước tới bộ phận chăm sóc khách hàng.

- Chào Mose. Rất vui được gặp ông.

Moses với tay tìm chiếc cặp trên quầy đằng sau.

- Moses, - ông nói, giọng điềm tĩnh và đanh thép. - Moses Whitecotton.

Tối hôm đó, Novalee mặc thử cho Americus tất cả các bộ quần áo bé có. Bộ áo liền quần màu vàng của Dixie Mullins, đồng phục bóng chày của Henry và Leona, váy trắng do xơ may và mũ bà Ortiz tự làm lấy. Thử xong, bé đã mệt nhoài và Novalee cũng chẳng quyết định được. Cuối cùng, Forney và ông Sprock quyết định chọn bộ váy và mũ.

Sáng hôm sau, Novalee dậy sớm sửa soạn mọi thứ. Cô giặt bộ váy trắng và phơi lên dây cho khô. Sau khi sửa sang đoạn ren cũ trên chiếc quần tã, cô cắt những sợi lòng thòng từ bên trong mũ, cắt hết những sợi thò ra trên đôi giày trắng và đánh bóng các khuy xà cừ nhỏ xíu trên diềm áo choàng. Cuối cùng, cô là cẩn thận bộ váy, chú ý đến từng dải ruy băng, diềm đăng ten và nơ.

Americus tươi tỉnh vì mới tắm, Novalee chải mái tóc sóng mềm và xoăn của con rồi thắt một cái nơ bằng lụa lên đỉnh đầu. Cô ăn vận cho con cẩn thận và chu đáo như một người mẹ sau hậu trường... vỗ về, chăm chút, đánh bóng, vuốt ve ... quyết làm cho Americus thật hoàn hảo.

Lúc hai mẹ con tới Wal-Mart, hàng chục phụ nữ và trẻ con đã xếp hàng đợi Moses Whitecotton chụp ảnh. Lối đi bừa bãi những đồ chơi, túi tã và xe đẩy. Những đứa trẻ ăn vận cầu kỳ mếu máo trên tay các bà mẹ đang có vẻ sốt ruột, những bé lẫm chẫm cáu kỉnh kéo căng các ngón tay người lớn. Dăm sáu đứa trẻ mẫu giáo lăn lộn, nhảy nhót như một đàn mèo con nhẳng nhít.

Khi Moses đặt một đứa trẻ đang thút thít lên lòng anh nó, ông nhìn thấy Novalee và thoáng cười với cô. Ông nói gì đó với người phụ nữ trẻ đang làm việc bên cạnh, và lát sau cô ta tới hàng người, đặt tấm biển đằng sau Novalee viết: "Nhiếp ảnh gia sẽ không chụp cho đến...", bên dưới là cái đồng hồ, kim chỉ một giờ.

Hình như Moses không vội, kể cả khi một đứa trẻ tò mò lấy mất bánh qui giòn trong cặp ông hoặc một người mẹ trẻ nhất định đòi chụp một tư thế mà Moses đã giải thích là đứa bé trong ảnh sẽ không có đầu. Novalee có thể thấy, dù bọn trẻ con la hét, gào thét và các bậc cha mẹ càu nhàu, dọa dẫm, tiếng ông vẫn đều đều và bình tĩnh.

Cô ngắm ông cười, dỗ dành, làm dịu cơn tức và yêu cầu im lặng... mất nhiều thời giờ với từng lần chụp, điều chỉnh ánh sáng, chỉnh lại tư thế, tạo nét mặt cho tự nhiên.

Hàng người tiến lên chầm chậm và dù Novalee cố gắng tránh né hết sức, Americus vẫn mệt rũ. Tóc bé cuốn thành lọn quanh mặt và một bên mũ hất lên khiến bé trông nhem nhuốc. Quần áo của bé nhàu và rũ xuống, cổ áo ẩm nước dãi. Một trong các khuy xà cừ trên đôi giày của bé đã bị bong mất, và Novalee tìm mãi, thì hóa ra nó ở ngay bên cạnh.

- Đến lượt bé Americus Nation, - Moses gọi.

Americus mắt mở to, miệng há ra, nhìn Moses chằm chằm, một dây nước dãi màu trắng bạc từ môi dưới xoáy tròn tới diềm cổ đăng ten của bộ váy được là cẩn thận. Bé cứng người một lát, hoặc vì sợ hoặc vì mê thích, cái nhìn của bé lướt từ mặt Moses tới bàn tay và tóc ông.

Rồi, bất ngờ, một nụ cười đẩy nhẹ khóe miệng bé, lan qua môi và đẩy má bé lên. Bé vươn cánh tay, với tới Moses Whitecotton, rồi nắm bàn tay lại như muốn nói "bế cháu đi".

Khi Moses nhấc bé khỏi cánh tay Novalee, Americus cười toét phấn khởi, đầu gối bé đạp vào ngực ông, cánh tay quạt không khí và hơi thở giống như tiếng cười.

- Không gì đáng yêu hơn một bé gái, - ông nói.

- Vâng, nó còn đáng yêu hơn lúc chưa gặm lấy gặm để cái váy. - Novalee nhấm ướt ngón tay, rồi lau vết bẩn trên cánh tay Americus. - Trông như nó ăn bánh bùn vậy.

- Nhưng ở đây không cần phải làm gì hết. Không phải làm gì với thứ chúng ta đang tìm kiếm.

- Ý ông là sao ạ?

- Nếu nó là như thế, cứ để nó thế cho thoải mái. Lau chùi sạch sẽ, vận váy áo mới, rồi bấm máy. Tuyệt. Cô sẽ có một bức ảnh tuyệt đẹp.

Novalee gật đầu tỏ rõ một bức ảnh bé con tuyệt đẹp là thứ cuối cùng cô muốn.

- Không, những bức ảnh đó chỉ là bẫy thôi, - Moses nói. - Quần áo ấy mà.

Novalee toan rứt cái mũ khỏi đầu Americus.

- Không đơn giản thế đâu, - Moses nói thêm. - Đứa trẻ này là Americus Nation. Làm thế nào chúng ta chụp được một tấm ảnh đạt đủ tiêu chuẩn ấy nhỉ?

Moses nâng bé lên, dường như giới thiệu sự hiện diện của bé, rồi quay đi và đặt bé lên bàn.

- Lại đây, Novalee, trong lúc tôi chuẩn bị, cô hãy trông kẻo bé ngã nhé.

Moses hạ tấm phông mới màu xanh nhạt xuống. Ông chỉnh đèn, tăng hiệu ứng phản chiếu trên da Americus. Cuối cùng, ông trùm kín cái máy ảnh đang dùng, rồi đẩy nó cùng cái giá ba chân vòng ra sau tấm phông.

- Máy của hiệu, chụp những bức ảnh rất đẹp trong studio, những *chân dung*, người ta muốn chúng tôi gọi thế, - ông giải thích. - Nhưng đấy không phải thứ cô muốn.

Moses kéo một cái cặp da mòn xơ xác từ dưới gầm bàn ra và mở nắp.

- Đây là máy của tôi, - ông nói.

Ông lấy ra cái máy ảnh trông kỳ cục, không giống máy Nikon và Minolta mà Novalee vẫn thấy ở gian hàng điện tử. Những máy ảnh ấy bóng loáng, sắp xếp hợp lý trong các bao nhựa cứng, vừa vặn trong lòng bàn tay cô. Nhưng máy của Moses trông nặng nề, không gọn và khó dùng.

- Máy gì đấy ạ? - Novalee hỏi.

- Một chiếc Rollei. Loại tốt nhất đấy.

Ông tháo ống kính, để lộ hai thấu kính giống hệt nhau ở đằng trước, cái nọ chồng lên cái kia.

- Cháu chưa bao giờ trông thấy máy ảnh nào giống cái này.

- Phải, vì còn lại không nhiều. Không như cái máy này.

Moses ấn một cái nút, phần nắp máy bật lên làm Novalee nghĩ đến những tấm ảnh tô màu vụng về trong khung hình bầu dục màu đen … những người đàn ông và đàn bà trong những cổ áo cứng nhắc, mặt đờ ra với những nụ cười gượng gạo.

Moses giơ máy ảnh ra trước mặt, ngang tầm thắt lưng, rồi nhìn xuống và ngắm.

- Đẹp lắm, thưa tiểu thư Americus, - ông nói và ngắm bé qua ống kính, - bắt đầu nào. - Ông tiến lại gần chiếc bàn. - Bây giờ ông sẽ làm việc nhé. Cháu chỉ cần làm bất cứ cái gì cháu thích thôi.

Với Americus, bất cứ cái gì bé thích là cọ cọ cánh tay vào một bên đầu, làm bật cái mũ và kéo nó xuống nửa mặt. Lúc bé cố ngó ra từ dưới cái mũ, Moses bấm nút rồi quay một cái quay tay ở bên sườn máy.

- Cứ thế, bé ạ, - ông nói mà không nhìn lên. - Đừng cầm cái gì ở đằng sau nhé.

Ông bấm liên tiếp lúc Americus rứt được cái mũ rồi ném xuống sàn ... bấm cái nữa lúc bé vươn người ngó qua thành bàn, mặt cau lại băn khoăn.

Lúc Americus mải chú ý đến cái mũ rơi, bé không nghe thấy tiếng Moses liên tục bấm máy tanh tách. Bé quan tâm đến nhiều thứ quan trọng hơn - một sợi tóc vướng giữa các ngón tay, một giọt nước dãi rơi trên đầu gối, cái bụng chật khít trong lớp váy xếp nếp.

Moses không chụp những tấm ảnh như Novalee hình dung: Americus đứng với gấu bông và dù, nụ cười thiên thần rạng rỡ và trưng đôi má lúm đồng tiền. Thay vào đó, ông chụp lúc các ngón tay bé khoái trá ngoáy rốn, lúc bé bối rối vì cái bít tất rỗng vẫn in hình gót chân mình, hay khi bé ngẫm nghĩ về phép màu của những ngón tay và ngón chân mình.

Moses chuyển động như một vũ công… lướt tới, quay tròn, xoay người - động tác của ông tìm ra sự thăng bằng, cái nhìn của ông tìm ra tiếng nói… tiếng ho hài lòng khi thấy một cảnh hợp lý, tiếng cười khe khẽ khi tìm ra một góc chụp đẹp, tiếng chắc lưỡi khi bấm được tấm ảnh hoàn hảo.

Cái máy ảnh mà Novalee tưởng là lạc hậu và kềnh càng, giờ lại trông nhỏ nhắn và tinh tế trong tay Moses, đôi tay cử động thật kỳ ảo, các ngón tay tìm được nhịp điệu riêng và biết mà không cần hiểu, khi nào là đúng.

Sau cuộc hò hẹn thứ hai với Troy, Novalee bắt đầu uống thuốc ngừa thai. Cô không chắc rồi mình có ngủ với anh ta hay không.

Lần đầu tiên đi chơi, Troy đưa cô tới một quán bar tên là Bone's Place, họ ăn món sườn và chơi đấy đĩa. Khi đưa Novalee về nhà, Troy hôn cô hai lần, cố cởi khuy quần jeans của cô, nhưng cô trườn ra khỏi xe và lao vội vào nhà.

Trong cuộc hẹn hò thứ hai, họ đi khiêu vũ ở VFW, rồi đến công viên thành phố và uống vang lạnh ở một cái bàn ngoài trời. Troy cố mời cô về nhà, nhưng Novalee từ chối. Nhưng cô thích cảm thấy hơi thở của anh ta lướt qua tai mình. Chính vào lúc đó, cô quyết định uống thuốc ngừa thai.

Sau ba ngày và ba viên thuốc, cô đồng ý đến nhà Troy, để anh ta cởi quần áo mình và nằm ngửa trên giường là tấm đệm mỏng trên sàn. Lúc Troy bắt đầu, Novalee nhắm mắt lại và giữ chặt vai anh, mong anh ta không nhìn thấy những vết rạn vắt qua bụng mình.

Chương 15

BILLIE LETTS

177

Troy không nói gì đến biện pháp bảo vệ, không gợi ý, cũng không đòi hỏi. Cô lấy làm mừng là đã tự ý quyết định ngừa thai, mừng vì đã tỉnh táo, chỉ một lần này thôi, mừng vì cô đã bắt đầu uống

những viên thuốc... những viên thuốc... những viên thuốc nhỏ xíu... nhỏ hơn viên aspirin... mỏng hơn các viên vitamin... và cô đã uống ba viên... chỉ ba viên thôi...

Bất chợt, Novalee hiểu và hiểu một cách chắc chắn rằng ba viên thuốc không thể bảo vệ cô. Phải uống thuốc nhiều ngày, nhiều tuần lễ mới thực sự an toàn. Sao mình ngu thế nhỉ? Sao mình lại chấp nhận vào dịp này? Sao mình lại nằm trên tấm đệm sặc mùi phó mát với một người đàn ông không quan tâm đến việc liệu mình có thai hay không?

Lúc đó, mọi việc cô có thể làm là muốn Troy Moffatt nhanh nhanh lên, cho nó xong đi. Không được kéo dài *việc này* lâu.

Khi anh ta làm xong, cô mặc quần áo thật nhanh rồi vội vã bỏ đi.

Trở lại xe moóc, cô tắm rửa hết lần này đến lần khác, chà xát toàn thân bằng nước nóng và xà phòng, như thể muốn tẩy rửa hết mười phút trên tấm đệm màu xám nhạt kia. Lúc đó, cô nhớ lại sự phòng ngừa ngốc nghếch của mình khi bắt đầu ngủ với Willy Jack... uống coca với aspirin, uống dấm, những biện pháp ngừa thai mà các nữ sinh lớp bảy đã "có kinh" truyền tai nhau trong giờ thể dục.

Cuối cùng, khi Novalee trườn vào giữa những tấm chăn trên giường, cô phải cố lắm mới không đánh thức xơ dậy nhờ bà cầu nguyện. Nhưng cô cho rằng Chúa Trời còn nhiều việc phải làm hơn là hướng dẫn sự chuyển động tinh trùng của Troy Moffatt.

Sáng sớm hôm sau, Novalee gọi điện cho Lexie trước giờ cô ta đi làm.

- Cậu không sao chứ? - Lexie hỏi. - Nghe cậu khang khác thế nào ấy.

- Em không sao. Em chỉ không biết hôm nay chị có đến cửa hàng không? Em muốn bọn mình đi ăn trưa với nhau.

- Không, mình đổi ca rồi. Mình làm việc từ ba giờ đến mười một giờ.

- Tại sao thế?

- Praline và Brownie bị sốt phát ban, nên mình không thể đưa chúng đến lớp mẫu giáo, nhưng bà hàng xóm nhận trông hộ vào ban đêm.

- Ồ.

- Novalee, có chuyện trục trặc phải không?

- Ờ... không hẳn thế. Em chỉ cần nói chuyện với chị thôi.

- Cậu đến bây giờ đi. Cậu phải làm việc lúc mấy giờ?

Im lặng vài giây.

- Novalee?

- Gì hở?

- Có chuyện gì thế? Xảy ra việc gì sao?

- Em sợ nhỡ có thai.

Lexie sống trong một căn nhà dành cho người thu nhập thấp ở rìa thị trấn, một khu công nghiệp liên hợp, nhiều năm trước từng là khách sạn ven đường. Bốn ngôi nhà vây quanh một bể bơi, những người thuê nhà gọi đó là chậu tắm chứa chất độc. Mặt đất, những vạt đất trơ trụi và sáu cây tuyết tùng cằn cỗi, bừa bộn những xe ba bánh han gỉ, những ống nước cũ kĩ, những nắp thùng rác và những viên gạch. Hai con chó gày giơ xương đang liếm một chỗ dính mỡ trong bãi xe, chẳng hề để ý khi Novalee đỗ xe sau chúng.

Cửa nhà Lexie để số 128, trang trí ông già Nô-en và những cái chuông Giáng sinh trong khi lễ Halloween mới qua một tuần.

- Chào cô No*bba*lee, - Brownie nói. - Cháu bị sốt phát *ben*. Cô thấy không? - Nó phanh áo pijama để lộ một vết phát ban trên bụng.

- Có đau không?

- Có, nhưng cháu lớn rồi, - nó đáp lúc oai vệ quay lại xem ti-vi.

- Mình trong buồng tắm, Novalee, - Lexie gọi. - Có cà phê rồi đấy.

Novalee vào bếp nhưng chỉ rót một cốc nước. Cô không muốn uống cà phê, một phần vì dạ dày cô không chịu được những vụn sô-cô-la trong món cà phê mô-ca ưa thích của Lexie, phần vì sự sáng chói. Lexie đã sơn mọi đồ vật bằng thứ sơn trắng bóng, bán hạ giá năm mươi xen một gallon[1]. Những ngày nắng, sáng đến chói mắt. Các phòng đều sáng đến mức Praline, con bé tóc vàng hoe nhất và xinh nhất đám trẻ, đã phải đội cái mũ cũ bằng nhung xanh có mạng đen che mắt lúc mới thức giấc. Đó là lúc Lexie gọi nó là Tiểu thư Praline và mang sữa trong cái tách sứ trang nhã đến cho nó.

Lexie lao vào phòng, mặc một áo choàng vải chiffon hạ giá, cô nói nó giống hệt chiếc áo Marilyn Monroe mặc trong phim *Some Like It Hot*.

- Kể cho mình nghe nào.

- Ừ. - Novalee uống ngụm nước, rồi lướt ngón tay trên môi. - Anh chàng em đã kể với chị...

- Người làm việc ở một ga-ra.

- Là Troy Moffatt. Ờ, em đã lên giường với anh ta... và Lexie ạ, em sợ có thai đến chết mất.

- Anh ta không dùng gì à?

- Không.

- Còn cậu?

- Không. À có. Em đã uống thuốc ngừa thai, nhưng chỉ...

- Thế thì cậu chẳng cần phải lo gì hết.

- Nhưng em mới uống một thời gian ngắn.

- Vậy chắc cậu chậm kinh rồi. Thuốc có thể không có tác dụng trong mấy tháng đầu.

- Em chỉ không tin vào thuốc thôi.

---

[1] Đơn vị đo dung tích ở Mỹ, tương đương 3,785 lít.

- Cậu chậm như thế nào rồi?

- Em không biết liệu có chậm không.

- Cậu định nói gì vậy?

- Vì bây giờ chưa đến kỳ kinh. Còn vài tuần nữa mới đến.

- Thế thì làm sao cậu có thai được? Ý tớ là nếu thuốc không có tác dụng, thì cậu uống bao lâu rồi? Hai tuần ư?

- Không.

- Một tuần?

Novalee lắc đầu.

- Vậy bao lâu?

- Khoảng chín ... mười tiếng.

Lexie mỉm cười, xiết chặt bàn tay Novalee rồi đứng dậy và rót cho mình một tách cà phê.

- Cô bạn thân mến ơi, mình cho rằng lo lắng bây giờ là hơi sớm đấy.

- Không ... không sớm đâu! Bây giờ đúng là lúc phải lo rồi. Bây giờ! Khi nào em có thể làm việc đó nhỉ?

- Cậu định nói tới việc phá thai sao?

- Không, không phải việc ấy. Không giống như thế.

Nom Lexie rất hoang mang.

- Giống cái gì?

- Em không biết nữa. Chính vì thế em mới đến gặp chị.

- Mình ư?

- Chị làm việc trong bệnh viện, nên ...

- Novalee à, xem cậu đang nói gì kìa. Mình có tới bốn đứa con. Bốn đứa! Cậu tưởng mình biết làm gì sao ...

- Nhưng có nhiều biện pháp mà. Em nghe nói ...

- Phải rồi. Mình cũng từng nghe những chuyện ấy. Lần đầu tiên, mình uống ký ninh. Một bạn gái ở trường bảo thuốc ấy ngừa thai được. Chẳng ăn thua gì. Những người ngoan đạo trong gia đình đã tống mình ra khỏi nhà vì mình có tội "bôi gio trát trấu lên mặt họ" và vài tháng sau, mình đặt tên cho đứa con đầu lòng của mình là Brummett.

- Brummett ư?

- Mình gọi nó là Brownie[1] vì đó là điều mình mong ước suốt thời gian mang thai. - Lexie nhấp một ngụm cà phê rồi kể tiếp, - lần thứ hai, mình ra sức hắt hơi.

- Em chưa bao giờ nghe đến biện pháp này.

- Mình cũng chưa nghe thấy, nhưng có bài báo viết rằng một phụ nữ đã bị sảy thai vì hắt hơi không ngừng. Thế là mình nghĩ, bà ấy bị như thế, thì tại sao mình lại không? Mình hít hạt tiêu, ớt bột. Mình ngoáy mũi bằng lông chim, bằng nùi bông, cỏ dại. Mình rứt lông mày đến gần trụi. Và thế mà được việc; mình hắt hơi, hắt hơi, và hắt hơi. Rồi chín tháng sau, mình sinh một bé gái là Praline.

Lexie khuấy thêm thìa đường nữa vào cà phê.

- Đến lần thứ ba, mình nhảy.

- Nhảy ư?

- Mình nghe đồn có một bà Gypsy[2] sống cạnh cầu Willis có phép thuật. Bà ấy bảo: "Này cô gái, nếu cô

---

[1] Có nghĩa là *Phúc thần*.

[2] Dân tộc du mục miền Tây bắc Ấn Độ, di cư sang Tây Âu từ thế kỷ XV.

nhảy lùi chín lần trước khi mặt trời mọc, cô sẽ mất đứa con". Thế là mình nhảy. Muốn cho an toàn và bảo đảm chắc chắn, mình nhảy lùi hơn một dặm liền. Suốt từ đường Parrish tới mỏ đá. Mình bị nhiều nốt phồng rộp, bầm tím, cẳng chân xước xát, trật một xương bánh chè… rồi đến tháng Năm, mình đẻ sinh đôi. Cô bạn ơi, mình chẳng biết cậu phải làm gì ngoài việc đợi và xem sao thôi.

- Còn dụng cụ thử thai thì sao?

- Mình nghĩ là nó chẳng cho cậu biết gì sau mười tiếng đồng hồ, nhưng…

Họ quay sang cửa bếp khi Praline mặc áo ngủ in hình chuột Minnie và đội cái mũ nhung xanh lê bước vào phòng, mắt sưng phồng vì vừa ngủ dậy.

- Ô, ô, tiểu thư Praline dậy rồi kìa.

Praline leo gọn lên lòng Lexie và nói:

- Cô Nobbalee, cháu bị phét ben.

- Cô biết rồi, cháu yêu ạ.

Lexie sửa lại cái mạng đen trên mặt Praline.

- Con có thích uống một cốc nước quả không?

- Có ạ, và… và… - Rồi Praline hắt hơi hai lần.

- Sống lâu, tiểu thư Praline, - Lexie nói. - Chúa phù hộ con.

Suốt hai tuần lễ, Novalee cố tránh mặt Troy Moffatt. Mỗi ngày anh ta đều đến cửa trước của siêu thị vài lần, nhưng cô cố tỏ ra quá bận, không cả chào hỏi. Khi về nhà, Troy gọi điện, nhưng cô nại nhiều cớ để thoái thác.

Cô ăn không ngon và mỗi ngày chỉ ngủ được vài tiếng. Mỗi đêm, cô ra khỏi giường ba hoặc bốn lần vào phòng vệ sinh để biết chắc lý do gây sức ép lên bàng quang. Thỉnh thoảng khi thức dậy, cô cảm thấy buồn nôn và chóng mặt, như hồi mới mang thai Americus.

Một buổi sớm, trước rạng đông một chút, đang trong tình trạng ngủ lơ mơ, cô cảm thấy sự ẩm ướt quen thuộc giữa hai chân. Một lần nữa, cô thoát nạn. Cô đã thoát... không cần đến ký ninh, dấm, aspirin và coca... không cần hắt hơi hoặc nhảy. Lần này cô đã gặp may.

Cô nhớ lại trong cuốn sách đã đọc về Ấn Độ, những người phụ nữ thuộc tầng lớp tiện dân phá thai bằng những que sắt nung trên than.

Novalee bỗng ngồi thẳng người trên giường, không ngủ được nữa vì một suy nghĩ.

Cô dậy, bật đèn và rút những cuốn sách ở các chồng xếp trên sàn, cạnh giường. Khi tìm thấy cuốn cần tìm, cô giở cho đến lúc tìm ra thứ mình muốn, đọc lại bài thơ về người phụ nữ da đen nạo bỏ đứa con của mình.

Novalee tìm một cuốn sách khác, lướt ngón tay trên bìa. Đó là câu chuyện một phụ nữ Ả Rập khi còn trẻ đã đút những con nhện vào trong người, cô ta kể lại rằng lũ nhện đã cắn, gặm mòn và gây nên sảy thai.

Novalee rút cuốn sách ở cuối chồng mà cô vừa đọc xong, câu chuyện về một cô gái Do Thái tên là Brenda đã đặt màng tránh thai vì bạn trai yêu cầu cô làm thế.

Novalee nhìn khắp căn phòng đầy những sách. Sách xếp thành nhiều chồng ở góc phòng, xếp đứng trên tủ quần áo, xếp chặt trên tấm ván đầu giường, nhét đầy tủ sách. Trong thư viện nhà Forney còn nhiều hơn nữa. Nhiều sách… nhiều câu chuyện… nhiều bài thơ nữa. Bỗng nhiên, Novalee chợt hiểu điều trước kia cô chưa hiểu. Cô không phải và sẽ không bao giờ là con người như trước nữa.

Cô giống những người đàn bà cô đã đọc. Phụ nữ tầng lớp tiện dân. Phụ nữ da đen. Phụ nữ Ả Rập. Cô giống họ cũng như đã từng giống các nữ sinh lớp bảy, giống những người phụ nữ giả tưởng tên là Brenda và những người có thật mang tên Lexie.

Cô nhớ lại ngày đầu tiên gặp Forney, ngày đầu tiên cô tới thư viện, khi anh bật dậy và chạy đi chạy lại, giật các cuốn sách trên giá… đọc hết cuốn này đến cuốn khác… cầm các cuốn sách, trò chuyện với chúng như thể chúng là người sống… anh nói về cây cối, thơ ca và những bức tranh… khi đó cô chẳng hiểu mảy may. Nhưng bây giờ cô bắt đầu vỡ ra dần, và cô lấy làm tiếc vì phải đợi đến sáng mới gặp được Forney, kể với anh rằng cuối cùng, cô đã bắt đầu hiểu ra.

Chương 16

Nhà Whitecotton cách con đường đất đầy những vết bánh xe lún một dặm, nhưng lưỡi của máy san đất đã động đến con đường này từ hai năm nay. Từ nửa thế kỷ trước, vùng đất này là một đồng cỏ ngút ngát đến tận một nhánh sông nông với điểm xuyết một vài cây sồi nhỏ và cây cam nhăn.

Novalee rẽ chiếc Toyota vào con đường trải sỏi rợp bóng bạch đàn thơm, lá đã chuyển màu mận chín và vàng. Ngôi nhà hai tầng khang trang, hàng hiên rộng rãi che mành, bậc thềm rộng có nhiều chậu phong lữ thảo xếp thành hàng.

Moses từ cửa trước bước ra lúc Novalee khéo léo nhấc Americus ra khỏi ghế xe.

- Cô tìm nhà chúng tôi có khó không? - Moses hỏi.

- Không ạ, cháu đã đi qua sông Sticker nhiều lần.

Americus kêu ré lên và giơ tay theo Moses trước khi Novalee tới bậc trên cùng.

- Bé Americus! - Ông nựng và nhấc bé vào sát ngực mình.

Hàng hiên tối và mát mẻ như một cánh rừng của những cây leo có hạt hình lưỡi liềm và cây chữa rắn cắn, dây thường xuân Algeria và cây thuốc trị bệnh phổi. Sáu chiếc cần câu cá dựa vào nhau trong một góc, những đôi giày xoay mũi vào rìa các tờ báo cạnh cửa.

Hai cái ghế bành nặng, êm ái, đặt sát nhau giữa hàng hiên, và mất một lúc Novalee mới nhận ra có một ông già bé nhỏ, xương xấu đang ngồi trong một ghế.

- Novalee, đây là cha tôi, Purim Whitecotton.

Ông lão mỉm cười với một bên mặt vẫn còn động đậy, còn bên kia gẫy vỡ, một mắt che kín và môi trễ xuống. Bên mặt ấy đã ngừng hoạt động từ dịp sinh nhật gần đây nhất, lần thứ tám mươi ba, khi ông cúi xuống thổi nến trên cái bánh ngọt thơm nhẹ thì một mạch máu trên thái dương ông vỡ tung.

- Xin chào, - Novalee nói.

Bàn tay trái của ông già đã tàn tật, vô dụng với những ngón tay vặn vẹo và cuộn vào trong lòng bàn tay, nằm trên lòng như một thứ đồ vật rẻ tiền đã có từ lâu, vô giá trị nhưng quá quen thuộc nên không thể quẳng đi. Ông già giơ bàn tay lành - bị liệt, đầy mụn cơm và sẹo, đổi màu như một thứ quả thâm, nhưng lành lặn. Các mạch máu như những sợi chỉ đỏ, rối beng như mạng nhện trên khắp mu bàn tay và da ông, mát và mềm, chạm vào như lụa mịn bị nhàu. Khi Novalee chạm vào bàn tay ấy, cô nghe thấy những câu trong bài thơ đã đọc.

... già nua như thế giới và già hơn cả dòng máu chảy trong huyết quản con người.

Trong giây lát, từ ngữ dường như vang vọng và Novalee tưởng như cô có thể đọc to lên.

- Bố nhìn này, - Moses nói. - Nhìn bé Americus Nation này.

Con mắt lành của Purim Whitecotton nheo lại lúc nhìn tập trung vào Americus. Rồi ông cố nói, đôi môi suy nhược cố nói, nhưng âm thanh dường như ở mãi tít đâu đó đằng sau miệng, và ông già chỉ có thể thốt ra một thứ tiếng bị nghẹt lại sau lưỡi. Nhưng Moses hiểu ngôn ngữ của cha mình, biết ông lão muốn gì, nên tiến tới gần hơn và ông già vươn tay, đặt một ngón gày guộc, run rẩy lên má Americus. Con bé im lặng, hình như không dám thở, cho đến khi ông lão hạ tay xuống, con bé nhoẻn cười với ông.

Novalee quay về phía tiếng sột soạt ở cửa chắn, vừa lúc một người đàn bà mặc bộ đồ lanh màu xanh lơ bước vào hiên.

- Kìa, như vậy sao! - Bà nói, - tôi không biết mọi người đang ở đây.

- Novalee, tôi muốn cô gặp vợ tôi, Certain, - Moses giới thiệu.

Certain Whitecotton có một vầng tóc bạc, nước da màu đồng, đẹp hoàn hảo ngoại trừ một vết tàn nhang trên sống mũi. Khi bà mỉm cười, cái nhìn của bà làm bớt vẻ nghiêm trang, bắt sáng và lung linh như nước mưa khi bắn toé lên tấm kính trong veo.

Bà bắt tay Novalee và nắm thật chặt trong tay mình, rồi giữ yên như muốn niêm phong một lời hứa hẹn.

- Moses đã nói rất nhiều điều tốt lành về cháu, Novalee ạ. Hay thật, tôi nghĩ cháu giống như trong truyện cổ tích vậy.

- Cháu rất mừng được gặp bác.

Certain quay sang Americus vẫn nằm trong tay Moses.

- Ơ kìa! Đây là quý cô đã đánh cắp trái tim chồng tôi sao?

Rõ ràng Americus rất thích thú được là trung tâm chú ý của mọi người.

- Không sao tưởng tượng nổi, - Certain nhận xét. - Trừ khi nụ cười này truyền từ đây tới St. Louis.

Americus cúi đầu, ép mặt vào vai Moses... một thoáng nũng nịu đẩy bên lên.

- Ồ. Đó là một nụ cười đầy quyền lực, - Certain nói.

- Nụ cười nào? - Moses hỏi. - Tôi chưa bao giờ thấy bé không cười.

- Novalee, Moses đã mời cháu uống gì chưa? Chúng tôi có rượu táo đấy.

- Cảm ơn bác, nhưng cháu không khát ạ.

- Ờ, tôi biết cả hai muốn ra đằng sau nhà, vì thế tôi không cố giữ các vị để trò chuyện linh tinh hoặc rượu táo nữa. - Tuy Certain ra vẻ nói với Novalee và Moses, song bà vẫn ngắm Americus. - Nhưng khi xong việc, dùng bánh nướng và cà phê, chúng ta sẽ làm quen kỹ hơn nhé.

- Novalee, đừng mắc lừa bà ấy. Certain muốn chúng ta đi khỏi đây để độc chiếm Americus đấy.

- Tôi ư? Thế hiện giờ ai đứng ở đây, cứ như một ông già ngớ ngẩn với cô bé đây?

- Tôi đang nói thật và mình thừa hiểu mà.

- Moses, đưa đứa bé cho tôi và ra khỏi đây đi.

- Nào Mẹ...

Câu nói dừng lại ở đó, ngay khi Certain bế Americus từ tay Moses, ngay lúc hai ông bà chạm vào nhau, một cái gì đó xen vào giữa họ ... một thứ u ám, buồn bã làm ông cụp mắt xuống và bà ngoảnh mặt đi, dường như người nọ không dám nhìn thẳng vào nỗi buồn của người kia, dường như việc chuyền tay đứa trẻ có thể làm tan nát trái tim họ.

Moses thốt lên:

- Certain, mình...

- Chúng ta không sao đâu, - bà nói. - Chúng ta sẽ ổn mà.

- Bác chắc chứ ạ? - Novalee hỏi. - Thỉnh thoảng cháu nó khó chịu và ...

- Cháu đừng lo, - Certain nói và ngồi vào một trong những chiếc ghế bành êm ái, đặt Americus trên lòng. - Hai người cứ ra ngoài và vui chơi đi. Cha Whitecotton và tôi có thể trông nom cô bé này ổn thỏa mà.

- Mình đừng làm hư nó, mình nhé? - Moses cố nói ra vẻ vui đùa, nhưng giọng ông đượm buồn.

- Mình cứ đi đi, không sao đâu, - Certain đáp, tuy bà mỉm cười với ông, song nụ cười đầy vẻ đớn đau.

"Đằng sau nhà" là một ngôi nhà bằng gỗ sồi thô tháp, ở phía sau ngôi nhà chính khoảng sáu chục mét.

- Đây là nơi tôi ra đời, - Moses nói. - Cha tôi dựng nó từ hơn sáu chục năm trước.

Các cửa sổ che rèm bằng vải bông kẻ, một vòng các quả bầu và hoa khô treo trên cửa.

- Trông như một rạp hát vậy.

- Ờ, đều do Certain thiết kế đấy.

Bên trong, phòng trước trông rộng hơn là Novalee nghĩ, dù nó là kho chứa các đồ vật bỏ đi của những thế hệ trước đó - những cái đèn dầu hoả, một cái xe lăn bằng gỗ, các khung may chăn.

- Thỉnh thoảng Certain đến đây... để căn phòng được thông thoáng. Bà ấy toan dọn dẹp, nhưng...

Moses bước qua ngưỡng cửa vào căn bếp cũ, giờ là phòng tối của ông. Lúc theo chân ông qua một mê cung những hộp, thùng, Novalee phát hiện ra một con ngựa gỗ giấu nửa chừng dưới cửa sổ đằng trước.

- Moses, bác và bác Certain có con chứ ạ?

Cả căn phòng ắng lặng trong giây lát, rồi Novalee nghe thấy Moses lại di chuyển khắp phòng tối, bật đèn, kéo rèm.

- Chẳng bao giờ có cái kéo trong tay khi ta cần, - ông nói.

Novalee cố gợi:

- Cháu nói là, bác với bác Certain...

- Vào đây, cháu sẽ xem ta rửa ảnh ra sao.

Novalee hiểu mình đã hỏi một câu không đúng chỗ.

Trong căn phòng trần thấp, không còn nhiều chỗ dành cho "bếp" ngoài một tủ nhỏ không cửa và một bồn rửa tráng kẽm, đầy vết bẩn và biến màu. Chẳng có gì gợi nhớ đây là nơi cả nhà đã tụ tập ăn uống, chữa các vết thương, tắm cho trẻ con.

Hiện giờ nó là phòng tối. Các bàn làm việc xếp sát nhau, nhiều giá lắp vào các góc. Cái tủ lèn chặt những chai, lon, hộp và bình. Nhiều cái chậu dài, nông, phủ kín mặt bàn và các quầy. Và ở khắp nơi là ảnh. Ảnh treo trên các dây phơi căng từ đầu này đến đầu kia căn phòng. Ảnh dựa vào các cuốn sách, lèn chặt trong các ngăn kéo, xếp trong các ô đựng tài liệu, xếp vào các hộp, đính tạm trên tường.

- Ngay khi tôi tìm ra thuốc tráng, chúng ta sẽ rửa ảnh, - Moses nói.

- Cháu xem một số bức ảnh được không ạ?

- Nhất định rồi. - Moses bắt đầu lục tìm các chai lọ trong một cái thùng trên sàn. - Không biết tôi đã làm gì với phim đã tráng?

Novalee cầm một tập ảnh trên cái bàn cạnh cửa, những bức ảnh chụp trên thềm nhà thờ, những người đàn ông da đen mặc com-lê đen, đội mũ rộng vành, phụ nữ mặc váy áo mùa xuân cổ đăng ten cũ kỹ, trẻ con nheo mắt nhìn mặt trời, tay chúng nắm chặt các giỏ quà Phục sinh và Kinh Thánh.

Novalee cầm một mớ ảnh khác trên một cái giá hẹp chạy dọc bức tường. Những ảnh này chụp trên phố mà cô không nhận ra, một con phố bụi bặm, nhàm tẻ, với những con người mệt mỏi, đầy bụi. Trong một bức, một thiếu niên ngồi xổm bên ngoài phòng chơi bi-a, mặt cau lại giận dữ. Ở bức ảnh khác, một bà già nhìn chằm chằm, thờ ơ vào cửa sổ quán cà phê. Trong bức khác nữa, một cậu bé ngồi bệt trên lề đường, mặt nhem nhuốc, đang ngắm một con mèo gày giơ xương cắp một con chim chết chạy qua đường phố vắng vẻ.

- Những tấm ảnh này đẹp quá.

- Cô thấy gì ở đó?

Novalee giơ các tấm ảnh cho ông xem.

- Tôi chụp những ảnh này ở Tangier, phía tây của bang. Có lẽ khoảng hai, ba năm trước.

Vừa để trả những ảnh này vào chỗ cũ, cô lại vốc thêm một mớ nữa. Những ảnh này cũ hơn, nhiều cái đã giòn và ngả vàng vì năm tháng. Cô lật nhanh... một hiệu cắt tóc, một cuộc biểu tình, một số rào chắn. Cô ngắm những người hiếu chiến, những con ngựa và cảnh hoàng hôn, rồi đến bức cuối cùng, một bức ảnh đen-trắng trên giấy lụa. Purim Whitecotton tráng kiện và nguyên vẹn, đứng vững vàng trên thùng chiếc ô tô sàn phẳng, toàn thân căng lên nhấc một bó cỏ khô nặng khoảng năm chục ký. Purim Whitecotton, cơ bắp hẳn rõ trên cánh tay chiếc sơ-mi trắng hoen ố, mu bàn tay dày và rộng nổi gân. Purim Whitecotton, cặp mắt đen mãnh liệt, cặp mắt đầy thách thức và bền bỉ, cặp mắt không gì khuất phục ngoại trừ một vụ nổ nhỏ xíu bên trong đầu, khi ông cúi xuống tám mươi ba cây nến trên cái bánh sinh nhật thoảng mùi thơm.

Chính lúc đó, cô biết mình đã tìm thấy niềm đam mê! Cùng lúc đó, Moses bắt đầu chỉ cho cô cách thức... lúc ông chăm chú nhìn vào những cái chậu đựng thứ dung dịch màu hổ phách … thì thầm với những hình ảnh đang bơi dưới bề mặt, giục chúng hiện lên, Novalee đã hiểu.

Sau đó, trong lúc Moses rửa tấm ảnh cuối cùng, và sau khi Novalee thơ thẩn vào phòng khác, cô đứng cạnh con ngựa gỗ dưới cửa sổ. Ngựa đóng bằng gỗ thông, làm bằng tay, mắt ngựa bằng bi ve, bờm làm bằng các túm dây thừng. Novalee đặt tay lên đầu con ngựa, đẩy cho nó lắc lư, và khi cô làm thế, trong nhà có tiếng cót két nhịp nhàng. Rồi tiếng Moses vọng ra từ phòng tối …

- Chúng tôi có Glory.

- Gì ạ?

- Chúng tôi có Glory. Nhưng chúng tôi đã mất nó khi nó lên ba.

Novalee đặt tay lên con ngựa, nó vẫn còn đu đưa.

- Certain đã vứt bỏ hết mọi thứ khác … - Ông vặn vòi trong phòng tối, có tiếng nước chảy vào chậu rửa. - Glory gọi con ngựa là Topper, con ngựa của Hopalong Cassidy[1]. - Tiếng cửa tủ đóng sầm. - Cô có thấy cái vết trên đầu ngựa không? Giữa hai tai nó?

Novalee cúi xuống kiểm tra lớp gỗ và thấy một vết nứt nhỏ xíu, ngay giữa hai tai.

- Răng cửa của Glory cắn đấy. Nó ngã và vỡ miệng, đứt cả môi.

---

[1] Tên nhân vật của tiểu thuyết gia nổi tiếng Edwin Mulford.

Novalee xoa ngón tay lên vết lõm, vết lõm chỉ rộng bằng cái răng cửa đầu tiên của Americus.

- Glory khóc. Khóc xong, nó nói: "Tại vì con cắn Topper". - Moses khoá vòi nước, lúc đó Novalee nghe thấy tiếng sắc gọn của kim loại đập vào kính. - Chúng tôi mất nó vào mùa xuân. Mùa xuân năm đó. Nó chết đuối ở sông Sticker.

Căn nhà gỗ nhỏ lại im lặng.

- Từ đây cô không thể nhìn thấy con sông đó, nhưng nó chảy xuôi từ trên đồi... xuống dưới chỗ cây hồ đào kia kìa.

Novalee tới cửa sổ đằng trước và vạch tấm rèm bằng vải bông kẻ ra.

- Tôi bế nó lên đồi, - ông kể. Một luồng gió đập vào các cành cây và một quả hồ đào lẻ loi rơi xuống gốc. - Certain nhìn thấy tôi đi tới... bà ấy chạy qua sân. Gặp tôi ngay ở chỗ kia kìa... ở bên sườn nhà.

Novalee biết Moses đang nhìn ra cửa sổ tối om, nhìn vào nơi bên cạnh nhà, thấy lại những gì đã xảy ra trong một cuộc đời khác.

Rồi Novalee cũng nhìn thấy... thấy Certain đỡ đứa con gái của cô từ tay Moses để bế... thấy ông cụp mắt xuống và bà ngoảnh mặt đi, dường như người nọ không thể chịu nổi khi nhìn thấy nỗi buồn của người kia... vì việc chuyển tay một đứa trẻ khiến trái tim họ tan nát.

Chương 17

Novalee tìm được chiếc máy ảnh Rollei ở chợ trời McAlester, nhét trong một cái thùng cùng những quyển sách dạy nấu ăn, các cúp bowling và những mảnh vải bông bọc đệm. Moses đã bảo phải mất nhiều tháng mới tìm ra một cái, nhưng cô đã gặp may.

Cô cố không tỏ ra quá phấn khích khi nhìn thấy nó, vì nhớ lời dặn của xơ Husband.

- Đừng bao giờ hành động như cháu muốn, cháu yêu quý ạ. Hãy làm như cháu không muốn có nó khi người ta mời mọc cháu. Bảo họ là nó bẩn nó gãy, là một thứ vô dụng. Rồi sau đó mới mặc cả.

Cái vỏ trông như đã trải qua một cuộc chiến, nhưng chỉ thế thôi. Dây đeo đứt và các mũi khâu trên mặt lỏng lẻo, làm da ở các góc quăn lại.

Cái máy trông không đến nỗi cũ như vỏ, nhưng dơ bẩn và trầy xước ... có nhiều vệt màu đen và nhớp nháp. Cô mở nắp ống kính và thổi các lớp bụi, nhưng bụi quá dày không thể giải quyết bằng hơi thở.

Người bán hàng giả tảng không nhìn Novalee trong lúc vờ chú ý đến cái đồng hồ có con chim cúc cu bằng nhựa bị hỏng.

- Cái máy ảnh này bẩn quá, - Novalee nói, định làm theo lời khuyên của xơ.

- Phải.

- Trông nó cũng dập, vỡ nữa.

- Không đâu.

- Không biết tôi sẽ làm gì trên đời với thứ này.

- Nếu là tôi, tôi sẽ chụp ảnh, - ông ta nói.

- Ông muốn đòi cái này bao nhiêu?

- Giá đặt là ba chục, nhưng tôi có thể…

Cô buột ra quá nhanh:

- Tôi sẽ trả ông ba chục!

Moses giữ cái máy một tuần, sửa cái màn trập. Ông bảo cần thêm ít thời gian, nhưng ngày nào Novalee cũng lái xe tới, mong máy đã sửa xong.

Rốt cuộc, khi ông trao trả cái Rollei cho cô, trông nó mới hẳn vì được lau chùi sạch bóng. Ông cũng sửa luôn cái vỏ: gắn lại dây và khâu lại đường may. Ông dùng loại xà phòng riêng để làm sạch lớp da, rồi lau bằng sáp ong cho đến khi nó mềm như da dê non.

Sáng hôm sau, Novalee địu Americus trên lưng và ra phố trước tám giờ. Cô chụp mọi thứ: con gà trống ở sân sau nhà Dixie Mullin, những chiếc đèn bí ngô Halloween treo thành hàng trên hiên nhà Ortiz, những bông cúc đỏ tươi của Leona mọc thành từng bụi ven hàng rào.

Novalee chụp con mèo của Henry ngủ trong thùng thư và một trong những con chim nhại đang bổ nhào xuống một con sóc.

Cô chụp nhiều ảnh bọn trẻ vội vã đến trường, xếp lại những hộp đựng bữa trưa và sách vở lúc chúng lội qua bùn làm bẩn cả giày. Cô chụp một người đàn ông hói đang đợi bên ngoài hiệu cắt tóc, dưới tấm biển đề ĐANG CẮT TÓC TRONG LÚC BẠN ĐỢI. Cô chụp thêm vài tấm một người phụ nữ to béo chật căng trong chiếc áo choàng tắm Star Wars của trẻ con lúc bà ta chui ra khỏi xe ở một giao lộ đông đúc.

Tối hôm đó, đi làm về, Novalee bỏ bữa tối và lại đi chụp ảnh. Cô chụp những tấm bia mộ cũ kỹ trong nghĩa trang, những con ngựa trong vòng đu quay vỡ ra từng mảnh và xích đu gãy ở công viên. Cô chụp những cái cây đã chết và trơ trụi, cành và thân cây đen đúa vì trận hỏa hoạn gần đây. Cô xuống khu thương mại, chụp các hình vẽ trên tường, một hình dán cốc rượu đầy tràn đề KHÔNG DÁN CỐC RƯỢU NÀO NỮA..., chụp một cái giày cao bồi, trầy xước và bụi bặm, đứng chơ vơ giữa phố..., một cuốn Kinh Thánh trong thùng rác mà theo xơ Husband đó là dấu hiệu chứng tỏ người ấy quá báng bổ.

Novalee chụp mọi thứ và mọi người - tất thảy là một trò chơi thú vị. Americus là nạn nhân nhạy cảm nhất của cô và chắc chắn là người ít có khả năng tự vệ nhất. Xơ Husband không phản đối trở thành đối tượng bị chụp, miễn là dặn trước để xơ kịp hóp bụng và bỏ kính ra. Nhưng Forney không chịu chụp bất cứ cái nào mà không đội mũ len, và nếu Novalee bất chợt gặp anh ở ngoài trời, không còn nơi nào để ẩn, anh kéo sụp mũ xuống che mặt, kết quả là hơn hai chục tấm ảnh đều chụp một người đàn ông to lớn có cái đầu bằng len đan màu nâu.

Tối nào Novalee cũng làm việc trong phòng tối của ông Moses, có hôm đến tận khi cả nhà Whitecotton đã ngủ say. Cô làm việc đến lúc hai mắt nhức nhối... đến lúc các ngón tay đầy vết bẩn, da nứt nẻ và thô tháp... cho đến lúc quần áo, tóc tai toàn mùi thuốc rửa ảnh. Sau đó, nằm trên giường, cô vẫn còn mơ đến chụp ảnh, chụp lại lần nữa toàn bộ những bức ảnh đó.

Lần nào Novalee cũng có nhiều ảnh mới để khoe khi hàng xóm đến chơi. Họ ca ngợi tài năng và tự hào vì các tác phẩm của cô. Họ mang đến nhiều cuộn phim và nói là quà tặng cho người nghệ sĩ là bạn của họ.

Họ đề nghị Novalee làm ảnh cho họ và muốn trả tiền, năn nỉ Novalee đặt giá, nhưng cô không chịu. Cô chụp ảnh họ và thích làm việc này, cô chụp những con cún cưng, những ổ bánh mì nóng hổi đoạt giải, những vết mẻ mới trên cái giảm xóc của xe họ. Cô chụp những buổi liên hoan mừng sinh nhật, những ngày kỷ niệm, những buổi độc tấu dương cầm của họ. Cô quay phim con gái lớn nhất nhà Ortiz mặc váy áo trắng muốt trong lễ Kiên tín, chụp món đồ cổ Leona tặng cháu gái ở New Jersey, cô quay phim một quả trứng có ba lòng đỏ, dấu chân của một chú bé và một hộp đậu xanh có sâu bên trong vì ông Sprock dọa kiện công ty Green Giant.

Novalee càng chụp nhiều, làm ảnh nhiều bao nhiêu, cô càng muốn học hỏi về nhiếp ảnh bấy nhiêu, cô xem rất cẩn thận các tạp chí nhiếp ảnh - *Máy ảnh & Phòng tối* và *Tạp chí Nhiếp ảnh*. Cô gọi điện đến các phòng ảnh ở Sacramento, California và viết nhiều thư gửi hãng Kodak ở Rochester, New York. Cô hỏi Moses hàng ngàn câu và ghi nhớ mọi điều ông bảo ban.

Forney mang đến cho cô hàng đống sách, cô đọc về Gordon Parks[1] và William Henry Jackson[2], nghiên cứu các tác phẩm của Dorothea Lange[3], Alfred Stieglitz[4], Ansel Adams[5] và Margaret Bourke-White[6].

Một hôm, trong một ngày nghỉ cuối tuần hiếm hoi, Novalee lái chiếc Toyota tới Tulsa và lần đầu tiên trong đời, cô đến một cuộc triển lãm ảnh. Cô lang thang qua nhiều phòng, sảnh trưng bày, ghi chép nhiều trang, rồi trên đường về nhà, thầm nhẩm lại những điều học được.

Trải qua nhiều giờ học tập, sau hàng trăm bức ảnh,

---

[1] Gordon Parks (1912-2006): Nhiếp ảnh gia, đạo diễn điện ảnh, nhà văn và nhạc sĩ Mỹ.

[2] William Henry Jackson (1843-1942): Nhiếp ảnh gia nổi tiếng người Mỹ, có tầm ảnh hưởng to lớn đến nhiều quyết định quan trọng của chính phủ.

[3] Dorothea Lange (1895-1965): Nữ nhiếp ảnh gia của Mỹ, rất nổi tiếng vì ảnh tư liệu về cuộc sống thôn dã.

[4] Alfred Stieglitz (1864-1946): Nhiếp ảnh gia, nhà xuất bản và chủ nhân phòng trưng bày, rất có ảnh hưởng trong các định hướng của nghệ thuật nhiếp ảnh.

[5] Ansel Adams (1902-1984): Nhà nhiếp ảnh Mỹ, nổi tiếng vì những bức ảnh đen-trắng về phong cảnh.

[6] Margaret Bourke-White (1904-1971): Nữ nhiếp ảnh gia của Mỹ, người có công đặt nền tảng cho phụ nữ trong lĩnh vực nhiếp ảnh công nghiệp và phóng viên ảnh.

nhiều đêm và ngày trong phòng tối, sau những câu hỏi về tốc độ màn trập, tông màu xê-pi-a và dao động của ánh sáng... sau tất cả những điều ấy, Novalee khám phá ra thứ quan trọng với mình khi chụp những bức ảnh mèo, trẻ em và vòng đua ngựa gỗ... những cô gái vận đồ trắng muốt và những bà già thưởng trà, về những bữa tiệc sinh nhật và những nụ hôn trong lễ kỷ niệm. Với cô, điều ý nghĩa là hiểu rằng, vào khoảnh khắc chụp một bức ảnh, cô đang chứng kiến một điều gì đó theo cách riêng mà chưa ai từng có.

Một buổi sáng khô lạnh cuối tháng Mười một, Novalee dậy từ trước rạng đông, mặc quần jeans và áo len dài tay, vớ vội áo khoác và máy ảnh, cô ra khỏi xe moóc hết sức khẽ khàng.

Cô định tới rặng núi Rattlesnake (Rắn chuông) cách thị trấn mười dặm về phía đông để quay cảnh bình minh. Rặng núi chạy giữa hai quả đồi mà xơ Husband gọi là núi, Cottonmouth (Miệng bông) và Diamondback (Lưng kim cương), cô đã được nghe kể vì sao chúng lại mang tên đó.

- Vì sao ư, cháu ạ, ta biết một cậu trai đã chết, một cái chết kinh khủng nhất trên ngọn Diamondback. Suốt dọc đường vào thị trấn, người ta nghe thấy tiếng cậu ta la hét. Khi mang chàng trai xuống, trên người cậu ta không còn chỗ nào không có vết răng nanh. Có cả vết răng ở trong mắt. Ta nghe kể lại rằng, đếm được gần năm trăm vết cắn.

Những câu chuyện tương tự khiến Novalee sởn gai ốc và gặp nhiều cơn ác mộng. Khi thời tiết ấm áp, cô không dám nghĩ đến như Rattlesnake, và lại lũ rắn chuông đã đi tránh rét, nên cô không còn phải lo lắng gì nữa.

Sau khi đỗ chiếc Toyota vào ven đường Saw Mill, cô lấy đèn pin rồi trèo qua một hàng rào dây thép gai bao quanh bãi cỏ rộng, nghẹt trong màn sương mù buổi sớm.

Đi được khoảng một phần tư dặm về phía bắc, cô thấy đất bằng nhường chỗ cho đường dốc ngược khoảng ba hoặc ba mét rưỡi xuống một con lạch cạn nước ở đằng sau bãi cỏ.

Novalee dùng cành liễu đo độ sâu con lạch lúc chọn đường lội qua trên các tảng đá phẳng và cây đổ. Chỗ sâu nhất khoảng hơn nửa mét. Cô sắp lội qua thì một thứ đập xuống nước, cách bàn chân cô một chút làm nước bắn tóe lên ống quần. Cô chiếu đèn vào chỗ tiếng động, nhưng là gì thì nó đã biến mất sau những gợn sóng lăn tăn.

Ngay bên kia con lạch, đất đột ngột cao lên. Sương mù mỏng đi lúc cô bắt đầu trèo lên đó. Lá thông sắc nhọn xào xạo dưới chân, tạo thành những âm thanh đột ngột khiến cô dừng lại và ngoái nhìn, mong thấy thứ gì đó phía sau mình.

Khi nghe tiếng gà trống gáy xa xa, cô ngước nhìn thấy bầu trời đang hồng lên từ phương đông, cô tăng tốc, quyết lên đến đỉnh núi trước khi mặt trời mọc.

Cô thích cảm giác chiếc Rollei vẫn nằm trong hộp cọ vào hông khi nó nhún nhảy trên sợi dây đeo qua vai. Có lúc, cô thích tưởng tượng mình là một phóng viên chiến tranh đang trèo lên núi để chụp trận chiến đấu dưới thung lũng bên kia, một cảnh cô nhớ trong bộ phim cũ về thời chiến.

Tuy tiết trời mát mẻ, lúc trèo được nửa đường, cô đã

phải cởi áo khoác và buộc quanh eo. Không chỉ nóng, cô còn mệt đứt hơi, một dấu hiệu chứng tỏ tuy mới mười tám tuổi nhưng cô đã sắp già.

Cô dừng lại lấy hơi, nhưng khi nhận ra không cần đến đèn pin nữa, ánh sáng buổi sớm đã đủ nhìn thấy, cô lại tiếp tục trèo, thầm đua với mặt trời.

Nhìn xuống bãi cỏ bên dưới, cô biết mình không còn phải đi xa nhiều nữa. Bất cứ khi nào nói chuyện về những quả đồi này, xơ Husband đều gọi chúng là núi, còn Novalee trêu chọc gọi chúng là ụ đất mối đùn. Vả lại, cô đã từng sống với những người dân Appalachia trong sân sau nhà mình. Cô biết những ngọn núi thực sự, thứ duy nhất gợi nhớ về Tennessee.

Cô có thể nghe thấy những âm thanh huyền bí phóng ra khỏi con đường đang đi, dưới những lá kim và lá khô... những con côn trùng, chuột đồng, nhái bén... nhưng chúng di chuyển quá nhanh nên cô không thể nhìn thấy. Những âm thanh lớn hơn ở xa hơn - tiếng động vật đang ngọ nguậy qua đám cây và dưới các bụi thấp, có vẻ là sóc và gấu trúc, nhưng cô thích hình dung chúng là những con nai.

Khi len qua hàng cây cuối cùng trước khi đến đỉnh, cô đã trông thấy rõ rặng núi trải dài hơn một dặm giữa hai quả đồi. Lúc đang ngắm nghía đoạn dốc cuối cùng trước mặt, xem đường nào là tốt nhất, mắt cô bắt gặp một chuyển động đang chạy dọc rặng núi, nhưng chỉ là cái bóng mờ. Dù là gì thì nó cũng xuất hiện và biến mất quá nhanh nên cô không dám chắc là gì, nhưng tim cô đập dồn lúc mò mẫm những cái nút trên máy ảnh.

Cô vừa mở nắp ống kính thì lại thấy nó lần nữa, vụt qua khoảng rừng trống giữa một tảng đá trồi lên và đám thông non. Cô nhìn xuống, chỉnh tiêu cự trên máy, nhìn xuống rất nhanh, nhưng đúng lúc vừa nhìn thấy rặng núi trong ống ngắm, thứ đó đã biến mất.

Một con hươu, cô nghĩ, tuy hình dáng chưa hẳn là thế. Có khi là một con sói... hoặc con linh miêu, nhưng từ nơi xa này và trong ánh sáng lờ mờ, cô không thể biết chắc.

Cô phải quyết định, có thể ở lại đây, mạo hiểm để chụp được vài cái ảnh, dù là hươu hay không, hoặc từ bỏ và leo nhanh lên đỉnh núi để chụp cảnh mặt trời mọc sắp tới. Quyết định thật dễ dàng.

Novalee ngắm lướt rặng núi qua ống kính, đặt tiêu cự, tìm góc chụp và đợi. Quan sát và đợi cho đến khi cô lại nhìn thấy nó... vẫn đang chạy. Cô bấm, rồi xoay máy, bấm lần nữa... ngắm nó băng qua mảnh đất không cây cối, rồi thấy một thứ dường như không thể nhìn thấy. Chắc chắn không phải thứ cô nghĩ, Novalee ngước nhìn nó bằng mắt thường, như thể máy ảnh đã bóp méo tầm nhìn. Thế là cô ngước nhìn, nhìn thẳng vào nó vì đó không phải là một con hươu, không phải là sói, không phải là linh miêu, mà là một cậu bé. Một cậu bé trần truồng chạy trên rặng Rattlesnake.

Đúng lúc đó, những tia nắng đầu tiên chiếu lên rặng núi, tạo thành một vòng cung sáng rực, và giữa cảnh đó là một cậu bé trần truồng đang chạy... một cậu bé da nâu, gầy còm tên là Benny Goodluck đang chạy nhanh như gió.

Chương 18

Giáng sinh đầu tiên Novalee nhớ là khi lên năm. Cô và mẹ Nell sống trong một xe moóc cách sông Clinch không xa cùng một người đàn ông tóc đỏ tên là Pike. Cái xe ở trên một vũng lầy, nó hút chặt lấy ba bánh và có con chó cào cào vào xe ngay cả khi trời không mưa. Nhưng sau ba ngày đêm, các thùng thư và hàng rào gần như biến mất.

Vào khoảng nửa đêm trước lễ Giáng sinh, cơn mưa tẩy sạch mọi thứ trần tục tại nhà thờ Sharp, cách đó nửa dặm. Mẹ Nell và Pike đi vắng suốt hai ngày đêm, còn Novalee đang ngủ khi nước dâng cao. Sáng hôm sau, khi em bò ra khỏi giường, cây thông Giáng sinh khẳng khiu và hai vòng hoa nhựa màu đỏ đã bập bềnh trôi xuống phòng trước, tới chỗ em, giống các sinh vật biển đầy gai lênh đênh trong biển cả xa lạ.

Novalee không thể nhớ nhiều về các buổi sáng Giáng sinh khác. Vài năm đầu sau khi mẹ Nell bỏ đi cùng Fred, những năm ở cô nhi viện và trại tế bần, trại Tin Lành, em đã xin ông già Nô-en ở cửa hàng bách hóa mang tặng cái đồng hồ có hình chuột Mickey và chó con, bộ trống cùng mẹ Nell, nhưng chẳng mấy chốc, Novalee phát hiện ra rằng ông già Nô-en không đến Tennessee vào các sáng Giáng sinh và mẹ em cũng thế.

Nhưng Giáng sinh năm nay là Giáng sinh đầu tiên với Americus, sẽ phải khác hẳn. Nó sẽ hoàn hảo như trên các bức ảnh trong tạp chí... những món quà thắt ruy băng bạc, một con gà tây, bánh bí ngô, kẹo, cây tầm gửi... và một cây thông Nô-en đẹp bậc nhất Oklahoma.

Ngày thứ Bảy giữa tháng Chạp, Novalee chở Americus và Forney bằng chiếc xe tải nhẹ đến hồ. Họ đi "tám ngàn mét trên miền đất hoang dã và địa hình không thể cư ngụ" theo lời Forney và ngắm "ba trăm cây xơ xác, trụi ngọn, gốc rậm rạp, lỗi lõm" theo ý Novalee. Song, Americus bắt đầu sổ mũi và Forney phàn nàn về một xương bàn chân bị bầm tím, Novalee đành bỏ dở cuộc tìm kiếm và họ trở về nhà tay trắng.

Ngày thứ Bảy tiếp đó, Americus được tha vì trời rét, nhưng Forney bị lôi dậy từ hơn sáu giờ và họ lại ra đi.

- Có lẽ hôm nay chúng ta nên đi đường khác, - Forney gợi ý.

- Em nghĩ chúng ta sẽ bắt đầu ở phía bắc sông Shiner.

- Không, tôi không muốn thế đâu.

- Chúng ta có thể đi vòng quanh cây cầu.

- Tôi nghĩ chúng ta nên bắt đầu bằng một danh sách. - Forney rút trong túi ra một cuốn sổ nhỏ và cái bút chì. - Một danh sách về các đặc điểm.

- Chúng ta có thể đi tới vịnh Catfish.

- Một ý muốn khó chiều.

- Hoặc đến đường Cemetery, tới xa lộ liên bang.

- Ví dụ như, - Forney nói và mở sổ. - Điểm cao nhất là bao nhiêu? Trên mét hai? Dưới sáu mét?

- Xơ nói đã trông thấy một chỗ trồng thông ở Garners Point.

- Thuộc loài gì? - Forney nhấm đầu bút chì. - *Homolepis? Veitchi? Cephalonica?*

Novalee cho xe chạy chậm lại, rồi lái vào lề đường.

- Nếu anh có cái xẻng, em sẽ…

- Một ý khó chiều, Novalee, - Forney kêu to, chán ngán.

- Ô kìa Forney, - Novalee nói, giọng nhẫn nại, cô giảng giải rất hợp lý. - Khi trông thấy nó, em sẽ nhận ra mà.

Forney rên rỉ, còn Novalee cười toét, và họ ra khỏi xe.

- Trèo lên đi, Forney.

- Novalee ạ, nó là loài cây ký sinh.

- Nhưng đây là một truyền thống.

- Đó là loài cây ký sinh! Em muốn người ta đứng dưới nó và hôn nhau ư?

- Vâng! Mọi người vẫn làm thế với cây tầm gửi mà.

- Tại sao không treo cây sắn dây nhỉ… hoặc kết thảo trùng.

- Gì kia ạ?

- Novalee, cây đó cao tới mười hai mét.

- Không! Có lẽ mười mét thôi.

- Hồi còn nhỏ, tôi còn không biết trèo cây kia.

- Sao vậy, Forney? Anh quá già rồi sao?

Lúc đó, cô đã thắng. Vừa càu nhàu, Forney vừa nhảy lên, túm lấy cành cây trên đầu rồi đu lên bằng một sức mạnh khiến cô sửng sốt.

Cô chưa bao giờ hỏi tuổi anh. Ngay cả đoán cũng không. Nhưng đôi khi đang đọc sách, cô bất ngờ ngước nhìn và thấy anh đang ngắm cô. Và trong giây lát ấy, trước khi anh ngoảnh đi giả vờ không nhìn, trông anh như trẻ con... vừa lúng túng vừa bẽn lẽn. Nhiều lần khác, trong thư viện, khi những âm thanh đột ngột trên gác làm anh ngẩng lên, những nếp nhăn hằn trên trán, một bóng u ám trong mắt, nom anh đột nhiên mệt mỏi và già nua... già hơn cả Novalee nghĩ.

Một cành cây kêu răng rắc và nhiều mảnh vỏ cây rơi như mưa xuống Novalee.

- Forney, cẩn thận đấy!

- Tôi thường có những cơn ác mộng kiểu này. Tôi bị kẹt trên tầng thượng một tòa nhà chọc trời hoặc trên đỉnh núi, hoặc trên một cây sồi cao khoảng mười lăm mét.

- Cây này đang lớn phải không?

Forney trèo được nửa chừng, anh di chuyển thận trọng, vẫn bám chặt vào thân cây.

- Này, - Novalee gọi to, - có một cành khô ngay bên vai trái anh đấy, trông như bị bệnh vậy. Sao anh không bẻ nó xuống.

- Novalee, giải phẫu cây cối không phải là một trong những lựa chọn nghề nghiệp của tôi.

- Vậy là gì ạ?

- Có tài nói tiếng bụng. Làm linh mục.

- Thủ thư nữa.

- Tôi chưa bao giờ muốn làm thủ thư.

- Thật sao?

- Tôi muốn trở thành giáo viên. - Forney bẻ cành khô, rồi nhìn xuống để biết chắc nó không rơi vào người Novalee. - Giáo viên lịch sử. Nhưng tôi chưa bao giờ học xong đại học.

- Tại sao vậy?

- Khi cha tôi qua đời, tôi về nhà. Đúng lúc đó, chị gái tôi… quá ốm yếu, nên tôi ở lại.

- Anh Forney, chị gái anh bị sao vậy?

- Ồ, tôi không biết chắc chắn. Khi tôi ra đời, chị ấy đã hai mươi tuổi, vì thế tôi chỉ là một đứa bé khi chị ấy… chị ấy bắt đầu uống rượu. Khoảng năm tôi lên mười, lần đầu tiên cha tôi gửi chị tới một viện điều dưỡng ở miền đông…

Forney tới gần cây tầm gửi đến mức chỉ vươn tay ra là chạm vào nó.

- Rồi, sau khi tôi nhập trường, cha tôi lại gửi chị ấy đến một viện ở Illinois. Khi đó, tôi đã biết chị ấy nghiện rượu, nhưng trong nhà, chúng tôi không bao giờ dùng từ ấy. Chị tôi có "một tình trạng thiếu tế nhị".

Forney rứt một nắm dây tầm gửi và thả xuống.

- Dù sao chăng nữa, khi cha mất, chị cầu xin tôi đừng bao giờ gửi chị ấy đi lần nữa.

- Forney, chị ấy sẽ … anh có nghĩ là …

- Năm cuối cùng này, - Forney nói lúc giật mạnh chỗ tầm gửi còn lại ở ngọn cây và ném xuống đất.

Họ đỗ lại ăn trưa khi tới cây cầu. Novalee đã chuẩn bị bánh mì kẹp xúc xích và một bình Kool-Aid, nhưng quên mang cốc giấy, vì thế họ uống chung.

- Mong là anh thích mù tạc. Nhà em hết mayonaise rồi.

- Bất cứ thứ gì tăng cường sức khỏe. - Forney xoa xoa bên đầu gối nhức nhối. - Cuộc truy lùng một cái cây hoàn hảo này của em có thể giết tôi mất.

- Chúng ta sẽ tìm ra. Chỉ cần kiên nhẫn thôi.

- Kiên nhẫn ư? - Forney xem đồng hồ. - Em có biết chúng ta đã mất bao lâu rồi không?

- Nhưng vẫn chưa trông thấy nó mà.

- Tôi nghĩ cây vân sam kia trông đẹp đấy. Còn cái cây có …

- Có một vết trụi ở giữa thân phải không?

- Phải, cây tuyết tùng …

- Thấp quá.

- Novalee, cây này thì sao? Cho tôi biết đi.

- Trước kia em chưa bao giờ có một cái cây thật sự.

- Ý em "một cái cây thật sự" là gì vậy?

- Một cây thật. Một cây sống. Không chết, không phải bằng nhựa, không phải bằng bìa cứng.

Forney mỉm cười nhớ lại một hồi ức cũ.

- Hồi tôi học lớp ba hoặc lớp bốn, chúng tôi làm cây Giáng sinh bằng bìa hộp đựng trứng. Những cái cây xấu xí. Tôi khóc vì cha không cho tôi đặt một trong các cây ấy lên mặt lò sưởi.

- Năm em ở cô nhi viện quận McMinn, bọn em làm cây bằng các mắc áo và lá nhôm.

- Thật kì diệu là mọi người không bị sét đánh nhỉ.

Novalee đáp:

- Em sẽ kể với anh cái cây buồn cười nhất từng có. - Cô uống một ngụm Kool-Aid, rồi đưa bình cho Forney. - Năm lên tám, em ở với bà ngoại Burgess, và ...

- Trước đây em chưa bao giờ nhắc đến bà ngoại.

- Ô, bà ấy không phải là bà ngoại thật của em. Em cũng chẳng biết mình có một bà ngoại thực sự không. Dù sao thì, em đến ở với bà ngay sau khi mẹ Nell bỏ đi, em ở với một gia đình trong bãi đỗ xe moóc, có ba đứa con gái trạc tuổi em và Virgie, mẹ chúng. Mẹ Virgie rất tốt với em, vài lần bảo em ở lại ăn tối và có lần còn dẫn em đi xem phim. Vì thế khi mẹ Nell bỏ đi, em sống với họ đến hết năm học.

Nhưng sau đó, mẹ Virgie chuyển đến Memphis, bà đưa em đến sống với bà trẻ của bà là bà Burgess. Bà ấy có một xe moóc nhỏ màu bạc ở rìa thị trấn. Bà nuôi gà và một con bò, hơi giống một nông trại.

Novalee thọc tay vào túi đựng đồ và rút ra một cái bánh mì kẹp khác.

- Em mang cho anh hai chiếc.

- Cảm ơn. - Forney cầm cái bánh kẹp và đưa bình Kool-Aid cho Novalee. - Em sống với bà cụ bao lâu?

- Vài năm. Sống ở đấy không tệ, bà Burgess là một bà già hiền hậu, nhưng bà bị bỏ bùa, nên...

- Bùa mê ư? Em định nói gì vậy?

- Vâng, bà ấy không phải lúc nào cũng biết việc gì đang diễn ra. Ví dụ, bà ấy cởi hết quần áo rồi ra ngoài vắt sữa bò hay thỉnh thoảng, lại ăn thức ăn của gà, đại loại thế.

Forney lắc đầu.

- Mỗi tháng, bà ấy nhận được một tấm séc, nhưng đôi khi cứ như bị bỏ bùa, bà đổi séc ra tiền mặt, rồi đem tiền đi cho... hoặc mua một thứ đồ vớ vẩn. Có lần bà mua một tấm bạt lò xo... hoặc đủ thứ khác thường. Một cái kèn trumpet. Một bộ váy cưới. Rồi sau đó khi tỉnh táo lại, bà ấy ghét chúng, nhưng... Dù sao đi nữa, trong năm đầu tiên sống cùng nhau, bà cháu em cũng đã dự định đủ thứ. Bà sẽ mua cho em chiếc xe đạp, còn em mua biếu bà tấm đệm sưởi. Nhưng vừa nhận được tấm séc tháng Mười hai, bà như bị ma ám và dốc hết tiền mua chiếc xe nâng, một chiếc Clark Clipper cũ kỹ.

Forney như bị câu chuyện của Novalee thôi miên, anh để hẳn cái bánh kẹp xuống đất.

- Đến Giáng sinh, bà cháu em chỉ sống bằng sữa và trứng, rồi giết thịt hai con gà của bà. Thế là chẳng có xe đạp, chẳng có cả đệm sưởi hoặc một cái cây. Bà Burgess hoảng hốt vì đã tiêu hết tiền. Anh có biết bà ấy đã làm gì không?

Forney lắc đầu.

- Bà lấy sơn xanh có sẵn trong kho và vẽ một cây Giáng sinh lên tường phòng khách. Một cây thật to! - Novalee đứng dậy và giơ tay lên trên đầu. - Từ sàn tới trần nhà. Hai bà cháu làm ít đồ trang trí và dán lên cây. - Cô nhún vai. - Đấy là cây Giáng sinh của em.

- Lạy Chúa tôi. Lúc đó em lên tám ư? Một đứa trẻ tám tuổi mong đợi cái xe đạp và…

- Song em được một thứ còn hơn cả xe đạp. - Cô cười. - Bà cho em cái xe nâng.

Novalee lục ba lô.

- Anh muốn ăn bánh quy bơ lạc không?

Theo tính toán của Forney, họ đã đi theo con đường gian truân được tám dặm … leo qua nhiều hàng rào, gặp những người canh gia súc, tới hố chôn rác, men con sông nhánh, và lúc chiều muộn Novalee bất chợt dừng lại.

- Nó kia kìa, Forney, - cô nói, cô chỉ một đám cây hồ đào dở sống dở chết, nhưng ở bên rìa là một cây vân sam xanh tươi, thân thẳng tắp, cành sum suê, đúng là "món quà cho một thiên thần". - Thật hoàn hảo.

Và Forney biết là cô đúng.

Lúc anh đào xong cây vân sam, vác và chất nó lên xe tải, ánh sáng đã nhòa. Khi họ về tới thị trấn và Novalee lái xuống Evergreen, trời đã tối, nhưng đường phố rực rỡ màu sắc.

Henry và Leona đã treo đèn quanh hiên cả hai căn hộ, đèn xanh về phía nhà ông, đèn đỏ phía nhà bà. Sân nhà

Dixie Mullin tắm trong ánh lấp lánh của những cây nến cắm thành hàng ven hè, trông lung linh như bạc. Cảnh Giáng sinh ở hè trước xe moóc nhà Ortiz sáng rực vì ngọn đèn pha mà ông dựng lên trong cây sồi ở rìa phố.

Ở cuối khu nhà còn nhiều đèn hơn nữa, những ngọn đèn xoay tít chiếu ánh xanh, đỏ như đèn ne-on trên phố cạnh xe moóc của xơ Husband.

Miệng Novalee khô khốc và chân cô bắt đầu run. Cô dấn ga và chiếc Toyota vọt qua khu vườn đá ở rìa nhà Dixie, rồi nhảy qua rãnh cạnh hè nhà Ortiz.

- Novalee, - Forney gọi, nhưng cô đã bật cửa và nhào ra, và chạy... nhảy qua vườn hồng rồi loạng choạng va vào cành cây dẻ ngựa... chạy qua những chiếc xe cảnh sát đỗ trên đường, đèn đỏ và xanh tạo thành những tiếng lách cách khi quay, phản chiếu vào mặt Novalee.

Cô bay lên các bậc lúc xơ ào ra cửa, mặt bà hằn nhiều nếp khắc khổ, đau thương.

- Cháu yêu, ta không biết làm thế nào...

- Xơ ơi, chuyện gì...

- Ta vừa quay lại thì đã...

- Nhưng sao mà..

- Nó đi rồi, Novalee.

- Ôi, Chúa ơi...

- Nó đi rồi.

- Không!

- Americus đi mất rồi.

Chương 19

Viên cảnh sát thẩm vấn trước kia đã gặp Novalee. Ông ta trực vào đêm Novalee sinh con, và là người đầu tiên tới Wal-Mart sau khi còi báo động rú.

- Cửa trước không khóa sao? - Ông hỏi.

- Có, nhưng tôi vừa ra nhà kho, - xơ giải thích. - Tôi không đi quá vài phút. Tôi đi lấy hộp đựng đồ trang trí vì Novalee và Forney đi kiếm cây.

- Vậy có ai đó đã mang đứa trẻ đi bằng cửa trước rồi?

- Phải thế thôi. Tôi không trông thấy ai vào cửa sau. Nhà kho cách cửa sau chưa đầy sáu mét.

- Nhưng khi bà quay lại...

- Con bé không còn nữa. - Giọng xơ vỡ ra và bà vồ lấy tay Novalee. - Ôi, cháu ơi.

- Bà có mất gì không? Nữ trang? Tiền?

- Không, tôi không có gì ngoài ít tiền lẻ để mua bánh mì, tôi để ngay trên tấm ván này. - Xơ chỉ một cái lọ đầy đồng xu.

- Bà có để ý hôm nay có gì bất thường không? Có người lạ nào trong vùng không? Một chiếc ô tô mà bà không nhận ra chẳng hạn? Có gì như thế không?

- Không. Tôi nhớ không có gì lạ.

Viên cảnh sát quay sang Novalee, tặng cô nụ cười cứng nhắc.

- Cô Nation, cô hãy tả con gái cô?

- Tôi có nhiều ảnh của cháu.

- Tốt. Nhưng tôi cũng cần một bản miêu tả bằng chữ.

- Vâng, cháu nó nặng chín ki-lô. Mắt màu xanh lục, tóc nâu sáng, mọc... như thế này này. - Novalee chớp chớp mắt nén khóc lúc sờ lên đường chân tóc để minh họa, - thành chỏm tóc hình chữ V ở giữa trán.

- Cháu bao nhiêu tuổi?

- Bảy tháng, - Novalee đáp. - Bảy. - Miệng cô nóng rát vị đắng cay, đau đớn và khô khốc. Cô đã lượn quanh Americus nhiều ngày, cố qua con số bảy đó, rồi mọi sự rủi ro xảy ra chỉ vì một cây Giáng sinh.

Viên cảnh sát ghi mọi điều Novalee khai vào một cuốn sổ nhỏ.

- Theo cô, người nào có thể mang con gái cô đi?

Novalee liếc nhìn, dường như đang cố "nhìn thấy" câu hỏi để đưa nó vào tiêu điểm.

- Người đó có thể căm ghét hoặc ghen tị với cô. Một người có lý do để làm việc đó?

- Không. - Novalee cắn môi. - Không, tôi không nghĩ ra ai.

- Cô Nation, cô có thấy mối liên hệ nào giữa việc này với việc đứa trẻ ra đời tại Wal-Mart không?

- Ý ông là sao?

- Ờ, mọi tin tức tràn ngập ... trên ti-vi, báo chí. Nhiều người biết chuyện này. Tôi tin rằng có người đã viết thư hoặc gọi điện cho cô?

- Có. Họ có làm thế.

- Cô có nghe thấy bất cứ điều gì lạ không? Một lời đe dọa chẳng hạn? Ý tôi là, có một số kẻ điên rồ thực sự.

- Tôi đã nhận được vài bức thư kiểu đó. Người ta viết là mong tôi chết đi. Tôi ... và cả Americus.

Cơn ớn lạnh bất chợt kẹp chặt Novalee, khiến cô yếu ớt và run rẩy. Forney cầm cái khăn choàng lên trên đi-văng và quàng lên vai cô.

- Cô còn giữ bức thư nào không? - Viên cảnh sát hỏi.

- Không, tôi không giữ những bức thư đê tiện ấy làm gì.

- Cô có nhớ một cái tên nào không? Hoặc chữ ký ở những thư đó?

- Họ không ký tên.

- Vậy cô không thể nhớ ra người nào có thể làm cô tổn thương hoặc chỉ vì dọa dẫm mà mang con cô đi sao?

Novalee lắc đầu.

- Còn bố đứa trẻ thì sao?

- Ai kia?

- Bố đứa bé.

Những từ ấy làm cô quay cuồng. "Bố đứa bé". Novalee

sững sờ nhận ra rằng, kể từ ngày Americus ra đời, cô chưa bao giờ, chưa một lần nào nghĩ Willy Jack là "bố đứa bé".

- Cô có gặp anh ta không? - Viên cảnh sát hỏi.

- Không.

- Cô biết anh ta ở đâu không?

- Tôi không biết. Tôi đoán là ở California.

- Cô có biết chúng tôi có thể liên hệ với gia đình anh ta ở đâu không?

- Anh ấy có một người anh họ làm việc ở Bakersfield. Mẹ anh ta sống ở Tellico Plains, Tennessee. Nhưng tôi chỉ biết thế thôi.

- Tên anh ta... tên bố con bé là gì?

- Willy Jack Pickens, - cô đáp, rồi lại run lên bần bật.

Trong lúc cảnh sát tìm kiếm ở bên ngoài, đèn pin của họ chiếu loang loáng mảnh sân, hàng xóm đã kéo vào xe moóc, mang theo bánh mì kẹp và nhiều loại trà. Họ trò chuyện khe khẽ, chấm nhẹ những đôi mắt đỏ hoe khi xiết chặt vai Novalee và vỗ nhẹ vào tay xơ Husband.

Con gái lớn nhà Ortiz mang đến cho Novalee những cánh hoa hồng đã khô trong lễ ban thánh thể của mình, còn hai cô em lặng lẽ khóc lúc ngồi trên lòng Forney. Ông Ortiz cầu nguyện bằng tiếng Tây Ban Nha trong lúc vợ ông vừa lo lắng lần tràng hạt vừa buồn bã lắc đầu ngờ vực. Henry hỏi mọi người về chiếc xe Ford màu xanh mà ông trông thấy sớm hôm nay; Leona đọc một bài thơ về lòng trung thành cắt từ cột báo của Ann Landers[1]. Dixie Mullins nói bà đã có dự cảm về việc này trong cuộc nói chuyện với người chồng quá cố vào tuần trước.

Họ cố dỗ Novalee ăn và động viên cô nghỉ ngơi. Họ đề nghị giúp cô chút tiền và hứa mang thêm nhiều đồ ăn, nhưng họ biết mình không thể cho Novalee thứ cô cần, vì thế, người nọ tiếp người kia lên ra ngoài, đứng ở sân và đợi.

Xơ pha thêm bình cà phê nữa, bình thứ ba trong đêm nay. Novalee đưa tập giấy và cái bút cho Forney.

- Anh lập giùm một danh sách nhé? Em run quá không viết nổi.

- Ừ.

- À, - Novalee nói lúc kéo chặt chiếc khăn len quanh vai. - Có một phụ nữ ở nơi làm việc không ưa em lắm. Bà ta muốn có việc của em. Nhưng em nghĩ bà ấy không thể bắt Americus. Bà ấy sắp nghỉ hưu. Hơn nữa, bà ấy dạy học ở trường Chủ nhật.

- Cháu ạ, ta e rằng các bà già dạy ở trường Chủ nhật nghĩ nhiều điều xấu xa về chúng ta, - xơ Husband gợi ý.

- Cảnh sát đề nghị ghi tên những ai có thể ghen ghét em, - Forney nói.

- Vâng. Tên bà ta là Snooks Lancaster.

Forney ghi tên đó lên tập giấy Novalee đưa.

- Xem nào. Còn một thanh niên tên là Buster Hading đã ăn cắp khuôn làm bánh quế ở hiệu cà phê em làm

---

[1] Ann Landers (1918-2002): Bút danh của Esther Pauline Friedman Lederer, người phụ trách chuyên mục tư vấn của thời báo Chicago Sun-Times.

việc trước kia. Cậu ta nói sẽ trừng phạt vì em báo với ông chủ khiến cậu ta bị đuổi việc. Nhưng đấy là chuyện từ bốn năm trước. Em nghĩ Buster không biết hiện nay em ở đâu.

- Cháu không bao giờ lường được đâu, - xơ nói. - Mọi chuyện được quảng cáo rùm beng, cậu ta có thể nhìn thấy cháu trên ti-vi.

- Em có nghĩ ra người nào nữa trong thị trấn đã gặp em từ lúc đến đây không? - Forney cụp mắt xuống, giả vờ săm soi hai cái tên trong danh sách. - Như anh chàng em đi chơi cùng chẳng hạn.

- Troy Moffatt ư? Em không đi chơi cùng anh ta nữa.

- Thỉnh thoảng cậu ta vẫn gọi điện cho cháu, - xơ nói. - Không nhắn lại tên, nhưng ta nhận ra giọng cậu ta.

- Cậu ấy có gây bất lợi gì cho em không, Novalee?

- Ờ, có thể, nhưng...

- Có lẽ tốt hơn hết là tôi sẽ ghi tên cậu ta vào danh sách này.

- Vâng, nhưng em không hiểu anh ta bắt Americus đi vì lý do gì. Nói thật, em không biết vì sao có người lại làm thế.

Khi chiếc Gremlin đỗ vào đường dẫn vào nhà xơ, cảnh sát đang túm tụm gần phố, ngờ vực nhìn Lexie cho đến khi một người trong số đó nhận ra cô lúc xuống xe.

Lexie chạy bừa qua sân lên hiên, rồi dừng lại giây lát ở cửa. Hít một hơi thật sâu, cố xua tan sự lo âu trên mặt, rồi cô bước tới và vòng tay ôm Novalee, không giấu được nỗi sợ trong giọng nói.

- Cậu đã có tin gì chưa?

Novalee lắc đầu.

- Không một lời nào.

- Cháu bé đi bao lâu rồi?

- Đủ lâu để sợ hãi. Đủ lâu để phát ốm. Hoặc đau đớn.

- Cậu có biết...

- Em không biết gì hết, Lexie. Em không biết nó ở đâu hoặc đi cùng ai. Em không biết nó có bị lạnh, bị đói không.

- Mình đánh cược là cháu bé ổn mà, bạn yêu quý. - Lexie uốn môi cố nặn một nụ cười mà cảm thấy như sắt uốn trên miệng, nhưng đó là thứ tốt nhất cô có thể làm. - Mình cược dù đó là ai cũng sẽ trông nom con bé chu đáo.

- Chị tin thế ư?

- Ừ, vì người đàn bà mang con bé đi...

- Một người đàn bà sao? Chị nghĩ là một người đàn bà đưa Americus đi sao?

- Mình đoán cảnh sát cũng nghĩ như thế. Họ yêu cầu mọi người trong bệnh viện kiểm tra tỉ mỉ các hồ sơ bệnh án.

- Để làm gì ạ?

- Họ đang lấy lời khai của các bác sĩ phụ sản. Xem hồ sơ của các phụ nữ sảy thai hoặc thai chết lưu.

- Nhưng có nhiều người sảy thai mà không đến bệnh viện. Mà dẫu có đến, ắt là phải...

- Người ta sẽ tìm ra người đàn bà đó, Novalee ạ. Mình biết họ sẽ tìm ra được mà.

Ngay sau khi cảnh sát rời đi, xơ Husband gọi điện cho ông Sprock, nhưng cả tháng nay ông đi chơi bi-a đến tận mười giờ rưỡi. Khi bà liên hệ được, ông đến ngay lập tức.

Khi tới nơi, ông hôn mọi người, kể cả Forney, mắt ông đỏ hoe mỗi lần có người nhắc đến tên Americus. Ông cầm khăn mùi xoa, để gần miệng và chỉ nói thì thầm.

Ông làm mọi việc ở bất cứ chỗ nào thấy cần - đổ rác, ủ cà phê, lau dọn các vụn bánh hay vết cà phê. Khi Forney nói cần cuốn lịch, ông Sprock lấy một cuốn trên tường và trải trên bàn bếp, trước mặt họ.

- Chúng ta xem nào, - xơ nói. - Tôi đã phát một giỏ Welcome Wagon vào sáng hôm thứ Hai, trước khi Novalee đi làm. Rồi tôi đến IGA phát bánh phó mát vào hôm thứ Tư.

- Những ngày khác trong tuần, xơ ở nhà? - Forney hỏi.

- Tôi đến họp ở AA vào tối thứ Năm.

- Có người nào có thể ghét bà không?

- Ở AA ư?

- Một người muốn làm bà tổn thương vì lý do nào đó chẳng hạn?

- Không, Forney ạ. Chúng tôi là người nghiện rượu. Nói chung, chúng tôi chỉ tự làm tổn thương mình thôi.

Forney ngẫm nghĩ một lát, rồi gật đầu.

- Chúng ta cùng soát lại cả tuần và cố nghĩ ra ai có thể đến đây, đến xe moóc này.

- Phải đấy. Chiều thứ Hai, cậu Douglas cùng công ty gas đến kiểm tra bếp.

- Cậu ta có đáng nghi không?

- Ồ không. Tôi biết cậu ta cả đời rồi. Cậu ta đi học với ông nội. Họ là những người tử tế.

- Những người tử tế. - ông Sprock lẩm bẩm.

- Tôi ở nhà hôm thứ Ba với các con - Lexie nói.

- Đúng vậy, còn Dixie Mullins mang đến một ít bánh mì chua ngay khi cháu vừa đi.

- Xơ ơi, vậy còn những người bán hàng rong hay đại loại thì sao?

- Không, tôi có gặp vài học sinh bán bánh quy hoặc kẹo nhưng không phải sau lúc đó. Các đạo hữu cũng có ghé qua, nhưng đó là vào tuần trước hoặc trước nữa, tôi cũng không nhớ rõ.

- Còn ai khác không ạ?

- Ờ, ông Sprock có đến đây vào tối hôm thứ Ba trong khi Novalee cùng Americus đến nhà Lexie ăn tối.

Ông Sprock mỉm cười buồn bã và vuốt bàn tay xơ.

- Tối thứ Ba, - ông thì thầm.

- Tôi e rằng chỉ thế thôi, Forney. Tôi nghĩ không có ai quá nguy hiểm.

- Bà nói đúng. - Forney nghiêng người và lùa bàn tay vào tóc. - Tôi chỉ mong các vị nhớ ra một người nào đó … một người xa lạ … một cuộc điện thoại …

- Forney! - Xơ kêu lên, rồi đập tay xuống bàn. - Là người đàn bà ấy!

Forney bật dậy, cái ghế nghiêng đi và đổ kềnh xuống sàn.

- Người đàn bà nào?

- Tôi biết mà, - Lexie kêu to. - Tôi biết là đàn bà mà.

Novalee từ buồng tắm chạy ra, mắt mở to và trông rất xanh xao.

- Có chuyện gì thế? - Cô kêu lên.

- Một người đàn bà vào gọi nhờ điện thoại.

- Khi nào?

- Hôm qua. Không, hôm kia. Bà ta nói xe bị hỏng và cần gọi điện cho chồng.

- Xơ có thể tả bà ta không?

- Bà ta cao tầm như tôi, hơi thô một chút. Nhưng tôi không thể nói chính xác trông bà ta như thế nào. Bà ta quàng khăn, đeo kính đen và nói vừa mổ đục thủy tinh thể.

- Bà ấy có ở quanh đây không?

- Trước đây xơ có trông thấy bà ta lần nào không?

- Tôi… tôi không biết. Có gì đó trông quen quen, nhưng tôi không thể nói là gì. Bà ta chỉ dùng điện thoại rồi đi ngay.

- Xơ có trông thấy xe của bà ta không? Có thấy bà ta đỗ xe ở đâu không?

- Không. Bà ấy vừa đi thì Americus thức giấc và tôi vào bế nó ra khỏi giường.

Ông Sprock lại chấm chấm mắt khi nghe xơ nói "Americus".

- Ồ, Forney. Tôi đã sai khi cho bà ta vào đây chăng?

- Không, xơ ạ. Làm sao xơ biết được?

- Mình không thể biết được, - ông Sprock thì thầm.

- Hơn nữa, chúng ta không biết liệu bà ta có dính dáng gì đến chuyện này không, - Forney nói.

- Bà ta đấy, - xơ nói. - Tôi chỉ nghĩ là bà ta thôi.

Sau khi cảnh sát đến rồi đi lần thứ hai, Novalee vào phòng vệ sinh, nôn lần nữa. Viên cảnh sát giải thích rằng nếu không có miêu tả về chiếc ô tô hoặc miêu tả chi tiết hơn về người đàn bà đó, họ sẽ không thể tiến xa hơn trước.

Khi Novalee lê bước vào bếp, xơ pha cho cô chén trà thảo dược rồi một mực bắt cô nằm nghỉ một lát. Nhưng Novalee cảm thấy nằm im trên giường còn tệ hơn, tim cô đập dồn, chân vặn vẹo và đầu như bị kẹp chặt.

Lúc bò ra khỏi giường, cô nghe thấy Forney, xơ Husband và Lexie cố giữ yên lặng ở phòng bên cạnh.

Novalee mở ngăn tủ trên cùng, nơi cô cất quần áo của Americus, hàng chồng áo choàng, áo lót, bít tất cuộn lại thành từng đôi. Cô nhấc chiếc áo choàng trắng in hình những chú hề và áp lên mặt.

Cô không ngừng nghĩ đến những miêu tả về Americus với cảnh sát - cân nặng, màu mắt, màu tóc. Nhưng cảnh sát không biết đến những tiếng kêu ầm ĩ của nó khi đói bụng. Hoặc cách nó nhắm tít mắt khi cười. Ông ta không biết cái nốt ruồi trên đầu gối hoặc vết rách tí xíu trên ngón tay cái của bé vì bị con mèo Patches của Henry cào.

Novalee gấp lại cái áo choàng và xếp vào ngăn, rồi xếp tã lót sạch trên dây phơi vào giỏ và đặt lên nóc tủ. Cô tự hỏi Americus đã thay tã chưa, đã tu bình sữa tối chưa...

Novalee kéo mành cửa sổ bên trên giường đứa trẻ xuống, vuốt phẳng tấm chăn màu xanh lơ và đập nhẹ gối, rồi cô nhìn thấy cuốn Kinh Thánh. Một cuốn Kinh Thánh nhỏ, bìa màu xám bạc, mép bọc sa tanh.

Cô lao bổ vào phòng khách.

- Xơ ơi! Đây không phải cuốn Kinh Thánh của xơ. Nó không thể là của xơ, nhưng cháu...

- Không, không phải!

- Cháu tìm thấy trên giường con bé.

- Ta không hề có cuốn Kinh Thánh có bìa như thế này.

- Thế thì ai để ở đó? Hay là...

- Là của bà ta! Novalee, của bà ta đấy!

- Của ai ạ?

- Người đàn bà đã vào gọi nhờ điện thoại! Ta biết bà ta là ai rồi!

- Xơ...

- Bà ta đã đến đây. Bà ta và một người đàn ông, ngay sau khi cháu ra viện. Bà ta nói từ Mississippi, mang lời của Chúa đến cho cháu. Họ cũng muốn gặp Americus, nhưng ta đã đuổi họ đi. Họ có những cuốn Kinh Thánh bìa màu bạc. Đúng thế rồi!

Chương 20

Quá ba giờ sáng một chút, Novalee vào bếp, xếp các tách cà phê vào bồn rửa, rồi chộp chìa khóa chiếc Toyota trên móc cạnh cửa.

Cô lại gọi đến đồn cảnh sát, cuộc điện thoại thứ ba trong vòng một giờ. Cuộc đầu tiên, cô được biết họ vẫn đợi trả lời từ phía Midnight, Mississippi. Cuộc gọi thứ hai, cô được biết một người đàn ông và một người đàn bà lái chiếc Ford mang biển số Mississippi đã ở lại hai ngày tại khách sạn Wayside Inn ở phía tây thị trấn. Đến cuộc thứ ba, cuộc cuối cùng, một cảnh sát bảo rằng cặp Mississippi kia đã trả phòng khách sạn từ một ngày trước.

Forney ngồi sụp trong chiếc ghế bành lưng thẳng, bị đánh thức khỏi giấc ngủ lơ mơ khi Novalee vào phòng khách.

- Novalee, chuyện gì...

- Em không thể ngồi đây được, Forney. Em không thể ngồi đây mà đợi được.

- Em muốn làm gì vậy?

- Em không biết! Lái xe đi loanh quanh. Hỏi một vài câu. Làm gì đó!

- Thôi được. Chúng ta đi nào.

Ông Sprock gập người trên ghế dựa, đắp tấm chăn, khẽ lẩm bẩm trong giấc ngủ, một từ nghe tựa tựa "mặt trời lặn". Xơ Husband rúc vào một góc đi-văng, ngần ngại khi Novalee chạm vào vai bà, rồi bà phẩy tay trong không khí như muốn xua tan giấc ngủ.

- Cháu đấy à. Ta dậy đây.

- Xơ à, cháu và Forney sắp ra ngoài nhìn ngó quanh quất một chút. Có lẽ sẽ ghé vào đồn cảnh sát nữa.

- Lexie đâu?

- Cháu bảo chị ấy về rồi. Để chị ấy phải trả tiền cho người giữ trẻ cả đêm thật vô lý. - Novalee kéo phẳng váy cho xơ. - Xơ không sao trong lúc bọn cháu đi chứ?

- Ta sẽ ổn thôi, - xơ nói lúc vỗ nhẹ bàn tay Novalee. - Ông Sprock sẽ ở đây với ta. Chúng ta sẽ chờ điện thoại. Cháu cứ gọi nếu cần chúng ta nhé?

Novalee gật đầu, hôn lên má xơ rồi ra cửa.

Khí đêm lạnh lẽo, Novalee vẫn quàng khăn len, cô kéo khăn kín cổ lúc vào xe.

- Em muốn bắt đầu từ đâu? - Forney nói lúc lùi chiếc Toyota ra đường.

- Chúng ta hãy đến khách sạn đó đi.

- Wayside ư?

- Em biết cảnh sát đã đến đó rồi, nhưng em muốn nhìn tận mắt.

Toyota là chiếc xe duy nhất trên đường phố, cho đến khi Forney rẽ vào Commerce họ mới nhìn thấy xe nữa, một chiếc taxi đơn độc trong thị trấn. Đó là một chiếc Dodge Charger và lái xe là một phụ nữ Comanche[1] tên là Martha Watchtaker, cô ta lái chiếc xe đó từ năm 1974. Forney vẫy khi họ đi qua, nhưng Novalee quay lại nhìn chăm chú, tự hỏi liệu có đứa trẻ bảy tháng giấu trong xe đó không?

Qua vài khu nhà nữa, Forney trông thấy một chiếc xe cảnh sát đỗ trước quán phục vụ 24h, anh rẽ vào và đỗ bên cạnh. Họ nhìn thấy viên cảnh sát bên quầy, đang hút thuốc lá và uống cà phê.

- Em muốn đợi ở ngoài không? - Forney hỏi. - Tôi sẽ nói chuyện với anh ta.

- Em cũng đi.

Viên cảnh sát trạc gần năm mươi, to con, mỉm cười khi hai người bước vào.

- Chào Forney, anh làm gì ở đây vào lúc sớm sủa này?

Forney quay lại, ra hiệu cho Novalee đến bên cạnh.

- Gene, đây là Novalee Nation, mẹ của đứa trẻ… ờ… đang mất tích.

- Thưa cô, - Gene cúi đầu. - Tôi rất tiếc vì chuyện rắc rối của cô.

Novalee gật đầu.

- Anh có thể cho chúng tôi biết thêm tin gì không, Gene? - Forney hỏi. - Có tin gì mới không?

---

[1] Một bộ tộc thổ dân Mỹ, ngày nay sống chủ yếu ở bang Oklahoma.

- Tôi không thể, Forney. Tôi vừa ở đồn ra. Họ vẫn liên hệ với đường dây nóng ở Mississippi, song chưa có tin gì.

- Vâng, tôi chỉ hỏi vậy thôi.

Người bán hàng là một thanh niên mặt mũi non choẹt, đeo một chiếc hoa tai ngọc lam nặng, nhoài qua quầy và mỉm cười.

- Các vị muốn uống cà phê không ạ? Tôi vừa pha xong một bình ở trong nhà.

Novalee lắc đầu, nhưng Forney muốn uống một tách.

Trong lúc cậu trai rót cà phê, Novalee tiến đến bên quầy và hỏi:

- Xin hỏi, có người nào tới đây mua đồ cho trẻ con không? Những thứ như bỉm, bình sữa ... có khi là cái đầu vú giả hay vòng ngậm mọc răng? Những thứ đại loại thế.

- Không người nào là tôi không nhận ra, - cậu ta đáp. - Tôi biết mọi phụ nữ có con nhỏ ở vùng này, và đêm nay họ là những người duy nhất đến mua những thứ đó.

- Cô à, - viên cảnh sát nói. - Chúng tôi đã kiểm tra từ khi có cuộc điện thoại từ ban tối. Mọi cửa hàng trong thị trấn. Kể cả các nhân viên đã hết ca và về nhà. Chúng tôi cũng kiểm tra các cửa hàng dược phẩm nữa. Cả Wal-Mart. Nhưng tôi không trách cô làm việc này. Tôi cũng sẽ làm như thế nếu là cô.

Novalee gật đầu rồi đi ra cửa.

- Forney à, Mary Elizabeth có ổn không? - Viên cảnh sát hỏi.

- Chị ấy vẫn thế, Gene ạ.

- Cho tôi gửi lời hỏi thăm nhé.

- Tôi sẽ chuyển.

- Còn cô? Chúng tôi sẽ cho cô biết ngay khi có tin mới.

- Cảm ơn ông.

Khi Novalee trèo lên xe, cô run rẩy.

- Em có muốn vào nhà đợi cho đến khi lò sưởi ấm lên không?

- Không. Em không sao.

Forney rẽ về hướng tây, và một dặm sau, khi chạy qua Wal-Mart, Novalee vươn cổ nhìn chằm chằm.

- Em nhìn thấy gì không?

- Có chiếc ô tô ở đằng kia kìa.

Forney rẽ vào và lái thẳng tới chỗ chiếc xe trong góc tối tăm của bãi đỗ. Anh chạy chậm chậm đến gần, một chiếc Ford màu xanh lơ, đuôi xe quay vào tường chắn.

Đèn của chiếc Toyota quét qua kính chắn gió và đỗ lại ngay đằng trước chiếc xe Ford.

- Novalee, em ở lại đây nhé. Được không?

- Được ạ. - Giọng cô đau đớn và yếu ớt.

Forney xuống xe rồi đi vòng quanh chiếc Ford. Anh ra phía sau xe, chúi đầu xuống và mất hút. Novalee mở cửa xe và dợm bước ra. Bỗng nhiên, Forney xuất hiện, tiến về phía thành xe Ford, ép mặt vào cửa kính và ngó vào bên trong.

Một lúc lâu sau, Forney lùi lại rồi vội vã trở vào xe.

- Biển số Oklahoma, - anh nói. - Xe trống rỗng. Bên trong không có gì ngoài mấy cái hộp.

Novalee buột ra một thứ âm thanh nghe như không khí đã bị rút hết ra khỏi người cô.

- Đằng sau xe phẳng và trống trơn, không có lốp dự trữ. Chắc vì thế mà người ta để xe lại đây.

Lúc Forney nổ máy và lái chiếc Toyota trở ra đường phố, Novalee sụp xuống như bị đánh và để mặc đầu mình ngật ra sau lưng ghế.

Đến gần thị trấn hơn, họ chạy qua nhà thờ Risen Life, nơi bày trí cảnh Chúa Giê-su như người thật với nhiều ngọn đèn pha chiếu sáng rực. Bên kia nhà thờ là câu lạc bộ Kiwanis, dựng nhiều cây Giáng sinh. Novalee không thể tin chỉ vài giờ trước, cô và Forney đã ra ngoài tìm một cái cây. Với cô, kể từ khi đó hình như đã nhiều ngày, nhiều tuần... cả một cuộc đời đã trôi qua.

Ít phút sau, Forney rẽ vào phố Main vắng lặng nhưng sáng rực vì những ngọn đèn Giáng sinh. Các cột đèn biến thành những cây kẹo, những đoàn tàu bằng nhựa tô điểm trên nhiều vòng hoa màu đỏ trải dài qua các giao lộ.

- Tối hôm kia em đã đưa Americus tới đây xem tàu hỏa, Forney.

- Chắc con bé thích lắm.

- Anh có tin không, nhưng khi nó chỉ vào đầu máy và kêu như tiếng còi tàu "tu tu".

Forney liếc nhìn Novalee và chắc lưỡi, trêu chọc.

- Em không nói dối đâu! - Novalee kêu lên. - Em thề đấy.

- Novalee...

- Nó làm thế thật mà. Như thế này này. - Novalee hít một hơi thật sâu và phùng má. Nhưng thay cho tiếng còi tàu, một tiếng rền rĩ thương tiếc tràn ra.

Forney nhấn phanh, đỗ chiếc Toyota lại giữa phố, rồi vươn tay tới Novalee.

- Em sợ lắm, - Novalee nói, giọng cô vỡ vụn, tả tơi vì những tiếng nức nở dữ dội khiến cả người cô run bần bật.

Cô vòng tay ôm lấy vai Forney, ép mặt vào cổ anh. Một tay anh nâng đầu cô, tay kia vòng quanh lưng cô… họ ôm nhau và cùng khóc.

Tấm biển báo còn phòng rực sáng ở Wayside Inn, một tòa nhà hai tầng trong khu đất công. Họ lượn quanh bãi xe ba lần, nhưng không hề thấy chiếc xe Ford từ Mississippi mà chỉ thấy chiếc Mazda mang biển số Georgia.

Cuối cùng, khi họ đỗ xe rồi vào trong, người trực đêm là một ông già đang ngủ trên đi văng trong hành lang cũng không giúp được họ tí tẹo nào. Mãi mười giờ ông ta mới tới đây, nhiều giờ sau khi cặp Mississippi kia đã trả phòng.

- Ông không thể cho chúng tôi biết trông họ ra sao ư? - Novalee gặng hỏi.

- Tôi chưa bao giờ nhìn thấy họ. Tôi nghỉ hơn một tuần vì bị cúm. Tối nay là tối đầu tiên tôi trở lại làm việc.

- Còn xe của họ thì sao ạ? Có người đã trông thấy nó, người ta bảo nó ở đây mà.

- Muốn chắc chắn phải hỏi Norvell. Anh ta làm ca của tôi trong thời gian tôi nghỉ ốm mà.

- Anh ta ở đâu vậy?

- Tôi nghĩ là gần Sallisaw, nhưng...

- Norvell là họ của anh ấy sao?

- Không thể nói chắc được. Anh ta mới ở đây vài tuần.

- Nhưng phải có cách để chúng tôi...

- Này cô gái, chắc chắn là tôi muốn giúp cô, nhưng tôi chỉ không biết làm cách nào thôi. Tôi cũng khai với cảnh sát như thế. Người ta bảo tôi họ đã đi và tìm ra Norvell. Có lẽ anh ta có chuyện để nói.

Forney nắm cánh tay Novalee và dẫn cô ra ngoài.

- Sao chúng ta không tới đồn cảnh sát? Xem Norvell nói gì chứ.

- Vâng, ý hay đấy, - cô đáp, nhưng không nhiệt tình.

Khi Forney rẽ trở lại phố Main, họ nghe thấy tiếng còi hú xa xa, rồi to dần khi đèn tín hiệu lao rất nhanh từ phía sau họ. Forney chạy xe chậm lại và tạt vào lề bên phải cho đến khi xe cảnh sát vọt qua. Rồi đến giao lộ Main và Roosevelt, xe tuần cảnh thứ hai vụt qua.

- Chuyện gì thế nhỉ? - Forney hỏi. - Có lẽ là tai nạn trên xa lộ liên bang.

Khi chiếc xe cảnh sát thứ ba vụt qua, Forney nhấn ga và bám theo.

- Forney?

- Tôi không biết, Novalee à. Tôi không biết. Nhưng chúng ta sẽ tìm ra thôi.

Khi họ lên tới đỉnh đồi ngay phía tây Wal-Mart, họ nhìn thấy những ngọn đèn tín hiệu từ ba xe cảnh sát đỗ trên bãi cỏ và trên đường dẫn vào nhà thờ Risen Life.

Forney lượn xe vào và dừng phắt chiếc Toyota.

- Novalee à, tôi không biết có gì dính dáng tới Americus không, nhưng...

- Nhìn kìa! Nhìn kìa! Anh Forney!

Lúc đó, Novalee vọt ra khỏi xe và chạy thẳng tới nhà thờ, chạy tới cảnh Chúa Giáng sinh, nơi cả ba cảnh sát cùng lao tới, họ chạy qua những con lạc đà, con dê bằng nhựa, phóng vụt giữa những con lừa và cừu, đẩy các thiên thần ra sau, gạt Joseph và Mary sang một bên... tranh đường vào giữa chuồng ngựa, cúi xuống thùng thức ăn, quỳ cạnh cái máng, trên cái giường bằng rơm, một nắm tay bé xíu khua loạn xạ trong không khí.

Chạy qua nửa bãi cỏ, một đầu gối Novalee ngã quỵ, cô cố đứng dậy rồi thở hổn hển, chạy tiếp... len qua các cảnh sát... và nhìn trừng trừng xuống đứa con đang khóc trong máng ăn.

"Xe tuần cảnh trông thấy biển xe Mississippi. Đã chặn họ lại ở quận Adair, trên đường Arkansas".

Americus toàn thân run rẩy vì rét và sợ hãi, nó khóc một mình, không nước mắt. Tuy hơi thở của bé như muốn nuốt lấy không khí, nhưng vẫn thổn thức gần như không ra tiếng.

"Họ thú nhận đã mang đứa trẻ đi. Nói rằng họ để đứa trẻ ở đây, ngay trên máng ăn này".

Novalee nâng Americus trong vòng tay và ép bé vào ngực mình, một trái tim đập thình thịch sát cạnh một trái tim khác.

"Nói rằng Chúa phán bảo họ làm thế. Bảo họ mang con bé tới nhà thờ... ".

Americus được sưởi ấm, cuộn tròn trong sự quen thuộc, tìm thấy sự an ủi khi nhận ra mùi, giọng nói thân thiết, tiếng nấc cụt và hơi thở khụt khịt... một sự an toàn đầy thử thách.

"nói rằng Chúa bảo họ mang bé đến nhà thờ và rửa tội cho nó. Và họ đã làm thế. Họ rửa tội cho đứa trẻ này!"

Forney bước tránh Đức mẹ Đồng trinh Mary, vòng qua một thiên thần đổ, rồi rẽ đường vào chuồng ngựa và đến bên Novalee. Anh cố nói nhưng không thể tìm ra lời; thay vào đó, anh cúi hôn Americus, đẫy mùi rơm, nước mắt và những đôi môi... và bé lại được hưởng hạnh phúc một lần nữa.

Khi chiếc Greyhound rẽ vào đồn, Willy Jack là người đầu tiên bước xuống. Gã giật cái va-li và cây đàn Martin của Finny, rồi vẫy một chiếc ta-xi. Túi gã đầy tiền của Claire, đủ "đạn" để sống một thời gian.

Khi đó, Willy Jack chưa nhận thức được là rốt cuộc Claire Hudson đã gửi Finny của bà tới Nashville, nơi bà biết là chỗ dành cho cậu.

Người lái xe taxi đưa Willy Jack tới khách sạn Plantation, gã chọn một ả điếm mặc bộ đồ bằng tơ nhân tạo màu xanh lơ và dẫn về phòng mình.

Ba ngày đêm liền, cậu dùng vô số Wild Turkey và những ả đàn bà mềm mịn như len để quên nhà tù.

Đến sáng ngày thứ tư, Willy Jack lẻn ra bằng lối dành cho nhân viên phục vụ của Plantation, bỏ lại một ả điếm đang ngủ say và hóa đơn khách sạn hơn ba trăm đô-la, nhưng không thể bỏ lại cơn đau đầu, đau rút ruột rút gan và căn bệnh lậu mà trong khoảng một tuần nữa, gã mới biết.

Vài giờ sau, khi nhận phòng khách sạn Budget Inn, gã quyết định đưa sự nghiệp của mình cất cánh. Gã mở chai Turkey thứ năm, lên dây cây đàn Martin, rồi lướt qua vài bài dự định sẽ chơi trong các buổi thử giọng, tập trung vào bài *Nhịp đập của con tim* mà gã viết trong tù.

Gã đã xem kỹ các băng video mà Claire cho, những màn biểu diễn của Waylon Jennings và Willie Nelson, các chương trình Grand Ole Opry[1] với Chet Atkins và Roy Clark, những đoạn clip của Johny Cash và George Strait. Sau khi được Claire mua cho chiếc Walkman, Willy Jack nghe băng ngay cả khi đi ngủ.

Gã đã dành nhiều giờ đứng trước tấm gương dài bằng thân người trong văn phòng của Claire, tập các tư thế, động tác và cách cúi chào. Gã tự học cách mơn trớn cây ghi-ta và âu yếm micro, nghiên cứu khi nào thì nghiêng đầu để những lọn tóc quăn đen, dày dặn đổ xuống che mắt.

Gần hết một năm ở tù, Willy Jack đã có vóc dáng sân khấu của một ca sĩ chuyên nghiệp. Gã đoạt giải trong hai cuộc thi tài năng và đã biểu diễn theo yêu cầu trong chương trình an ninh tối đa mới. Vài lần, gã còn được ra ngoài biểu diễn nhờ có Claire bảo lãnh. Gã hát quốc ca tại trận chung kết bóng đá bang ở Roswell và tại cuộc đua tài của những người chăn bò ở Socorro, hát *Amazing Grace* tại tang lễ đức cha của trại giam ở Moritarty và chơi đàn tại buổi hòa nhạc Punta de Ague. Một lần, gã còn được chơi đàn tại hội nghị cải cách nhà tù ở Santa Fe do thống đốc chủ trì.

---

[1] Chương trình biểu diễn nhạc đồng quê lớn nhất và lâu đời nhất nước Mỹ.

Khi đặt chân đến Nashville, Willy Jack đã sẵn sàng cho những việc lớn hơn.

Trước hết, gã đến các công ty ca nhạc hàng đầu - Monterey Artist, William Morris, Buddy Lee Attractions - những tòa nhà phô trương trên đại lộ Sáu và Bảy, nơi người ta treo đầy hành lang những đĩa hát vàng và giải Grammy, những chân dung đóng khung của Hank Williams, Bob Wills và Patsy Cline… những phòng làm việc có đi-văng bằng da thật và những tấm thảm dày lút bàn chân, những ngôi nhà của các ngôi sao đương đại. Tại Monterey, Willy Jack tin rằng khi gã bước vào thì Brenda Lee đi ra.

Nhưng hình như bước vào những nơi đó là phần việc dễ dàng nhất. Willy Jack chưa bao giờ qua được các nhân viên lễ tân, những người phụ nữ trạc ba mươi tuổi vận trang phục đen cắt may tuyệt khéo, mời cậu để lại danh thiếp, ảnh, băng… rồi chỉ mỉm cười và nói rất tiếc, nhưng sếp của họ đang bận họp, đã ra khỏi thành phố, đến những buổi thử giọng, đang ghi âm, đi nghỉ vắng…

Willy Jack giờ đủ mánh khóe có thể nghĩ ra, nào sếp là anh họ, là bác, là anh rể của gã. Gã đến để trao một bức thư riêng, chuyển hợp đồng, nhắn những cuộc điện thoại. Nhưng gã không được gì ngoài một nụ cười và lời chúc một ngày tốt lành. Có lần, khi gã quyết xông vào, liền bị một vệ sĩ - là người hát đệm trong một đĩa của Roy Acuff hai mươi nhăm năm trước - tống ra tận hè.

Sau hai ngày và thêm hai chai rượu ngũ cốc, Willy Jack thử đến các công ty thu âm, nhưng tiếp cận theo cách khác. Gã đến RCA[1] với thư giới thiệu của Dolly Parton[2] và được Roy Orbison[3] gửi tới Warner Brothers. Người đứng đầu công nghệ thu âm MCA đang đợi cậu chuyển một băng thử giọng và giám đốc sản xuất của Arista muốn có một bài hát của cậu cho album mới của Kenny Rogers. Nhưng những lời bịa đặt của Willy Jack chẳng bao giờ thành công. Gã không thể vào gặp người quản lý.

Willy Jack mất nhiều đêm lang thang ở hành lang Fame Bar và Douglas Corner, thất vọng ở Music Square. Một đêm kia, gã được nhận hát ở quán cà phê Bluebird, nhưng lúc đến, gã đã quá say không thể so được dây cây đàn Martin nữa.

Sau mười ngày ở Nashville, gã lủi khỏi bốn khách sạn và trốn trong một quán trọ ở Lafayette. Gã bỏ Wild Turkey để uống Mad Dog Twenty-Twenty, thay món thăn bò non nướng bằng xúc xích Đức bao bột ngô và thịt rán. Gã không còn tiền để chơi điếm, dù là loại rẻ tiền, vì thế gã đành "giải quyết" với những người đàn bà rã rời, đổi thân xác lấy một chai bia và điếu thuốc hoặc một chỗ ngủ miễn phí. Gã gọi cho Claire Hudson hai lần xin tiền, nhưng không gặp được bà.

Lúc gã vào tòa nhà Boston cũ kỹ ở Jefferson, Willy Jack chỉ còn một điếu thuốc trong áo sơ-mi, hai đô-la và ít xu lẻ trong túi quần. Cậu đói, bẩn thỉu và mệt nhọc.

Tòa nhà gạch sáu tầng có một tấm bạt mòn xơ che bên

---

[1] Đại học Nghệ thuật Hoàng gia.
[2] Dolly Parton (sinh năm 1946): Nữ ca sĩ nhạc đồng quê nổi tiếng của Mỹ.
[3] Roy Orbison (1936-1988): Ca sĩ dòng nhạc rock nổi tiếng của Mỹ.

trên cửa trước, có mùi cà phê mốc và những cuốn sách cũ. Tấm biển (Không sử dụng) gắn ở thang máy đã ngả vàng vì năm tháng.

Quảng cáo vẻn vẹn hai dòng trên báo không mấy hứa hẹn - "đăng kí thử giọng ở các câu lạc bộ địa phương" - nhưng đó chính là lời mời chào hay ho nhất mà Willy Jack nhìn thấy. Gã trèo lên tầng bốn và tìm thấy Công ty Ruth Meyers ở cuối hành lang, cạnh phòng vệ sinh nam.

Khi gã bước vào một văn phòng xám xịt, bụi bặm, không to hơn cái xe chở rác, hình như chẳng ai buồn để ý. Một người đàn ông trung niên ngồi trong góc, mê mải thổi kèn harmonica, mắt nhắm lại vì tập trung. Một thiếu nữ tóc đỏ vận váy ngắn cũn, mái tóc ngang trán kiểu phương Tây, hộp đàn violon kẹp giữa hai đùi, đang chải mớ tóc uốn thành một kiểu bắt mắt.

Bà tiếp tân tóc bạc có vẻ ngạc nhiên khi gác máy điện thoại và thấy Willy Jack bên bàn.

- Xin chào. Cậu đến gặp Ruth Meyers hay Nellie?

- Tôi thấy quảng cáo trên báo và ...

- Vậy thì cậu muốn gặp Ruth Meyers rồi. Vào đi, - bà ta nói và chỉ vào cánh cửa đề PHÒNG RIÊNG.

Willy Jack không gõ cửa, cứ xông vào, gã nheo mắt cho quen với căn phòng rộng, ảm đạm, trần cao. Ánh sáng duy nhất chỉ có thể lọt qua các tấm ván cáu ghét của hai cửa sổ.

Căn phòng lộn xộn những máy tăng âm, tủ hồ sơ, đàn dương cầm, máy stereo, micro, trống và một cái bàn họp đồ sộ, ngập sâu trong những thiết bị buồn tẻ đến ba chục phân, nhiều hộp đựng đồ ăn nhanh, mũ rơm, tờ nhạc bướm, hộp đàn violin và một chuồng chim trống rỗng.

- Lạy Chúa tôi. Lại một tay chơi ghi-ta nữa.

Rồi bà ta đứng dậy và đi vòng quanh bàn, đến sát vào gã, cái bụng tròn, rắn chắc của bà ta ép vào ngực gã.

- Cậu tên gì?

- Willy Jack Pickens.

- Thậm chí cậu chẳng buồn trang điểm phải không?

- Gì kia ạ?

Ruth Meyers cao hơn một mét tám, và sặc mùi Vicks. Bà mặc váy nhung đen, một nửa diềm lòng thòng, áo sa-tanh, đinh dập thay khuy. Bít tất gập xuống tận mắt cá, ngón chân thò ra cho ta cảm giác đôi giày bị cắt bớt.

- Chà, cậu chỉ mang cây ghi-ta kia cho đủ lệ bộ sao?

- Bà muốn tôi chơi ư?

- Cậu tưởng tôi muốn cậu làm cái quái gì hả? Hét lên hay sao?

Willy Jack mở hộp, lấy cây đàn Martin rồi lướt tới bàn họp, làm một hộp đựng bánh bay xuống sàn. Trong lúc gã so dây, người đàn bà rút một lọ Vicks trong túi và xoa một ít vào dưới mũi.

- Một bài, - bà ta nói, chẳng tỏ ra mấy thích thú. - Bài hay nhất của cậu ấy.

Willy Jack hắng giọng, rồi bắt đầu chơi bản *Nhịp đập của con tim*, trong lúc người đàn bà lục lọi đống bừa bộn trên bàn.

Chỉ khi Willy Jack bắt đầu hát, bà ta mới tìm ra thứ cần tìm, một hộp Pepsi dành cho người ăn kiêng.

"Cho dù ta đang lẻ loi đến mấy
Vẫn có một người trên cõi đời này yêu ta

Bà ta nhấc một tờ nhạc rơi trên ngọn cây thu hải đường đã chết, rồi rót một ít Pepsi lên cây.

"Dù ta có gặp bao muộn phiền
Sẽ có một người trên cõi đời quan tâm

Bà ta đi hết chiều dài cái bàn, rót Pepsi lên các cây dương xỉ đen sì và những cây thường xuân trụi lá.

"Và nếu Chúa thực sự thương ta
Chúa sẽ không phải là người duy nhất

Sau đó, bà mở một gói Alka Seltez, ném tọt hai viên vào miệng rồi chiêu bằng ngụm Pepsi cuối cùng.

Khi bà lễ tân tóc bạc mở cửa, thò đầu vào, Ruth Meyers giơ tay ra hiệu im lặng.

"Chỉ cần cảm nhận được điều đó trong nhịp đập của
con tim".

Sau khi âm thanh của nốt nhạc cuối cùng tắt, căn phòng im lặng một lát, rồi:

- Tôi trả một ngàn đô-la để cậu sửa sang cho gọn ghẽ, - bà ta càu nhàu. - Thêm hai trăm đô nữa cho hình ảnh. - Rồi nói oang oang với bà lễ tân, - Jenny, làm phiếu chi một ngàn hai trăm đô-la, rồi gọi bác sĩ Frazier. Ông ta có thể vào làm việc với chúng tôi. Hủy bộ tam tấu từ Fort Smith và sắp xếp cho ca sĩ nhạc đồng quê này vào chiều thứ Sáu.

- Xin hãy đợi một phút, - Willy Jack nói lúc trượt khỏi bàn.

- Tên tôi là Ruth Meyers. Cứ gọi tôi là Ruth Meyers.

- Tôi xin hỏi bà một câu, Ruth, thế này nghĩa là...

- Của nợ! Cậu không nghe thấy sao? Tôi bảo gọi tôi là Ruth Meyers, chứ không phải là Ruth, không phải là Meyers. Cậu hãy gọi tôi là Ruth Meyers!

- Thì Ruth Meyers! Một ngàn hai trăm đô-la này là cái quỷ gì vậy? Bác sĩ này là ai?

- Là nha sĩ. Bác sĩ là một nha sĩ. Cậu có một lỗ hổng bằng quả nho giữa hai cái răng cửa. Và cậu sẽ được làm trắng răng, chúng xanh lè. - Bà ta nói và nhăn mặt.

- Tôi sẽ là người quyết định...

- Jenny, gọi Preston. Bảo họ là chiều nay chúng tôi đến thử quần áo. Tôi muốn đến Jake Gooden hoặc chúng tôi sẽ đến Newman. Áo khoác, quần, sơ-mi... mọi thứ. Chúng tôi sẽ đến Tooby mua ủng. - Rồi nói với Willy Jack, - Cỡ giày của cậu bao nhiêu?

- Cỡ chín, nhưng...

- Nói với Tooby là chúng tôi muốn gót giày cao năm xăng-ti-mét. Rồi liên hệ với Nina ở Cut-n-Culrl. Cậu ta cần có phong cách và màu sắc. - Ruth Meyers xem đồng hồ. - Chúng tôi có thể đến đấy lúc bốn giờ. Cậu ấy cũng cần cắt sửa móng tay nữa.

Willy Jack nói:

- Lạy Chúa, vì… - nhưng gã không bao giờ nói hết được.

- Còn việc này nữa. - Ruth Meyers bôi thêm ít Vicks vào mũi. - Cậu sẽ ký vào phiếu chi và hợp đồng. Tôi thu mười lăm phần trăm mọi thứ cậu làm ra. Tối mai, cậu sẽ bắt đầu biểu diễn ngoài trời ở Buffy tại Hermitage. Thù lao là một trăm một tối. Cậu sẽ làm việc tại các câu lạc bộ cho đến khi chúng tôi sẵn sàng thu âm.

- Nghe thì có vẻ không tồi, nhưng…

- Nếu cậu đến Nashville để trở thành ngôi sao, nếu đó chính là điều cậu muốn, thì tôi sẽ giúp đỡ để cậu đạt được.

- Chắc chắn đấy là điều tôi muốn rồi.

- Còn tên thì sao? Chỉ cần một Willie trong nghề là đủ. Giờ cậu là Billy Shadow.

- Billy Shadow, - Willy Jack nói thử. - Billy Shadow. - Rồi cậu gật đầu và cười toe toét. - Nghe được đấy. Vậy cứ thế đi.

Ruth Meyers nhoài qua bàn, ngó thẳng vào mặt Willy Jack.

- Còn một việc nữa.

- Gì vậy?

- Không bao giờ… được nói dối tôi.

- Nhất định rồi, Ruth… Ruth Meyers. Xin cam đoan với bà.

PHẦN BA

Chương 22

Ba năm sau khi câu chuyện bắt đầu, Novalee vẫn đến miền Tây. Không tới Bakersfield, mà đến Santa Fe. Không đi cùng Willy Jack, không đi xe Plymouth có một lỗ thủng trên sàn và không sống trong căn nhà có ban công, nhưng rốt cuộc Novalee cũng đến miền Tây.

Khi bức thư đến vào cuối tháng Tám, cô đã gần như thất vọng. Nhưng khi mở thư và đọc thấy "tác phẩm gây ấn tượng sâu sắc", hơi thở của cô dồn dập. Mắt lướt nhanh tới "xin vui lòng thông báo", các ngón tay cô run lên. Lúc nhìn thấy chữ "giải nhất", cô nhảy cỡn lên làm cả xe moóc chấn động khiến xơ Husband hoảng hốt chạy ào ra khỏi buồng tắm.

- Gì thế? Có chuyện gì thế?

- Cuộc thi Greater Southwest của Kodak! Cháu đã thắng! Ảnh cháu chụp đoạt giải!

- Bức ảnh *Cậu bé trên đỉnh núi Rattlesnake* ấy ư?

- Vâng! - Novalee reo lên, rồi ôm choàng xơ và cùng

khiêu vũ quanh phòng. Họ bước những bước rộng, nghênh ngang, hất đầu như các vũ công nhảy điệu flamenco. Rồi họ đổ sụp xuống đi văng, cười khúc khích và thở hổn hển như những cô gái mới lớn.

- Cháu yêu quý, - xơ nói lúc lấy lại hơi, - cháu được thưởng gì vậy? - Câu hỏi khiến cả hai bật cười.

- Một tuần lễ ở Santa Fe.

- Trời ạ! Ta mới chỉ nghe đến cái tên ấy thôi.

- Người ta sẽ bày bức ảnh của cháu trong triển lãm.

- Novalee, cháu sắp nổi tiếng rồi, - xơ nói, sửng sốt vì tin tức quan trọng đó.

Trong những ngày tiếp theo, dự báo của xơ đã trở thành hiện thực, ít nhất là trong quận Sequoyah. Ảnh của Novalee được đăng báo với chú thích NHIẾP ẢNH GIA ĐỊA PHƯƠNG ĐƯỢC TÔN VINH.

Tên cô được đặt cho Tuần Người Lao động ở Wal-Mart, nhà băng First National gửi thiếp chúc mừng, một giáo viên mỹ thuật ở trường trung học mời cô đến lớp ông nói chuyện.

Dixie Mullins nhầm New Mexico với Old nên đã tặng cô cuốn *Những câu thông dụng tiếng Tây Ban Nha*[1]. Henry và Leona muốn tặng cô va-li, nhưng không thể thống nhất màu sắc và nhãn mác, vì thế Novalee chọn cái túi du lịch đỏ của American Tousirter và một tấm chăn len màu xanh nhãn hiệu Đài Loan.

---

[1] Ở đây Dixie nhầm bang New Mexico với quốc gia Mexico, nước nói tiếng Tây Ban Nha.

Lexie Coop và các con đưa Novalee cùng Americus đi ăn tối ở Pizza Hut, ở đó mọi thực khách đều ăn đứng, đây là phương pháp chống béo phì mới nhất của Lexie.

Moses và Certain làm một ngôi sao viết tên Novalee và dán lên cửa phòng tối; Moses tặng cô cây bút máy của Purim, ông cụ đã mất hồi mùa đông năm ngoái.

Americus hỏi hàng ngàn câu về "Messico", khiến ông Sprock phải bảo Novalee gọi điện cho một người bạn cũ ở Santa Fe từ hồi Thế chiến II, mà hơn bốn chục năm qua ông không còn giữ liên lạc.

Nhưng Forney phấn khởi hơn cả vì Novalee mời anh đi cùng.

Ban đầu, anh nói không... *phải* nói thế chứ. Forney giải thích là cần chăm sóc bà chị, và khăng khăng một mực là không thể đóng cửa thư viện. Nhưng khi Rethe Holloway, chủ tịch Hội Văn học hăm hở giành cơ hội tiếp quản thư viện trong vài ngày và xơ Husband sẵn sàng chăm lo bữa ăn cho Mary Elizabeth, Forney quyết định nhận lời.

Họ xuất phát từ xe moóc, Novalee vẫy tay mãi, ngay cả khi không còn nhìn thấy Americus, xơ Husband hoặc ông Sprock.

- Em mong Americus sẽ không nhè.

- Lúc chúng ta chào tạm biệt, nó có khó chịu đâu, - Forney đáp.

- Vâng, nó không lộ ra, nhưng...

- Có gì sai đâu? Chẳng lẽ em thất vọng vì nó để em ra đi dễ thế sao?

- Không ạ. - Mắt Novalee dân dấn nước. - Nhưng đây là lần đầu tiên em để nó lại từ khi...

- Khi đi làm, em chẳng để nó ở nhà với xơ đấy thôi. Thỉnh thoảng với bà Ortiz hoặc...

- Anh thừa hiểu ý em rồi.

- Con bé sẽ ổn thôi mà, - Forney nói bằng giọng dỗ dành anh vẫn dùng từ khi Novalee biết tin mình được thưởng chuyến du ngoạn này. - Em biết là xơ sẽ không bất cẩn đâu.

Tuy Novalee không gạt bỏ được vẻ lo âu trên mặt, song cô biết Forney nói đúng. Kể từ khi xảy ra vụ bắt cóc từ hai năm trước, xơ trở nên cảnh giác hơn cả FBI. Mỗi đêm bà dậy từ hai đến ba lần để kiểm tra sân và đường phố, canh chừng "những kẻ đi rửa tội".

Cặp vợ chồng Mississippi đã bắt cóc Americus vẫn đang ở tù, nhưng như thế không có nghĩa là nỗi sợ của Novalee đã hết. Cô vẫn nghi ngờ những chiếc xe Ford màu xanh và đã có lần đi theo một chiếc Fairmont màu xanh sẫm từ bãi xe Wal-Mart suốt đến Tahlequah, cách xa năm chục dặm. Hàng ghế trước có một người đàn ông và một người đàn bà, ở giữa là một đứa bé với những món tóc quăn màu đen ôm lấy mặt. Nhưng "những kẻ đi rửa tội" hóa ra là một người đàn ông và đàn bà da đỏ và "đứa bé" của họ là một con chó sục lai.

Forney luôn có lí nhưng cũng phải mất một thời gian khó nhọc mới thuyết phục được Novalee và xơ đừng gọi cảnh sát mỗi khi có một người lạ mặt đi xuống phố. Anh còn vất vả hơn khi thuyết phục họ rằng cơn thử thách không làm Americus bị thương tổn. Ví dụ, anh không tin có mối liên quan giữa sự không thích nước của Americus với việc cô bé bị cưỡng chế rửa tội. Trong khi đó, Novalee và xơ một mực cho rằng đó là lý do làm Americus không chịu cưỡi thuyền chơi ở hội chợ, ghét tắm và ghét mùi nước. Và dẫu Forney nói gì cũng không làm cho họ đổi ý.

Suốt bốn mươi tám giờ liền, Novalee đi khắp mọi con phố ở Santa Fe. Forney chỉ cố theo kịp cô.

Sau khi nhận phòng ở khách sạn Rancho Encantado, Novalee thay bộ đồ jeans và đi giày thể thao, đeo máy ảnh vào cổ rồi kéo Forney ra phố. Sau khi chụp hết mười một cuộn phim, Forney ngã xuống giường và ngủ mê mệt bốn tiếng liền. Novalee đến gõ cửa, dọa giết nếu anh làm cô lỡ buổi chụp cảnh bình minh. Và anh buộc phải nghe theo.

Hôm đó, Novalee chụp hết mười tám cuộn phim, theo Forney thì mỗi dặm họ đi chụp hết một cuộn. Anh vẫn phàn nàn vì nhức chân, đau lưng lúc vội vã về khách sạn để sửa soạn cho bữa tiệc trao giải.

Forney đang mặc áo khoác thì Novalee gõ cánh cửa giữa hai phòng.

- Anh sẵn sàng chưa? - Cô hỏi lúc bước vào.

- Vừa xong, nhưng…

Novalee vận bộ đầm anh chưa thấy bao giờ, bằng chất liệu mềm mại màu xanh thẳm, khe khẽ sột soạt trên ngực và ôm sát vòng eo. Cổ cô đeo dây chuyền bạc, sợi dây mảnh và tao nhã như vết sẹo nhỏ xíu dưới môi cô.

- Chúng ta đi thôi, - cô nói. - Lễ tân bảo phải lái xe mất mười lăm phút đấy.

- Em xinh quá, - Forney nói, giọng anh khàn khàn, đặc quánh.

- Cảm ơn. - Cô mỉm cười và anh ngỡ tim mình ngừng đập. - Đi thôi anh, nếu em đến muộn, người ta có thể trao giải cho người khác mất.

Phòng trưng bày chính của bảo tàng Fairmont đã biến thành phòng ăn. Các bàn phủ khăn lanh, lấp lánh đồ pha lê và sứ. Những người hầu bàn vận đồ trắng muốt, mang vang đỏ và giỏ bánh mì lượn quanh.

Novalee và Forney ngồi ở đầu bàn cạnh bục, nơi một người đàn ông tóc bạc, mặc dạ phục đen gõ gõ ngón tay lên micro, rồi đợi cho căn phòng trật tự.

- Xin chào, - ông ta nói.

Suốt bữa ăn, Novalee mỗi lúc một căng thẳng hơn, đến mức cô chỉ có thể ăn được vài miếng. Đến lúc giới thiệu, cô cảm thấy miệng mình như đầy bụi. Cô uống vang, vang "nguyên chất", cô thì thầm với Forney nhưng cố không nhăn mặt.

- ... tôi vui sướng được tiết lộ bức ảnh *Phúc lành Oklahoma* giành giải nhất.

Rồi người đàn ông tóc bạc đó quay sang cái giá ba chân và gỡ bỏ tấm lụa đen che tác phẩm phóng to của Novalee, hình dáng Benny Goodluck đang chạy, mặt trời mọc từ phía sau cậu. Đám đông vỗ tay nhiệt liệt.

Lát sau, ông ta nói tiếp:

- Và bây giờ, tôi muốn giới thiệu với quý vị nhiếp ảnh gia đoạt giải thưởng, cô Novalee Nation.

Khi Novalee đứng dậy và bước đến bục, cô run đến nỗi không biết đôi chân có đỡ nổi mình không. Lúc tiếng vỗ tay giòn giã đã tắt, Novalee cất tiếng:

- Cảm ơn quý vị, - cô ngạc nhiên thấy tiếng mình vang to khắp căn phòng rộng rãi. Ông Mitford đề nghị tôi nói với các vị đôi lời về bức ảnh, thế nên... vâng, tôi sẽ nói. Nhưng tôi không biết đọc diễn văn và... vâng, tôi hơi căng thẳng. - Tiếng cười lịch thiệp lan khắp đám đông, những tiếng cười thân ái và khích lệ. - Tôi chụp bức ảnh này bằng máy Rollei hai ống kính phản chiếu, tốc độ F28, dùng phim ASA 400. Tôi chụp lúc bình minh trong mùa đông, khi ánh sáng đầu tiên ở Oklahoma có màu xanh lơ ánh bạc. Tôi không biết miêu tả thế nào cho chính xác, nhưng nó giống như quý vị nhìn qua một cái vực nước trong nhất, sạch nhất trên đời. Nó không giống ánh sáng đầu tiên ở đây, ở Santa Fe này, nhưng...

Có ai đó ngồi gần cuối phòng nói to:

- Chúng tôi không biết được đâu. Ở đây chẳng ai dậy sớm hết, - rồi cả đám đông cười rộ.

Novalee đỏ bừng mặt, nhưng cũng cười và cảm thấy thoải mái hơn.

- Dù sao thì ở đó, ánh sáng tuyệt diệu của các buổi sáng... giống như bắt gặp một con chim ưng sà xuống hoặc khi chạm phải đầu cây chổi quét sơn lởm chởm của thổ dân.

Căn phòng đột nhiên lặng ngắt, lặng lẽ đến mức

Novalee cảm thấy sợ, run đến mức phải uống một ngụm nước. Cô nói tiếp:

- Vâng, có lẽ quý vị muốn biết về cậu bé trong tấm ảnh. Cậu ta là một thổ dân da đỏ và sáng hôm ấy đang chạy, cuộc chạy cuối cùng trong một thời gian dài. Ông nội của cậu vừa qua đời, vì thế cậu bé từ bỏ những gì yêu thích như một bằng chứng để tỏ lòng tôn kính đối với ông mình. Đó là phong tục của bộ lạc cậu. Nhưng lúc chụp bức ảnh này, tôi không hề hay biết điều đó. Tôi chỉ tình cờ ở đó, đang cố leo lên đỉnh núi trước khi mặt trời mọc. Sau này, khi thân quen hơn, tôi kể với cậu ta rằng tôi đã nhìn thấy cậu trong buổi sáng hôm đó. Tôi kể đã chụp ảnh và cậu bé đề nghị cho xem. Khi tôi đưa bức ảnh này ra, cậu mỉm cười. Cậu nói có thể nhìn thấy linh hồn ông nội ở đó, trong ánh bình minh. Thỉnh thoảng, tôi nghĩ mình cũng có thể nhìn thấy điều đó.

Khi Novalee và Forney về khách sạn, cô gọi phục vụ phòng và đặt bữa tối. Tuy vẫn chưa đói, nhưng cô nghĩ ăn trong phòng khách sạn là một điều rất hấp dẫn. Novalee giải thích rằng cô đã quan sát Jane Fonda và Elizabeth Taylor làm thế này. Nhưng lý do đích thực là cô đã hứa với Lexie Coop sẽ làm thế.

Forney gợi ý đưa cô ra ngoài ăn tối, nhưng Novalee nhất quyết gọi phục vụ phòng và anh không sao thuyết phục được cô bỏ ý định đó. Nhưng chính anh cũng không cố làm bằng được.

Bữa tối đúng như Novalee hình dung. Một thanh niên

thuộc bộ phận phục vụ đẩy xe đồ ăn vào, các đĩa đều đậy bằng vung bạc. Cậu ta mang đến một bông hồng cắm trong bình hoa mảnh dẻ, hai cây nến cắm trên giá pha lê, rồi tắt đèn trước khi rời đi.

- Forney, anh có bao giờ cảm thấy mình y như đang chơi trò người lớn không? - Novalee hỏi.

- Em định nói gì kia?

- Giống như một cậu bé hành động như người lớn ấy.

- Tôi là người lớn hẳn hoi rồi.

- Em cũng thế. Nhưng khi có cảm giác này, em không còn thích làm người lớn nữa. Em thích mình là một đứa trẻ.

- Ý em là giống như bị nhốt trong ô tô hoặc...

- Không. - Novalee đá tung giày, đưa chân lên ghế rồi ngồi lên. - Anh nhìn này. Như thế anh đang làm một việc...

- Như gì vậy?

- Giống như... sửa soạn va-li vì sắp đi New Mexico vậy. Như thế này này. - Cô giả bộ gấp quần áo. - Anh xếp sơ-mi vào đây... - Cô làm động tác gấp sơ-mi trên bàn. - ... rồi xếp đồ lót vào chỗ này. Rồi bỗng nhiên, một ý nghĩ chợt lóe lên trong trí. Soạn va-li là việc người lớn thường làm.

Forney gật đầu đồng tình.

- Nhưng ngay lúc đó, vào chính lúc đó, ta không cảm thấy mình là một người trưởng thành, mà thấy giống như đang *bắt chước* người lớn vậy.

- Lúc này em cảm thấy y như thế sao?

- Forney, đó là cách em cảm thấy trong suốt ba ngày qua.

Giành giải thưởng. Phát biểu. Ăn tối trong phòng khách sạn. Tất tật mọi thứ! Em chỉ đang *đóng vai* người lớn thôi.

Forney lắc đầu.

- Anh chưa bao giờ cảm thấy như thế sao?

- Chưa, - anh đáp. - Chưa bao giờ.

- Ồ, có lẽ em chỉ…

- Trừ khi em muốn nói đến cách tôi cảm thấy khi tôi định giúp em lúc sinh Americus.

- Vậy là anh hiểu ý em rồi.

- Đó mới là *chơi trò* người lớn!

- Chúng ta sẽ không bao giờ quên đêm nay.

- Ôi Chúa ơi, không!

- Em nhớ khi anh đưa con bé cho em và… - Novalee trườn khỏi bàn. - Em sẽ gọi về nhà.

Cô nhảy tót lên giường, chăm chú xem cuốn danh bạ trên chiếc bàn đêm rồi bấm số của xơ.

- Xơ ơi, cháu đây.

- Ồ cháu yêu. Cháu nhận giải chưa?

- Rồi ạ. Cháu đã phát biểu rồi nhận một tấm bằng và người ta đăng ảnh cháu lên báo.

- Novalee, giờ cháu nổi tiếng rồi, nổi tiếng thật rồi.

- Americus thế nào ạ?

- Nó ngoan lắm. Nó ngủ được một tiếng rồi và ta không hề nghe thấy một tiếng ọ ẹ nào, không một tiếng.

- Cháu biết con bé đã ngủ rồi, nhưng cháu muốn gọi điện mà.

- Nó ngoan lắm, cháu yêu ạ. Đừng lo lắng gì hết nhé.

- Cháu không lo đâu ạ.

- Nhờ cháu nói với Forney là ta đã đọc thêm một chương trong quyển sách mà chúng ta bắt đầu đọc từ tuần trước.

- Quyển gì thế ạ?

- Ổ, ta không nhớ tên, nhưng là của Charlie Dickens.

- *David Copperfield* phải không ạ?

- Đúng quyển ấy đấy. Mỗi lần ta nói "Micawber" là Americus lại cười. Nó bảo ta nói không đúng cách của Forney và... ôi chao! Trẻ con hay nghe lỏm lắm.

- Nó sao vậy ạ?

- Nó đang đi loanh quanh như một người mộng du bé nhỏ, kéo lê chăn và ôm Night-Night già lão tội nghiệp. Cháu lại đây, nghe nhé.

Novalee nghe thấy tiếng loạt soạt của Americus ngọ nguậy trong lòng xơ.

- Cháu có muốn nói chuyện với mẹ không? - Xơ ướm.

- Chào con yêu quý, - Novalee nói.

- Mẹ đang ở Messico à? - Americus hỏi.

- Ừ, nhưng ngày mai mẹ sẽ về.

- Bác Forney cũng thế ạ?

- Bác ấy cũng về nhà. Americus, con ra khỏi giường làm gì thế?

- Pyjamas của con bị ướt.

- Có chuyện gì vậy? Con bị sự cố ư?

- Không ạ. Night-Night bị thôi.

- Mẹ không biết gấu bông cũng tè dầm đấy.

- Ứ ừ, chúng tè dầm thật đấy.

- Ừ, xơ sẽ thay pyjamas cho con nhé.

Xơ Husband nói:

- Kể với mẹ là hôm nay con đã học một bài hát mới đi.

- Hôm nay bài hát mới.

- Thế ư? Con có thể hát cho mẹ nghe không?

- Ngôi sao nhỏ kêu leng keng, leng keng…

Novalee ra hiệu cho Forney và thì thầm:

- Nhanh lên, con bé đang hát.

Chỉ ba bước chân, Forney đã băng qua phòng, rồi ngồi vào cạnh Novalee trên giường. Lúc cô xoay ống nghe để anh nghe thấy, anh cuộn bàn tay quanh tay cô, những ngón tay của họ đan vào nhau, ống nghe dựa giữa mặt hai người, họ lắng nghe Americus hát.

Khi bé hát xong, Forney khen ngợi còn Novalee đề nghị bé hát lại lần nữa, nhưng rõ ràng cô bé đã đến hồi cuối buổi diễn và không muốn hát lại.

- Thơm Night-Night, - Novalee nói. - Mẹ thơm Americus nhé. - Lúc bé bắt đầu hôn chùn chụt, gửi những cái hôn gió qua ống nghe, Novalee quay mặt vào ống nghe và hôn gió, môi cô xào xạc cách xa môi Forney, nhưng hơi thở của cô gần đến mức anh có thể cảm thấy. Trong khoảnh khắc đó, chỉ là một khoảnh khắc im lìm thôi, Forney tưởng chừng có thể nói với cô, thốt nên những lời… nhưng khoảnh khắc ấy đã qua mất rồi, đã trôi đến tận đâu đâu bên ngoài thời gian và không gian đó.

Chương 23

Novalee làm việc trong phòng kho từ sau bữa trưa, nên không nhìn thấy trời bắt đầu đen sẫm lại về phương nam hoặc những tia chớp lằng nhằng xa xa về phía tây. Nhưng đến cuối buổi chiều, khi cô ra đằng trước làm thu ngân, cơn bão đã chuyển gần đến mức có thể nghe thấy tiếng sấm xa xa.

Khách hàng cuối cùng của cô là một người đàn ông trung niên gầy và cao lêu nghêu, mua hai rổ cây cà chua Big Boy.

- Ông định trồng cố những cây cà chua này trước khi mưa ư? - Novalee hỏi.

- Tôi cho rằng rồi sẽ còn mưa nhiều hơn nữa.

- Thật thế ạ?

Ông ta kéo tay áo sơ-mi lên cho cô thấy những vết thương cũ trên da, những vết chằng chịt, gấp nếp và lỗ chỗ những mô sẹo.

- Mảnh đạn ở Việt Nam đấy. - Ông ta ngắm nghía cánh tay mình trong vài giây, dường như cảnh tượng đó vẫn làm ông suy nghĩ, rồi kéo cánh tay áo xuống. - Khi cơn bão sắp đến, tôi là người biết đầu tiên. Sớm hơn cả dự báo thời tiết. Ngay bây giờ, cánh tay tôi cho biết một cơn bão lớn đang trên đường tới đây.

Đến ba giờ, khi Novalee đóng quầy thu ngân, cửa hàng hầu như vắng tanh. Phần lớn khách hàng đã vội vàng ra về, để lại nhiều cái giỏ đầy một nửa trong các lối đi, trong lúc những người khác vừa ào ra quầy thu tiền, vừa quan sát bầu trời đen kịt.

Một số nhân viên cũng mong được về. Họ muốn về nhà vì lo cho con, trẻ sơ sinh không thể ngủ khi gió hú còn những đứa trẻ lẫm chẫm sợ cuống lên vì tiếng sấm. Một cô kể đứa con lên sáu của mình thường gặp ác mộng về những cơn lũ đột ngột, cô khác nói con gái cô thuộc lòng những bản tin thời tiết.

Novalee không thể nào quen với những cơn bão của Oklahoma, khi có bão cô hay chạy sang tầng hầm nhà Dixie Mullins dù là đang nửa đêm. Xơ Husband đã biến khoảng thời gian dưới hầm thành những cuộc phiêu lưu, để Americus không sợ. Xơ lồng con rối vào các ngón tay để biểu diễn và làm trò ảo thuật, hát nhiều bài và bịa ra những câu chuyện cho Americus đóng kịch, chiếu sáng cô bé bằng đèn pin.

Nhưng xơ không đủ khéo để giấu nổi sợ riêng của mình, sợ "những thứ lúc nhúc" thỉnh thoảng có trong tầng hầm. Xơ thường đẩy Novalee đi trước để dọn bất cứ thứ gì bò, nhảy hoặc trơn tuột. Nhưng mọi thứ cô tìm ra chỉ là đôi cà khoeo của ông chồng quá cố, những thứ linh tinh còn lại trong tầng hầm với xơ còn tốt hơn là luồng gió có thể thổi họ bay đến tận "nông trại của Dì Em ở Kansas", theo lời Americus.

Khi Novalee ra về, trời đã sụp xuống sát những ngọn núi Snake. Cô quyết định về thẳng nhà dù cần phải ghé lại IGA. Cô có thể bỏ qua cửa hàng tạp phẩm, có thể về muộn hơn, nhưng bỏ qua trạm xăng Texaco là hơi liều vì chiếc Chevy đã gần hết xăng, kim đã đứng ở chữ E.

Chiếc Toyota cũ có thể chạy bình xăng này được nhiều tuần. Xơ nói nó chạy được là một phép màu. Nhưng trong một tháng cái xe mới ngốn lượng xăng không chì và dùng dầu còn nhiều hơn cả chiếc Toyota dùng một năm. Tuy vậy, Novalee tự hào vì nó, chiếc ô-tô mới nhất cô được lái, và sắp trả hết tiền.

Khi cô rẽ và đỗ vào đằng sau chiếc xe moóc, một tiếng sét đinh tai, gần đến nỗi Novalee nổi hết cả da gà.

Americus và xơ đang trong bếp soạn "túi xuống hầm", như mỗi khi ở Oklahoma có bão hoặc giông tố.

Túi thường đựng cái đài bán dẫn, đèn pin, vài cây nến, rồi xơ thêm vào bất cứ thứ gì vơ được mà không ướt át, hôi hám hoặc nhầy nhụa. Xơ thường mang đủ để chia sẻ cho hàng xóm đến trú trong tầng hầm nhà Dixie - một cái kẹo cứng, khoanh phó mát, bánh quy gừng, bất cứ thứ gì có sẵn trong tủ lạnh hoặc tủ đồ ăn.

- Mẹ ơi, bão sắp đến, - Americus nói và cuộn chú mèo con nũng nịu vào chiếc khăn tắm, chuẩn bị cho cuộc di cư xuống tầng hầm.

- Ti-vi cảnh báo có lốc xoáy đấy, - xơ nói. - Người ta phát hiện ra một đám mây hình phễu bên trên Vian.

- Con đi lấy Doughboy, - Americus kêu toáng lên và lao bổ ra cửa sau.

- Đừng lo cho Doughboy. Nó sẽ xuống dưới nhà.

- Không, nó muốn đi cùng chúng ta cơ.

- Con ở lại đây, - Novalee gọi. - Chúng ta sắp đi rồi.

- Cháu lấy bộ pin mới dưới chậu rửa chưa?

- Hôm nay Dixie ra sao ạ?

- Không khỏe lắm. Bà ấy nói không ngủ được suốt đêm qua.

- Bác ấy có xuống hầm không ạ?

- Ồ không. Tầng hầm quá ẩm ướt, khắc tinh của bệnh viêm màng phổi đấy. Vả lại, Dixie không sợ bão. Bà ấy chỉ xuống tầng hầm thăm nom thôi.

Novalee cho bộ pin vào túi.

- Sẵn sàng chưa nào?

- Cháu cứ đi với Americus. Ta làm ít khoai tây nghiền cho Dixie đã. Ta sẽ bưng cho bà ấy trên đường xuống.

- Nếu cháu xuống đó trước, cháu sẽ dọn sạch cả trăn Mỹ, nhện đen và...

Nhiều ánh chớp lóe, tiếp theo là tiếng sét đinh tai khiến Novalee nao núng.

- Bão gần đến rồi, - Novalee nhận xét.

- Không, đấy là Chúa Trời giục cháu đưa con bé này xuống tầng hầm đấy.

- Vâng, nhưng xơ nhanh lên nhé.

- Kìa cháu, nếu cháu không đi, ta sẽ đến đó trước cháu đấy.

Novalee chộp lấy cái túi và ra cửa sau. Americus đã ở chân cầu thang, đang kéo cổ con chó lai lông xù.

- Đi nào, Doughboy!

Con mèo bị tiếng chó rên rỉ kích thích, cố tìm đường thoát khỏi cái khăn và trèo lên vai Americus.

- Mẹ ơi, giúp con với.

Novalee tóm con chó nhỏ vì biết rằng Americus sẽ không vui nếu không có cả bầy thú đi cùng.

- Ta đi nào.

Không khí tĩnh lặng đến mức không có thứ gì chuyển động, nặng chịch đến mức phấn hoa dính chặt xuống mặt đất. Không một cái lá động đậy, không một ngọn gió xào xạc. Bầu trời tối tăm và mỗi lúc càng tối hơn, một sắc xanh kỳ quái giống như ánh sáng đọng trong cái chai.

Cả vùng trông như bị bỏ hoang, trên các phố và sân nhà không một sinh vật. Con gà trống của Dixie đã rút vào chuồng gà mái, con mèo của Henry hay lảng vảng kiếm mồi đã biến mất. Cả lồng chim của Leonard cũng trống rỗng.

Không tiếng sủa, tiếng chiêm chiếp hoặc quàng quạc... không gọi, không trả lời. Doughboy nằm ủ rũ, tựa vào hông Novalee, còn con mèo mở to mắt nhìn trộm và lặng lẽ ngó qua nếp khăn tắm vừa bị quấn vào lần nữa. Lúc Americus giẫm lên vòi nước trong vườn ở sân sau nhà Dixie, bé đập con nhặng xanh bẹp dí ngay dưới mắt.

Cửa tầng hầm mở toang, Novalee biết họ không phải là người đầu tiên tới đó. Bà Ortiz và các con gái đang múc nước trên sàn vào chiếc xô sắt.

- Xơ Husband đâu?

- Xơ sắp xuống ạ.

- Chồng tôi đang sơn một ngôi nhà ở đâu đó tại Commerce. Tôi đã cố gọi điện, nhưng… - Bà Ortiz từ tốn ngồi xuống cái ghế gỗ dài dựa sát tường và rút trong túi ra chuỗi tràng hạt.

- Có khi cơn bão sẽ tan sớm, - Novalee nói, cố an ủi. Cô châm nến, rồi bật đài, nhưng đài địa phương đã ngắt. Cô chỉnh bắt sóng đài miền Tây và quốc gia, cả hai đều đang phát bài *Nhịp đập của con tim.*

Xô vừa đầy, Novalee xách lên bậc và đổ nước ra ngoài cửa hầm. Gió bắt đầu nổi, những luồng gió mạnh cuốn các cành thấp của các cây tiêu huyền trong sân nhà Dixie và cơn lốc xoáy bụi xuống phố.

Novalee nghĩ xơ đã rời xe moóc, nhưng không hiểu sao không trông thấy xơ băng qua phố tới nhà Dixie.

Khi Novalee xách xô nước thứ hai ra ngoài, hy vọng nhỏ nhoi về thời tiết đã tắt. Gió mỗi lúc một mạnh, đến mức cô phải dựa vào tường mới giữ được thăng bằng. Một luồng gió hung dữ giật tung cánh cửa hầm bằng gỗ sồi vững chãi có nhiều thanh kim loại nặng giằng chéo, rồi quật nó đóng sầm vào trụ bê-tông.

Novalee vừa chạy vội về tầng hầm thì mưa đá bắt đầu rơi, khiến các cô con gái nhà Ortiz túm tụm lại trên ghế, cạnh bà mẹ. Hè năm ngoái, một cơn bão làm họ kinh hoàng khi Cantinflas, con cún con Chihuahua của họ bị những hạt mưa đá to cỡ quả hồ đào đập chết.

- Mẹ ơi, xơ đâu ạ? - Americus hỏi.

- Xơ sắp đến rồi, con yêu.

Novalee đứng trong tầng hầm, quan sát mưa đá nảy trên sân, những cục đá nảy lên, va vào nhau, lăn tròn qua cỏ, một vũ điệu kỳ dị của băng giá. Những hòn đá trút xuống đám thủy tiên hoa vàng, làm nát cánh hoa, cắt vụn thân cây.

Mái chuồng gà bằng thiếc kêu loảng xoảng, âm thanh gay gắt và đứt đoạn. Khi nghe thấy tiếng thủy tinh vỡ, bà Ortiz và Novalee nhắm nghiền mắt lại.

Những cục mưa đá bắt đầu nảy xuống các bậc tầng hầm và lăn tròn trên sàn, con gái bé nhất nhà Ortiz bắt đầu khóc.

- Chúng ta có nên đóng cửa hầm lại không? - Bà Ortiz hỏi.

- Cứ để đợi xơ đã. Chỉ vài phút nữa thôi.

Mưa đá bỗng tạnh, cảnh vật lại im ắng.

- Cảm tạ Chúa, - bà Ortiz lẩm bẩm.

Novalee gật đầu, rồi vội vã trèo lên các bậc. Mây đen vần vụ trên trời, tạo thành những hình dạng dữ dội, kỳ lạ… mây bay nhanh và thấp, thấp đến nỗi Novalee tưởng chừng có thể giơ tay chạm tới. Ở nơi nào đó phía trên đầu, cô nghe thấy tiếng thở, âm thanh của tuổi già và hơi thở khỏe khoắn.

Rồi tiếng còi hú bắt đầu rền rĩ. Novalee mong đó là xe cảnh sát hoặc cứu hỏa, nhưng cô biết là gì rồi - cảnh báo lốc xoáy đã dán ở trường tiểu học cách đó hai khu nhà. Cánh tay nổi gai ốc và cô thốt lên: "Khốn kiếp", nhưng tiếng cô chìm trong luồng gió hung tợn.

Bà Ortiz trèo lên các bậc thấp hơn để có thể nhìn ra ngoài. Những mảnh vụn bắt đầu bay khắp sân nhà Dixie. Nhiều thùng rác bay tung tóe, cành cây uốn lượn dữ dội.

- Novalee, cháu vào trong đi.

- Cháu định chạy về nhà, xem xơ và ...

Lúc đó Novalee nhìn thấy nó. Cuộn tròn, xoắn vặn ... như một ngón tay xương xấu khổng lồ lao xuống mặt đất. Không trung đầy tiếng ầm ầm, bầu trời trở nên nóng rẫy và bắt đầu cuộn xoáy, căng phồng và cắn vào thịt cô.

Lúc cô bắt đầu về nhà thì một thứ nhỏ và cứng nhảy qua sân và vào đường phố, đập vào cánh tay cô. Cô nhìn thấy tấm biển hiệu cửa hàng mỹ phẩm của Dixie vọt vào một trong những cây tiêu huyền, thấy con thuyền đáy bằng của Henry lao xuống phố và đập tan chuồng gà.

Novalee hiểu cô không thể về tới nhà, vì thế cố vật lộn trở lại tầng hầm, đặt một chân lên bậc trên cùng và nắm chặt cánh cửa. Cô có thể nhấc nó lên vài phân trước khi gió đập nó xuống nền bê-tông. Novalee cố lần nữa nhưng gió quá mạnh, và lúc cô ngả người hơn, ngả ra ngoài các bậc của tầng hầm, cô cảm thấy một luồng khí rất mạnh nhấc bổng mình lên, cảm thấy cơ thể mình trở nên nhẹ hơn, dường như cô có thể bị bầu trời nuốt chửng.

Rồi nhiều bàn tay túm lấy mắt cá, kéo cẳng chân cô. Novalee gập chân, chúi xuống và với ra sau, tìm thấy bàn tay bà Ortiz và túm lấy, giữ chặt hết mức lúc bà Ortiz giật cô ra khỏi luồng gió, kéo cô xuống các bậc, và lăn tròn trên sàn hầm.

Americus khóc òa lúc lao vào vòng tay Novalee, nhưng tiếng khóc của bé chìm nghỉm trong tiếng gầm rú tràn ngập tầng hầm. Hai mẹ con nhắm nghiền mắt vì sỏi, đất xoáy quanh họ, nên không thấy bà Ortiz bò vào một góc cùng các con. Họ không nghe thấy con Doughboy tru lên ở đằng sau chiếc ghế dài lật ngược. Họ không nhìn thấy con mèo, lạc lối và hoang mang trườn qua sàn.

Đột nhiên, không khí khắc nghiệt và nóng bỏng bắt đầu ào ra khỏi tầng hầm, hút hết lửa của các cây nến, cướp hết các lá cây và bánh gừng, chiếc tất mốc, cái cốc giấy... giật đôi cà khoeo trên tường và ném tuột ra ngoài... quăng con mèo đập vào bậc, nhắc bổng nó lên và tung đi, hút nó vào luồng gió cuộn xoáy.

Rồi một tiếng ầm ầm khủng khiếp từ bên ngoài làm các bức tường rung chuyển và một cơn chấn động lan khắp sàn khi một luồng gió hung dữ đập vào cánh cửa rồi đóng sầm lại, để cả căn hầm tối mò và lặng lẽ như một nấm mồ.

Chương 24

Henry và Leona bị vùi ba ngày sau cơn lốc xoáy. Họ chết, ôm chặt lấy nhau ở phòng kho nhà Leona trong căn hộ kép. Có lẽ họ quyết định vào phòng kho cùng nhau, và chắc đó là việc duy nhất họ đồng tình trong bốn chục năm qua. Nhưng không phải thế. Hai người yên nghỉ trong mảnh đất đã cùng mua nhân dịp kỷ niệm hai mươi nhăm năm ngày cưới.

Tang lễ của họ là đám đầu tiên; và còn một chuỗi các nạn nhân khác. Một gia đình ở Muldrow - cha, mẹ và hai con - chết trong chiếc xe tải trên đường liên bang khi cố vượt cơn lốc xoáy. Ba thiếu niên bị chết trong phòng giải trí của nhà thờ First Methodist khi đang chơi bóng bàn. Xơ Husband là người cuối cùng được chôn vào sáng ngày thứ Ba mưa tầm tã, tại nghĩa trang Paradise ở phía bắc thị trấn.

Forney là người tìm ra bà, kéo bà ra khỏi chiếc xe moóc bẹp rúm, gấp nếp như chiếc đàn phong cầm và bị quăng ra phố. Lúc đó bà vẫn còn sống, nhưng chỉ thoi thóp. Tim bà ngừng đập một lần trên đường tới bệnh viện và lần nữa trong phòng cấp cứu. Sau khi phẫu thuật, bà chỉ sống thêm được năm ngày.

Novalee không rời bệnh viện cho đến khi mọi sự kết thúc. Cứ hai giờ cô lại được vào khu chăm sóc đặc biệt mười phút, nhưng thỉnh thoảng cô cố lưu lại lâu hơn. Lexie Coop gọi điện nhờ một trong các y tá của khu chăm sóc đặc biệt, và khi Lexie trực, Novalee được ở với xơ lâu hơn.

Hai ngày đầu tiên, Novalee và ông Sprock vào đó cùng nhau. Y tá trưởng đến nói chuyện với họ, giải thích rằng bệnh nhân hôn mê có phản ứng ở mức độ nhất định với những gì xảy ra xung quanh.

- Chính vì thế việc các vị tiếp xúc với bà ấy là rất có ý nghĩa. Hãy nắm tay bà ấy. Vuốt tóc bà ấy.

Ông Sprock gật đầu và nói:

- Vuốt tóc bà ấy.

- Và chuyện trò với bà ấy. Hãy nói về những giờ phút thoải mái các vị đã có bên nhau. Kể những chuyện vui. Cười, nếu có thể.

- Cười, - ông Sprock nhắc lại.

- Vâng. Các vị có thể làm thế được không?

- Tôi không biết. Chúng tôi sẽ cố.

Ông Sprock đã cố gắng. Ông vào, kể một chuyện vui mà ông đã tập cùng Novalee. Ông bắt đầu đọc *Shoe*, chuỗi truyện tranh vui ưa thích của xơ.

Nhưng khi ông đứng nhìn bà, trông thấy thân hình gãy vỡ và những ống truyền, nghe tiếng máy thở và tiếng bà khò khè trong lồng ngực, ông nức nở và bị đưa ra ngay. Cuối cùng, ông không vào đó nữa, chỉ ngồi trong phòng đợi và đợi.

Novalee sớm học được cách bắt mình không được khóc, la hét… rứt các ống truyền, bế xơ lên và mang về nhà.

- Americus kể một trong các con mèo con trong chuồng nhà Moses hôm nay đã mở mắt, là con màu vàng mà con bé gọi là Butter Bean. Nó dặn cháu kể với xơ rằng xơ nói đúng, khi mèo con mở mắt, vật đầu tiên nó nhìn thấy là mẹ nó.

Khi Novalee học được cách tắt mọi âm thanh và mùi của sự sống và cái chết, cô hầu như có thể giả vờ đang cùng xơ đi mua sắm ở IGA hoặc trồng hoa hồng rêu trong vườn, hay ngồi trong bếp đợi cà phê.

- Cháu vừa nói chuyện điện thoại với Certain. Bà ấy bảo Americus của chúng ta sẽ trở thành bác sĩ. Thế là Forney ra ngoài, kiếm cho nó một món quà. Một bộ đồ nghề của bác sĩ. Còn Certain may cho nó một chiếc áo bờ-lu trắng xinh xắn và thêu chữ "Bác sĩ Nation" lên áo. Moses còn làm cho nó tấm biển treo trên cánh cửa phòng nữa kia… và nó đang hành nghề đấy ạ. Certain bảo cháu nó sẽ chữa bệnh cho mọi thứ động đậy - Moses, gà mái, chó. Hôm nay là cho… bò.

Novalee mỉm cười lúc sửa lại tấm chăn trên ngực xơ.

- Sáng hôm nay, Moses đưa con bé ra chuồng bò và trong lúc ông vắt sữa, Americus chữa bệnh. Ông ấy kể con bé ngồi xổm xuống cạnh con Holstein già nua nhưng Americus gọi nó là Polly.

Novalee lấy tờ khăn giấy trên bàn cạnh giường và thấm nhẹ nước dãi ở khóe miệng xơ.

- Ông ấy kể con bé rối rít với con Polly trong lúc khám bệnh, bảo nó ngồi yên, hít thở sâu. Rồi sau khi lắng nghe vú bò qua ống nghe, nó lắc đầu và phán: "Polly, mày phải ăn kiêng thôi vì ti mày to quá".

Novalee cười to và giả tảng như xơ cũng đang cười. Đôi khi, Novalee gần như tin rằng cô trông thấy xơ cười mỉm

gia đình cho ta một thứ mà không nơi nào có được… tiểu sử của ta… gia đình là nơi tiểu sử của ta bắt đầu …

hoặc xơ hát

vui lên, anh bạn, hãy đến sống dưới ánh mặt trời chúng ta sẽ hiểu mọi sự ngay bây giờ

hoặc cảm thấy những ngón tay của bà cuộn lại khi họ nắm tay nhau trong lúc xơ cầu nguyện

chúng con xin Đức chúa Trời tha thứ cho tội thông dâm mà ông Sprock và con lại phạm phải lần nữa

Nhưng khó khăn nhất là lúc Novalee phải chứng kiến cơ thể xơ ngừng hoạt động, để mọi sự kết thúc, khi người ta rút các ống truyền và để bà ra đi. Novalee cầm bộ đầm bằng tơ nhân tạo màu vàng và chiếc đồng hồ Timex của xơ xếp vào cái túi giấy… rồi rời đi.

Sau tang lễ, Novalee dọn đến nhà Moses và Certain,

căn phòng bằng gỗ thông, có tấm đệm lông chim và những tấm chăn màu vàng mềm mại, cô ngủ suốt mười tám tiếng liền. Cô có thể ngủ lâu hơn, nhưng lúc hai giờ chiều hôm sau, Americus nhón chân đi vào, xách một cái túi nhỏ màu đen.

- Chào con yêu, - Novalee nói.

- Bà Certain bảo con là mẹ đang ngủ.

- Mẹ đợi con vào đây và hôn mẹ một cái.

Americus giơ tay ra và Novalee nhấc nó lên giường. Hai mẹ con hôn nhau, rồi Americus dò dẫm mở khóa túi.

- Con có gì thế?

- Túi của bác sĩ đấy ạ. - Americus rút các y cụ ra - một ống nghe bằng nhựa và cái chặn lưỡi bằng gỗ. - Mẹ ốm rồi. - Hơi lóng ngóng, nó đeo tai nghe lên rồi nghe ngực Novalee.

- Có sao không, bác sĩ?

- Ông Moses nói tim mẹ bị vỡ.

Novalee cố gượng cười tuy chẳng có cảm giác gì lúc Americus chăm chú vào việc khám bệnh. Sau khi đẩy miệng Novalee bằng cái que gỗ, nó gật đầu ra vẻ thông thái, xếp dụng cụ vào túi và rút ra một gói M&M. Nó lấy ra hai viên:

- Ăn đi rồi mẹ sẽ hoàn toàn khỏe mạnh.

- Gì vậy, bác sĩ Nation?

- Kháng sinh đấy. - Nó đặt một viên vào miệng Novalee và một vào miệng mình, rồi nói. - Tim con cũng bị vỡ.

Trong suốt tuần sau đó, Novalee vật vờ qua từng ngày và từng đêm, cô tự nhủ đó là hậu quả của một trái tim tan vỡ.

Khi ngủ, những giấc mơ của cô bị phá vỡ vì nhiều tiếng kêu cứu từ các căn hộ kép bị san phẳng và những xe moóc vặn vẹo, những dây điện kêu sì sì trên các cây gãy, ánh đèn pha xuyên qua bóng tối cho thấy những con mèo chết đứng trên các cọc rào vỡ tan tành, những con gà mái cụt đầu rơi tõm xuống các bậc thang của tầng hầm.

Tỉnh dậy, cô cố lấp đầy thời gian cho đến lúc ngủ lại được. Nhưng cô chẳng cảm nhận được gì trọn vẹn. Khi ăn, cô chẳng biết mùi vị. Khi đọc, cô chẳng nhớ được chữ nào. Lúc nghỉ ngơi, cô vẫn cảm thấy mỏi mệt.

Mọi người xung quanh đều muốn giúp cô. Tối nào Forney cũng đến, mang vài cuốn sách mới mà anh nghĩ là cô thích. Lexie gọi điện hai lần mời cô đến ăn tối. Moses để chiếc Rollei của ông trên bàn bếp, nơi chắc chắn là cô nhìn thấy, còn Americus tiếp tục chữa bệnh cho mẹ. Chỉ riêng Certain là không can thiệp gì, vì bà hiểu chẳng có gì làm dịu được nỗi đau, không cuốn sách, chụp ảnh hoặc đồ ăn, kể cả tình yêu.

Điện thoại nhà Whitecotton hình như chưa bao giờ ngừng reo. Ông Sprock gọi hai hoặc ba lần mỗi ngày, nhưng mỗi lần nhắc đến tên xơ ông lại buồn khổ. Bà Ortiz gọi để Novalee biết họ có thể vớt vát được ít đồ trong xe moóc trước khi người ta dọn nó đi.

Dixie Mullins gọi hai lần, thuật lại những câu chuyện với người chồng quá cố của bà, mơ hồ nhắc đến xơ Husband.

Ban đầu, Novalee cố gắng trò chuyện với từng người gọi đến. Cô nhận lời an ủi, lắng nghe lời khuyên, cười và khóc cùng họ, chia sẻ những hồi ức và nỗi đau với họ. Nhưng riêng cô đã đủ đau đớn rồi, và dần dần từng tí một, cô bắt đầu tìm mọi cách tránh nghe điện thoại. Khi chuông reo, cô lủi ra ngoài hoặc vào buồng tắm, tìm bát đĩa để rửa, giặt giũ hoặc tắm rửa cho con.

Hình như mọi người trong thị trấn đều biết chỗ ở của Novalee, vì thế Certain trở nên thành thạo khi phải "nói dối thật ngọt" và nhận các tin nhắn. Bà ghi các cuộc gọi lên những mẩu giấy màu hồng, và chẳng mấy chốc cái gạt tàn không dùng đến cạnh điện thoại đã đầy ắp. Giám đốc nhà tang lễ gọi vì một số việc chưa hoàn tất, cả người phụ nữ trông coi nghĩa trang Paradise cũng vậy. Hai cửa hàng hoa gọi nhờ chỉ dẫn tới nhà Whitecotton, công ty điện liên hệ về việc lắp đặt lại. Nhân viên Cơ quan An sinh xã hội gọi điện muốn Novalee nộp lại tờ séc cuối cùng của xơ và một nhân viên hành chính ở bệnh viện cần biết địa chỉ để gửi hóa đơn cuối cùng.

Một số người Novalee chưa bao giờ nghe tên - một phụ nữ tên là Grace, một chàng trai tên Ted, một luật sư tên Ray gọi đến hai lần. Nhưng Novalee đoán họ là thành viên của AA vì Certan kể họ có một kiểu bắt đầu như nhau: "Xin chào, tên tôi là Grace… Xin chào, tên tôi là Ted… Xin chào, tên tôi là Ray".

Vài nhân viên ở Wal-Mart gọi, ai cũng lo cho công việc của mình. Cửa hàng đã bị cơn lốc xoáy phá hủy tan tành, mái nhà bị tốc gần hết, tường bị san bằng, phòng kho tan nát, hàng hóa bay tung tóe khắp vùng.

Chẳng ai biết chắc chuyện gì sẽ xảy ra, nhưng mọi người đều nghe tin đồn. Snooks Lancaster kể nghe tin Sam Walton sắp thân chinh đến thị trấn để kiểm tra mức độ hư hại. Betty Tenkiller thì nói những người làm công sẽ được lĩnh tiền thiên tai. Còn Ralph Scoggins nói thị trưởng bảo ông ta là Wal-Mart sẽ mua lại Kho vũ khí của Vệ binh Quốc gia, tân trang và mở lại cửa hàng trong vòng một tháng.

Nhưng không người nào lường được thực hư ra sao, không ai có mảy may ý niệm gì.

- Tôi có tin tốt và tin xấu đây, - Reggie Lewis nói. - Cô muốn nghe tin gì trước?

Novalee chỉ muốn gác máy, nhưng đành đáp:

- Tôi nghĩ là muốn nghe tin xấu trước.

- Thôi được, nghe này. Wal-Mart sẽ không xây dựng lại ở đây đâu. Họ đang rút đi.

- Cái gì?

- Tôi nghe từ người đứng đầu cơ quan. Người ở phòng nhân sự của sếp lớn ở Bentoville gọi cho tôi chưa đầy một giờ trước.

- Không. Không thể thế.

- Cửa hàng của chúng ta phải xây dựng lại hoàn toàn. Từ nền trở lên. Người ta đã mời hai kỹ sư đến đây trong ba ngày để nghiên cứu những thứ còn lại và họ nói: "Vô ích thôi!". Kết cấu bị hư hỏng quá nặng, Novalee ạ. Vì thế Wal-Mart sẽ rời khỏi đây.

- Nếu cô có tin tốt, thì...

- Có đấy. Người ta đã quyết định xây Super Center ở Poteau.

- Poteau!

- Một trong những tòa nhà khổng lồ. Tôi không rõ... một trăm ngàn bộ vuông thì phải. Cửa hàng tạp phẩm, dược phẩm, kính mắt, hiệu bánh mì. Toàn bộ khu vực có hơn năm chục quầy thu ngân.

- Tôi tưởng cô nói đây là tin tốt.

- Thì đúng thế! Giờ nghe đây. Tất cả chúng ta được bảo đảm có việc làm ở đấy.

- Reggie à, Poteau cách đây năm chục dặm.

- Năm mươi tư dặm. Nhưng người ta sẽ thanh toán chi phí đi lại và trợ cấp chúng ta cho đến khi cửa hàng ấy xây dựng và khai trương.

- Chúng ta phải chuyển đến Poteau sao?

- Ừ, chứ đi lại thì xa thật, nhỉ?

- Nhưng đây là nhà của chúng ta. Tôi không thể dọn đi được.

- Nếu cô muốn giữ công việc ở Wal-Mart thì phải chuyển thôi.

Sau tin tức về Wal-Mart đóng cửa có một loạt các cuộc gọi tới nhà Whitecotton và trong vòng một giờ, Forney đã lồng lộn khắp phòng khách nhà họ, kích động y hệt lần đầu tiên Novalee gặp anh ở thư viện. Anh lao từ lò sưởi tới cửa sổ lớn, lao tới như có thể vọt qua, và ở giây cuối cùng, anh quay ngoắt lại rồi va vào tủ đựng đồ sứ của Certain, nơi bày bộ sưu tập những con mèo sứ xinh xắn rung lên theo từng bước chân âm âm của anh.

- Em có thể làm gì được, Forney?

- Làm gì à? Tìm việc khác. Ở đây có khối việc, Novalee ạ.

- Đúng thế. - Novalee cầm tờ báo đã mở và khoanh ở phần tuyển người. - "Lái xe giao điện thoại di động tận nhà", - cô đọc. - "Cần người sống cùng và giúp việc người tàn tật. Ghi địa chỉ lên phong bì tại nhà. Kiếm tiền bằng cách bán các sản phẩm được quảng cáo trên toàn quốc".

- Ở đây họ tìm được nhiều công việc kha khá.

- Ở đâu ạ? - Cô giơ tờ báo cho anh. - Chỉ cho em với.

- Novalee…

- Anh tưởng em muốn ra đi ư? Đây là gia đình em, Forney ạ. Những người em yêu quý đều ở cả đây.

- Đúng thế!

- Nhưng em còn có công việc ở Wal-Mart. Người ta trả công em tử tế. Em được nghỉ ốm, và có bảo hiểm y tế cho Americus.

- Em có thể sống cùng tôi! - Mặt Forney đỏ bừng. - Và chị tôi, - anh vội nói thêm. - Sống cùng chúng tôi ở thư viện.

- Forney. - Novalee lắc đầu.

- Tôi biết đấy không phải là giải pháp hay nhất, nhưng là nơi tốt nhất cho Americus, ngoài ra chúng ta có thể cùng làm việc. Có khi…

- Anh Forney, chỗ ở không thành vấn đề. Moses và Certain đã bảo em đến ở cùng với họ…

- Thế…

- Nhưng em không thể làm vậy.

- Tại sao? Tại sao lại không?

- Từ năm lên bảy, em đã có người nhận nuôi, Forney ạ. Em không thể làm thế lần nữa.

- Novalee, tôi mong em, ở... Tôi muốn có em, em và Americus... - Forney khua tay trong không khí, điệu bộ như nhà ảo thuật, nhưng không có chim bồ câu, không có bó hoa, không có thỏ trắng.

Tối hôm đó, ông Ortiz lái xe đến cùng với vài món đồ thu nhặt được ở xe moóc - ít xu lẻ mua bánh mì, vài bức ảnh, một lọ hoa bằng gốm... và cuốn Kinh Thánh của xơ.

Đêm hôm đó, Novalee không sao ngủ được, cô bật đèn và cầm cuốn Kinh Thánh trên bàn cạnh giường. Cô giở vài trang đầu, cho đến chỗ lý lịch gia đình, tên tuổi, ngày tháng được ghi chép bằng nhiều nét chữ khác nhau. Một số chữ viết theo lối cổ, có những móc bay bướm, một số viết bằng chữ in, những chữ cái đơn giản, viết cẩn thận và kỹ lưỡng.

Novalee đọc các mục, ngày sinh và ngày mất của cha mẹ xơ, một người anh mất khi còn ẵm ngửa, một người anh mất khi mười bốn tuổi, hai người cô, một ông bác, vài anh em họ và em trai út của xơ, đạo hữu Husband mất năm 1978.

Mục mới nhất, xơ viết từ bốn năm trước.

Americus Nation, sinh ngày 14 tháng Năm, 1987

Novalee rút một cây bút từ trong xắc,

Xơ đã mất, nhưng tên tuổi xơ không mất. Không. Nó sẽ được ghi trong cuốn Kinh Thánh của một người nào đó…

cô để cuốn Kinh Thánh lên lòng

Tên tuổi có tiểu sử của nó. Tiểu sử sẽ ở đó ngay cả khi ta không còn.

rồi cô lập thêm một mục

Thelma Idean Husband, sinh ngày 9 tháng Mười, 1922 mất ngày 6 tháng Năm, 1991

Viết xong, Novalee gấp cuốn Kinh Thánh lại. Và lúc đó, cô biết là đã đến lúc… cuối cùng, đã đến lúc để khóc.

Chương 25

- Nhanh lên, mẹ.

Americus oằn người khi Novalee chải một món tóc rối cho bé. Hai mẹ con hẹn Lexie cùng các con cô ăn trưa ở cửa hàng McDonald, và Americus háo hức mong được chơi ở Playland với các trẻ khác, cứ đứng ngồi không yên suốt buổi sáng.

- Chúng ta đi thôi.

Certain ở trong bếp, xách giỏ đựng quần áo vừa giặt. "Ôi, trông cháu xinh quá", bà nói và cúi xuống ghì chặt lấy Americus.

- Mẹ cháu chải tóc cho cháu đấy.

- Đẹp lắm.

- Mẹ con cháu sẽ về lúc hai rưỡi hoặc ba giờ, - Novalee nói. - Bác có cần gì ở thị trấn không ạ?

- Ừ, cháu mua giúp ta ba hoặc bốn quả chanh. Một lọ hạt tiêu đen. Lấy lọ to nhé. Xem nào, bác cũng hết va-ni rồi.

- Chỉ có thế thôi ạ?

- Ừ. Cháu có cần viết ra không?

- Cháu nhớ được ạ.

- Moses cũng hay nói thế, rốt cuộc lại phải gọi điện về để hỏi.

- Bác trai đâu ạ?

- Ra ngoài làm vài việc với cái máy kéo. Làm bất cứ việc gì để đỡ phải nghĩ về việc mẹ con cháu ra đi. Nghĩ đến chuyện đó là ông ấy đau lòng lắm.

Certain lắc đầu buồn bã.

- Ai cũng buồn cả, cháu ạ. Hôm qua bác đã thấy vẻ mặt Forney khi anh ta ra về.

- Bác biết không, cháu không muốn chuyển đi, nhưng…

- Đi thôi, mẹ, - Americus giật giật váy Novalee, giục giã.

- Ừ, đi thôi.

- Bác suýt quên, - Certain nói. - Cái ông tên là Ray lại gọi lần nữa đấy.

- Ông ta có nhắn gì không ạ?

- Không, nhưng lần này để lại số điện thoại.

- Cháu sẽ gọi lại. - Rồi, lúc Americus kéo mẹ qua cửa, cô nói thêm, - khi cháu từ thị trấn về.

Moses đang lúi húi dưới mui chiếc máy kéo John Deere cũ, nhưng ông ngước lên nhìn khi nghe tiếng Americus gọi.

- Ông Moses!

- Ông nghe nói cháu sắp vào thị trấn, phải không tiểu thư Americus?

- Cháu đến Playland ạ. Với Praline, Brownie và Baby Ruth... ờ... à. - Americus vỗ trán, một cử chỉ học được trên ti-vi. - Cháu quên mất túi đồ nghề rồi, - nó nói rồi quay ngoắt lại và chạy về nhà.

- Tại sao đến McDonald lại cần phải mang túi của bác sĩ đi chứ? - Moses gọi với theo, nhưng cô bé đã lao vọt qua cửa sau.

Moses cười toét miệng rồi lục hộp dụng cụ và lôi ra cái cờ-lê.

- Cháu ổn chứ? - Ông hỏi.

- Vâng.

- Ta nghe tiếng cháu dậy trong đêm.

- Cháu tìm cây bút ạ.

- Cháu muốn viết ư? Vào lúc ba giờ sáng?

- Vâng ạ, có một thứ cháu phải làm cho xong.

Americus theo con đường mòn từ cửa trước của cửa hàng McDonald tới thẳng Playland, nơi Praline, Brownie và hai đứa sinh đôi đang lần lượt leo lên cầu trượt. Lexie đã len vào một ngăn uống cà phê. Cô tăng mười tám ký và mang thai sáu tháng, tóc thưa đi và cạn cả sức lực.

- Chị ở đây lâu không?

- Ồ, còn tùy cậu, - Lexie trả lời. - Mẹ con mình đến đây từ chín giờ, để ăn sáng. Rồi đến một cuộc hẹn ở bệnh viện lúc mười rưỡi và trở lại đây đúng giờ ăn trưa.

- Mấy mẹ con là khách hàng ruột, nhỉ?

- Khách hàng ư? Novalee, chúng tôi là người nhà. Chúng tôi ở đây nhiều đến nỗi Baby Ruth gọi Ronald McDonald là "anh trai".

Novalee cười vang, tiếng cười giòn giã đầu tiên sau một thời gian dài.

- Chị tốt với em quá, Lexie.

- Ừ, ai cũng cần phải thế cả. - Lexie với qua bàn và vuốt những sợi tóc trên mặt Novalee. - Trông cậu tệ quá.

- Đêm qua em không ngủ được mấy.

- Nhìn là biết ngay. Còn Forney ra sao rồi?

- Đúng như em hình dung.

- Tệ thế kia à?

- Vâng. Anh ấy yêu quý Americus đến phát rồ. Nếu mẹ con em ra đi thì...

- Anh ấy cũng rất yêu quý cậu đấy thôi?

- Vâng. Bọn em là bạn thân thiết mà.

- Chao ôi, Novalee, hãy mở to mắt ra nào! Cậu không phải là bạn của anh ta. Mình đã nói từ trước rồi. Forney Hull mê đắm cậu thì có.

- Lexie, chị có biết sự khác biệt giữa tình yêu và tình bạn không?

- Có phải là một cuộc sát hạch không đấy?

- Forney là người bạn tuyệt vời và tử tế, gắn bó với em qua nhiều lúc khó khăn trong đời. Lexie ạ, anh ấy là người đỡ đẻ cho em đấy! Một tình bạn như thế... có lẽ còn mạnh mẽ hơn cả tình yêu!

- Thôi thôi, cho mình ngắt lời đây. Forney muốn có

cậu đến chết được. Đánh cược là anh ta thường mơ có cậu trong vòng tay và …

- Chị đọc quá nhiều về các vai hề rồi đấy.

- Novalee, nghe mình này. Người đàn ông này mê cậu đến phát điên. Anh ta sinh động hẳn lên khi có cậu.

- Chị đang nói linh tinh rồi.

- Không! Mình nhìn thấy mà … Mình quan sát Forney khi có cậu ở gần. Anh ta coi mọi điều cậu nói là tuyệt diệu. Anh ta yêu cách cậu đi đứng, cách cậu cảm nhận, mê thích mái tóc cậu, làn da cậu, bộ ngực nhỏ nhắn của cậu …

- Lexie à, Forney không giống chúng ta đâu.

- Cậu định nói gì vậy?

- Forney là người khác hẳn. Những người như anh ấy được ăn học tử tế. Họ có tiền. Lexie, Forney sống trong ngôi nhà có cả một parlor. Em chưa bao giờ quen người nào gọi phòng khách là "parlor".

- Mình vẫn nói "parlor" đấy thôi.

- Anh ấy từng ở châu Âu. Anh ấy nghiên cứu âm nhạc. Anh ấy nói được *ba thứ tiếng*!

- Vì thế mà cậu nghĩ là Forney không giống chúng ta ư?

- Lexie à, em ở đây, ở thị trấn này vì bị một gã bỏ rơi như vứt bỏ một thứ rác rưởi. Em nghèo, dốt nát và …

- Cậu không hề dốt. Cậu biết nhiều thứ. Cậu đọc nhiều hơn bất cứ người nào mình biết.

- Em có thể đọc ba cuốn sách một ngày và chẳng bao giờ biết những điều Forney am hiểu. Em chẳng bao giờ có thể nói chuyện với anh ấy về những ý tưởng lớn lao hoặc...

- Novalee, cậu thử nghe những câu mình vừa nói xem. Một người đàn ông không thể yêu em vì em không đọc nhiều sách như anh ta sao? Anh ta không thể yêu cậu vì cậu không nói được tiếng Pháp hoặc vì cậu không đi xem hát ư? Cậu định nói chúng ta phải yêu người ngang hàng với chúng ta hay sao?

- Không, không hẳn như thế.

- Nếu cậu đúng, thì mình xứng với Woody Sams và đáng hưởng những gì gã đã làm với mình. Gã nói sẽ làm bố các con mình vì gã không thể có con. Gã bảo vì bệnh quai bị. Thế là, - Lexie xoa xoa cái bụng to tướng của mình, - mình nhiễm bệnh quai bị của gã ở đây này.

- Lexie, cậu không có ý...

- Woody Sams lẵng nhẵng theo mình lâu hơn những người khác, đủ lâu khiến mình mang bầu, rồi gã bỏ mình mà đi... không, để mình nói cho chính xác. Gã cưỡi chiếc Harley của gã, đèo thêm cái bếp dã chiến và những cái gối khủng của mình. Phóng khỏi thị trấn lúc nửa đêm, bỏ mình ở lại, bụng mang dạ chửa đứa con thứ năm, vậy cậu hãy cho mình biết chúng ta chỉ có thể xứng đáng với gì, hở? Đấy có phải là thứ tốt nhất chúng ta có thể hy vọng không?

- Lexie, tự chị nói ra rồi đấy. Những cô gái như chúng ta không đáng phải nhận những thứ rác rưởi như thế.

- Va-ni, - Certain nói.

- Vâng. Novalee bước ra từ chỗ gọi điện thoại trả tiền ở IGA và thì thầm với Americus "vani", con bé gõ lên đầu lần nữa, một cử chỉ nó cho là rất oách.

- Novalee này. Ông Ray gọi đến lần nữa đấy, bảo rằng cần nói chuyện với cháu trong ngày hôm nay.

- Ông ấy có nói lý do không ạ?

- Không, chỉ bảo là có việc quan trọng.

- Được ạ. Số điện thoại của ông ta như thế nào?

- 765-4490.

- Cháu sẽ gọi cho ông ta ngay.

Novalee gác máy, rồi nhét đồng hai mươi lăm xen khác vào điện thoại và ấn số Certain vừa cho. Một người đàn ông trả lời ngay hồi chuông thứ nhất.

Mười phút sau, Novalee rẽ vào đường ô tô nhà xơ và khi xe vừa đỗ sau chiếc Buick màu nâu sẫm, một người đàn ông bé nhỏ, gầy gò đã trượt khỏi ghế tài xế và tiến tới gặp cô.

- Xin chào. Tôi tên là Ray, - ông ta nói.

Novalee bắt tay ông, nhưng không nhận ra sức ép từ những ngón tay của ông ta, không nhận ra khói thuốc lá, hay mùi nước cạo râu thơm mùi gỗ thông thuần khiết của ông. Cô không nhìn thấy những đốm thuốc lá dính ở môi dưới hoặc cặp mắt xám sâu hoắm trông đau đớn và mệt mỏi.

Cô mải nhìn qua vai ông ta… nhìn qua chiếc Buick, qua con đường dành cho xe.

Chiếc xe moóc không còn nữa. Nơi đó chẳng còn gì chứng tỏ là nó đã từng ở đó.

Chẳng còn lại gì. Không còn những trụ chống chèn bánh xe, không còn những khối bê-tông đỡ các chỗ nhô ra, không còn lớp nhôm quấn quanh trụ đỡ. Không còn một mảnh thủy tinh hoặc một rẻo thiếc, không còn một khúc gỗ, thậm chí không còn một viên gạch.

Tất thảy đã hết rồi, hàng hiên và kho chứa đồ, giàn mắt cáo và chậu cho chim tắm. Tất cả đã được quét dọn nhẵn nhụi và sạch sẽ.

- Lần đầu tiên cô trở lại đây phải không? Kể từ khi chuyện ấy xảy ra.

Novalee gật đầu lúc Americus chạy đến cạnh cô, với lên nắm tay cô.

- Tôi rất lấy làm tiếc, - ông ta nói. - Tôi biết cô khá kỹ. Bà ấy kể rất nhiều về cô.

- Ông và xơ là...

- Hai kẻ nghiện rượu. Tôi gặp bà ấy ở AA. Từ bốn năm trước, đúng vào thời gian bà ấy gặp cô. Bà ấy là người bảo trợ cho tôi.

- Ồ, ra ông là người ấy. Người gọi đến...

- Vào lúc nửa đêm chứ gì? Vâng, tôi là người đó. Bà ấy đi theo tôi đến Câu lạc bộ Hi-Ho hoặc ở quán rượu Red Dog, hay Bone's Place. - Ray ném điếu thuốc cũ đi và châm điếu khác. - Dù tôi rúc vào đâu, bà ấy cũng đi theo.

- Mẹ ơi? - Americus kéo tay Novalee.

- Bà ấy chưa bao giờ bỏ tôi, - Ray kể. - Sau khi tôi mất

việc, bị khai trừ khỏi đoàn luật sư… bà ấy là người đã giúp tôi quay lại.

Novalee nhìn khắp sân.

- Tôi không thể tin tất cả đã mất rồi.

Americus buông tay mẹ rồi lon ton chạy đi.

- Phải, - Ray nói. - Chắc cô sốc lắm, nhưng nếu cô nhìn thấy nó trước khi tôi dọn dẹp có lẽ còn thấy tệ hơn.

- Ông đã làm việc này sao?

- Tôi là người thực hiện di chúc, nên…

- Di chúc?

- Xơ có một chúc thư. - Ông ta thọc tay vào túi và rút ra một phong bì dày. - Tất cả ở trong này.

- Gì vậy?

- Di chúc của bà ấy, chứng thư, một số séc và giấy biên nhận. Cô sẽ phải ký vào một số giấy tờ, sau đó…

- Tại sao kia?

- Vì bà ấy để lại mọi thứ cho cô, cô Nation. Đất đai. Chiếc xe moóc. Tiền bảo hiểm, tuy chỉ là mức tối thiểu. Tám ngàn đô-la. Tám ngàn cho các thứ trong xe. Công ty bảo hiểm State Farm. Séc ở trong này. - Ray đưa cái phong bì cho Novalee. - Có một tờ séc của National Republic, một hợp đồng bảo hiểm nhân thọ trị giá mười ngàn, và cô là người thụ hưởng.

- Mẹ ơi, - Americus gọi từ đầu kia sân.

- Dù sao, đây cũng là tất cả của cô. - Ray nói.

Novalee cầm cái phong bì, động tác cứng nhắc và máy móc.

- Cô đã có dự tính gì chưa?

các phòng ngủ có chăn kiểu cổ và giường bốn chân

- Cô sẽ ở lại vùng này chứ?

nhà bếp có xoong nồi bằng đồng và đồ sứ màu xanh

- Mẹ ơi!

tường phủ kín những tấm ảnh gia đình lồng khung mạ vàng

- Mẹ ơi, nhìn này!

Novalee quay lại và thấy Americus đang nhảy lò cò quanh cây dẻ ngựa vẫn còn sống, vẫn cao, vẫn thẳng...

Nó là vận may... sẽ giúp ta tìm ra đường về nhà nếu ta bị lạc

- Cô có định trở về Tennessee không?

gia đình là nơi tiểu sử của ta bắt đầu

- Gì kia ạ?
- Tôi muốn biết cô có định trở về Tennessee không?
- Không. Tôi sẽ ở lại đây. Ở nhà.

Chương 26

Cô gái tóc đỏ bên quầy châm điếu thuốc khác và vắt chéo chân, cố ý để diềm váy ngắn tốc cao, lộ chiếc quần lót viền ren. Cô ta muốn ca sĩ tự xưng là Billy Shadow chú ý đến mình. Cô ta chẳng cần gì phải ngại.

Willy Jack đã phát hiện ra cô và những cô khác trong bọn - cô gái bé nhỏ da ngăm ngăm mặc quần jeans bó, áo hở hang, chỉ che hai đầu vú, cô gái gốc Tây Ban Nha đi bốt đỏ, váy bò ngắn cũn không che hết phần mông, cô gái mắt nai mỗi khi gã nhìn lại mút ngón tay cái. Willy Jack không bỏ lỡ một ai.

Nhưng tối nay, gã không tìm gái mà đang rình Johnny Desoto, một trong những công ty lớn nhất trong ngành sắp tới nghe cậu hát.

- Tôi có thể làm gì cho cậu đây, Billy?
- Shorty Wayne bảo tôi nên liên hệ với ông, Johnny. Ông ấy nói ông thích bài hát của tôi.

- *Bài Nhịp đập con tim phải không?*

- *Nhịp dập của con tim.*

- *Giai điệu hay đấy.*

- *Shorty dặn nếu tôi đến Dallas, thì nên gọi điện cho ông.*

- *Cậu đang làm đấy thôi.*

- *Vâng, chính vì thế mà tôi gọi.*

- *Hiện giờ cậu đang ở Dallas ư?*

- *Vâng. Tôi đã ở Cowpokes từ tuần trước.*

- *Cậu còn ở đây bao lâu?*

- *Tôi sẽ ở đây đến mồng Mười.*

- *Hiểu rồi.*

- *Vì thế tôi nghĩ…*

- *Billy này?*

- *Gì kia?*

- *Cậu vẫn làm việc với Ruth Meyers sao?*

- *Vâng, nhưng tôi đang nghĩ sẽ thay đổi một số việc, Johnny. Ông hiểu ý tôi rồi đấy.*

Khi Willy Jack giơ nắm tay đấm vào không khí để người đánh trống hiểu đã chậm nửa nhịp, giọng gã luyến vào đoạn điệp khúc bài *Mẹ ơi, đừng để chúng con lớn lên thành cao bồi*, bài đầu tiên Billy hát với nhóm Night River.

Khán đài Cowpokes đã vượt quá sức chứa bốn trăm người, ngay cả trước khi nhóm Night River lên sân khấu. Một giờ sau, khách vẫn tràn vào cửa, xăng xái lót tay mười đô chỉ để mua một chai Lone Star cổ dài giá năm đô-la.

Tọa lạc trên đại lộ Greenville cực mốt ở Dallas, Cowpokes chuyên mua vui cho lứa trẻ thừa tiền, đó là những tay dân chơi mới nổi trẻ măng đội mũ cao bồi hiệu Stetsons - lóa mắt vì đèn disco nhấp nháy, các nam sinh viên của SMU[1] đi những đôi giày giá không dưới sáu trăm đô-la - sẽ không bao giờ đến những nơi thô lậu hơn sàn lát gỗ, những phụ nữ giàu có, mảnh dẻ, diện mạo sáng ngời nhờ ra sức tập thể dục và hàng giờ tắm nắng.

Đến được Cowpokes là cả một chặng đường dài từ những nơi Willy Jack khởi nghiệp, những câu lạc bộ trên các thân xe hỏng hàn lại, nơi Ruth Meyers giữ chỗ cho gã thuở ban đầu, những nơi tang thương trong các thị trấn khắc nghiệt, quán rượu Back Stabber ở Trinidad, Colorado... Forked Tongue ở Winslow, Arizona... Coonasses và Crackers ở Biloxi, Mississippi.

Ruth Meyers muốn xem Willy Jack có dẻo dai không, và có thể tồn tại trong giới giải trí hào nhoáng không. Gã chịu được, nhưng đôi khi không được bao lâu.

Ở một nơi tên là Hốc tường, Chilloicothe, Missouri, có người đàn ông đi xe lăn cố giết gã bằng cây búa nhọn một đầu, vì dàn nhạc không chơi được vở *Giai điệu âm nhạc*. Ở Decatur, Alabama, trong quán rượu và thịt nướng Baby, một phụ nữ gí cái búa đập đá vào tai chồng để yêu cầu Willy Jack hát *Trái tim lừa dối của em*.

Ở Hot Springs, Arkansas, ba anh em đang thức canh xác cha đã khiêng cái xác tới Rubber Rooster, bắt nhóm

---

[1] SMU: Trường đại học do Hội Giám lý thành lập năm 1911 tại Dallas, bang Texas.

Night River chơi bản *Mắt xanh khóc trong mưa* suốt từ nửa đêm đến bốn giờ sáng hôm sau.

Còn ở Valdosta, Georgia, trong một quán rượu tên là Fang, gã phải diễn chung sân khấu với sáu lồng rắn. Đến giờ cho ăn, người bồi rượu bán chuột sống giá ba đô một con, và bất cứ khi nào khách hàng thả một con chuột vào trong lồng, ban nhạc lại gõ một hồi trống và điệp khúc của bản *There Goes My Everything* vang lên.

Willy Jack lại nhìn khắp đám đông trong Cowpokes lần nữa, tự hỏi vì sao Johnny Desoto chưa xuất hiện. Dù căn phòng đã chật cứng, gã vẫn có thể nhận ra vì ông ta bịt một mắt, nghe đồn con mắt ấy hỏng vì bị một con bò đực húc khi tham gia cuộc đua rodeo[1] từ ba chục năm trước.

- Cho chúng tôi một chầu nữa? - Willy Jack gọi người bồi rượu.

- Không, - Johnny Desoto từ chối. - Với tôi, bây giờ là hơi sớm. Với lại, tôi có cuộc hẹn ăn trưa trong một giờ tới.

- Vậy thì tôi sẽ nói ngay vào vấn đề. - Willy Jack ngả người vào gần bàn hơn, giọng gã nghe rất bí mật. - Tôi nghĩ Ruth Meyers đã đưa tôi đi xa hết mức có thể rồi.

- Đúng thế sao?

- Thưa ông, bà ta không còn quyền lực nữa.

- Ồ, tôi không đánh giá quá thấp Ruth Meyers đâu. Bà ấy đạt kỷ lục về ghi âm băng đĩa đấy.

---

[1] Rodeo: cuộc đua tài của những người chăn bò (cưỡi ngựa, quăng dây...).

- Đúng thế, bà ấy đưa nhiều nhạc sĩ lên sân khấu, nhưng…

- Bà ấy đã ghi âm bài hát của cậu, Billy.

- Mẹ kiếp! - Willy Jack lắc đầu, chán ghét. - Một đĩa đơn của Shorty Wayne.

- Hiện giờ Shorty đã có một số bài hit. Cậu ta đã tiến bộ. Cậu ta đã làm cho nhiều người kiếm ra nhiều tiền, kể cả Ruth Meyers.

- Phải, nhưng cậu ấy không làm cho tôi giàu.

- Cậu ta biết khai thác nhịp bài hát.

- Cái đó cũng không làm cho sự nghiệp của tôi khá khẩm hơn. - Willy Jack giơ cái cốc rỗng cho người bồi rượu trông thấy.

- Vậy cậu định sao, Billy?

- Ra một album. Album của tôi… và một video. Lên ti-vi. Tôi cần có người quảng bá cho tôi.

- Cậu không nghĩ người đó là Ruth Meyers ư?

- Trời ạ, Johnny, Ruth Meyers không còn quyền lực nữa.

Willy Jack bắt gặp sự chú ý của cô phục vụ và ra hiệu cho người chơi dương cầm, một anh chàng gày giơ xương tên là Davey D. chơi bản *Nỗi đau và cạm bẫy.*

Davey D. là nhạc công duy nhất còn lại trong số bốn người mà Ruth Meyers tập hợp để thành lập nhóm nhạc Night River trong thời gian bà đào tạo Billy Shadow.

Ruth Meyers thuê những người giỏi nhất mình biết, những người thuộc hàng trăm ban nhạc hình thành rồi tái lập, hợp rồi tan, những nhạc công giỏi, nắm vững cả điều kiện lẫn cách thức. Bà lần ra họ, lôi kéo họ rồi kết hợp họ với Billy Shadow.

Hình dáng đôi môi của Willy Jack đã khiến bà nhớ lại hồi còn là một thiếu nữ ở Missouri, với những hồi ức khó hiểu rung động mơ hồ, những đêm thích thú đầu tiên ven dòng sông Current cùng cậu trai đầu đời, Ruth Meyers gọi anh chàng ca sĩ mới của mình là Billy Shadow và những nhạc công cũ là ban nhạc Night River, không hiểu sao có cảm giác bóng tối và màn đêm có thể kết thành một khối[1].

Nhưng việc đó không xảy ra, vì người đánh trống không giữ đúng nhịp. Không, vì người chơi bass không thể độc tấu. Không, vì người chơi ghi-ta không đạt được cao độ hoàn hảo. Và việc đó không thể diễn ra vì họ đều quá cao. Chỉ mình Davey D. là thấp hơn Willy Jack, và chỉ mình Davey D. còn trụ lại.

Tuy những người thay thế không giỏi giang, không tinh tế như những người ban đầu, song ngôi sao chiếu mệnh của Billy Shadow vẫn đang lên. Ruth Meyers đã hoàn thành xuất sắc công việc của mình. Nhưng còn phải huy động cả một tiểu đội mới hoàn thành mọi sự. Willy Jack cần phải "sửa sang" cho ra trò.

Hôm ở Nashville, nha sĩ Frazier gần như phát khóc khi nhìn vào miệng Willy Jack, nào răng sâu, nào viêm nướu, và một mớ lầy nhầy, xước xát qua hơn hai chục

---

[1] Trong tiếng Anh, Shadow là bóng tối, Night nghĩa là màn đêm.

năm. Nhưng một tháng sau, khi nha sĩ hoàn thành công việc, Billy Shadow trèo khỏi ghế, hàm răng đã được bọc, đặt cầu răng và bịt lại, sạch sẽ và trắng muốt như tấm ga trải của bệnh viện.

Nina, chuyên gia làm tóc, đảm nhiệm ca Willy Jack. Trước hết phải dùng nhựa thuốc lá và dầu hải ly nóng trong một tuần liền để chữa cho gàu khỏi bám đầy da đầu, lông mày và góc mũi. Sau đó, cô cắt tóc và tạo những lọn quăn mềm mại, hững hờ rơi khắp trán. Rồi cô nhuộm tóc gã thành màu hạt dẻ sẫm, khiến mắt gã có màu gần như tím biếc. Cô tẩy da chết bằng mỹ phẩm, xử lý bọng mắt bằng dưa chuột và mayonnaise. Cuối cùng, sau khi cắt sửa và chăm sóc móng, cô chụp ảnh Billy Shadow để chứng tỏ trung tâm dạy làm đẹp của mình rất đáng đồng tiền bát gạo.

Jack Gooden, thợ may ở Preston đưa Willy Jack vào phòng thử, dặn gã cởi bỏ hết quần áo, đồ lót bằng sợi nhân tạo và sơ-mi kẻ ô mà Claire Hudson đã cho hồi gã ở trong tù. Một giờ sau, Willy Jack quấn hàng mét vải len mịn và ga-bac-đin màu hổ phách, màu nâu đỏ sẫm lộng lẫy, trong lúc Gooden ghim, đo rồi đánh dấu bằng phấn. Hai tuần sau, Billy Shadow vận bộ com-lê mới ôm sát bộ hông mảnh dẻ, đôi vai hẹp độn cao và sột soạt ở đùi khi bước đi.

Ngay hôm đầu tiên, ông thợ đóng giày ống Tooby đã phải ngoảnh đi, giả vờ không nhìn thấy đống báo nhét dưới gót bít tất của Willy Jack. Không cần nhìn vào trong đôi giày Acme rẻ tiền, ông thừa biết chúng nhét đầy báo. Willy

Jack không phải khách hàng thấp người đầu tiên ông gặp. Vài tuần sau, khi gã đút chân vào đôi giày da cá sấu khâu tay, gót cao năm phân, Tooby thừa biết Billy Shadow sẽ chẳng bao giờ đứng thẳng hơn và cao hơn hôm đó.

Khi Ruth Meyers và cả đội xong việc, Willy Jack Pickens bước tới trước gương, mỉm cười và ngắm Billy Shadow cười đáp lại.

Ruth Meyers biết trước rằng gã này sẽ gây cho bà nhiều bực mình, rắc rối. Bà biết rồi sẽ bắt gặp vợ của ai đó với gã trên ghế sau của chiếc Lincoln hoặc Cadillac. Bà biết con gái của ai đó sẽ có thai rồi thề rằng gã là bố đứa trẻ. Bà biết con của ai đó sẽ bị bắt giữ vì cung cấp cần sa và cocaine cho gã. Ruth Meyers thừa biết tất cả mọi sự sẽ đến.

Bà biết Willy Jack sẽ bóp méo luật lệ và phạm luật, bán đứng bà, cắt cổ bà rồi cố bỏ đi. Ruth Myers biết mình đang thỏa thuận với ai, và lẽ ra bà nên biết rõ hơn.

Nhưng khi Billy Shadow lùi khỏi gương, ôm ghì Ruth Meyers mà hôn và quay bà khắp phòng, gã khiến tim bà đập rộn ràng, áp huyết tăng cao, cổ họng nghẹn lại vì những hồi ức ngây ngất về cậu trai ngon lành ven sông Current.

- *Tôi mừng vì ông có thể làm việc này, Johnny.*
- *Tôi là người đến sau nên đành bó tay. Không thể tìm ra cách nào tử tế để cậu dứt áo ra đi.*
- *Chúng ta có việc tiếp theo phải làm và…*
- *Tôi không có khả năng làm việc tiếp theo đâu, Billy.*

- Khỉ thật, ông không nghe thấy gì ngoài hai từ cuối cùng. Tôi tưởng ông sẽ…

- Tôi thích điều vừa nghe thấy.

- Thế sao? - Willy Jack uống một ngụm lớn. – Ông thích tôi và sẽ giới thiệu tôi chứ, Johnny?

- Chà! Có lẽ chúng ta tiến hơi nhanh đấy.

- Tôi đã sẵn sàng để tiến nhanh. Tôi đã theo nhịp chậm này lâu quá rồi.

- Cậu cần hiểu một điều, Billy. Trong chừng mực cậu còn ràng buộc với Ruth Meyers…

- Ông nghe này. Tôi không nợ nần Ruth Meyers cái quái gì hết. Không một cái của nợ gì hết.

- Có lẽ bà ấy nghĩ khác đấy.

- Tôi có thể kết thúc việc này nhanh chóng. - Willy Jack búng ngón tay, vô tình làm đổ chỗ rượu còn lại. - Bà ấy cũng không thể nói gì được mà.

- Billy, Ruth Meyers có một đồng minh cực mạnh, nhưng bà ấy vờ như đó là kẻ thù không đội trời chung. Cậu có chắc đã sẵn sàng làm việc này chưa?

- Ông hình dung bà ta có thể làm gì tôi?

- Tôi sẽ bảo cậu. Ruth Meyers có tầm với dài khủng khiếp đấy.

- Chó chết. Ruth Meyers không còn quyền lực gì hết.

Willy Jack ấn số điện thoại trên danh thiếp của Ruth Meyers, rồi ấn khớp ngón tay lần nữa. Bà trả lời ngay hồi chuông thứ nhất.

- Ờ, chúng tôi đã ở đây. Nhưng thật khốn nạn. Mưa suốt dọc đường. Tôi phải nói với bà là Abilene, Texas, trông như cái lỗ đít của thế giới vậy.

- Cậu đang ở Ramada chứ?

Willy Jack có thể nghe thấy chút khang khác, thoáng vẻ cảnh giác trong giọng Ruth Meyers.

- Vâng. Để tôi cho bà số này. - Gã phải giơ điện thoại tới sát mắt vì các con số ướt đẫm. Gã biết mình là đồ khốn, nhưng không muốn Ruth Meyers biết điều đó. - 764-4288.

- Tôi đã cố gọi cậu trước khi cậu rời Dallas.

- Thật thế sao? - Căn cứ vào sự im lặng lơ lửng giữa họ, gã biết có chuyện không ổn. Nhưng không thể là việc liên quan tới Johnny Desoto. Bà ta không thể biết được chuyện đó. - Bà gọi đến khách sạn hay câu lạc bộ?

- Cả hai.

- Chúng tôi rời đi hơi sớm so với dự định. Có chuyện gì vậy?

- Tôi nhận được điện thoại của một luật sư ở Albuquerque.

- Khỉ thật. Nếu là cô gái đó thì…

- Về một phụ nữ tên là Claire Hudson.

- Ai kia?

- Cậu biết Claire Hudson chứ?

- Không. Tôi chưa bao giờ nghe thấy cái tên ấy.

- Bà ta bảo cậu không hề viết bài *Nhịp đập của con tim*.

- Khốn kiếp!

- Bà ta nói con trai bà đã viết bài đó.

- Nhảm nhí! Con trai bà ta đã chết lâu rồi. - Willy Jack biết Ruth Meyers vẫn giữ máy. Gã có thể nghe thấy tiếng bà thở. - Thôi được... tôi có biết bà ta... nhưng...

- Đồ chó đẻ, cậu đang nói dối.

- Không. Bà nghe này, Ruth, nghe này! Tôi đã viết *Nhịp đập của con tim*. Đấy là ca khúc của tôi và...

- Không, Willy Jack. Cậu nhầm rồi. Đó là ca khúc của Claire Hudson.

- Bà đang nói gì vậy?

- Claire Hudson giữ bản quyền, để tên người con trai đã chết của bà ấy.

- Mẹ kiếp, Ruth. Tôi thể với bà. Bà nghe đây, khốn kiếp. Tôi không nói dối bà. Tôi chưa bao giờ nói dối bà, Ruth.

- Thật sao? Cậu thực sự không nói dối tôi chứ, Willy Jack?

- Không! Tôi cần bà. Tôi cần bà giúp chuyện này.

- Phải, cậu cần giúp đỡ, nhưng không phải là tôi. Có lẽ Johnny Desoto có thể giúp cậu việc này.

- Ruth? Chúng ta hãy nói rõ về chuyện này. Ruth? Hãy để tôi nói đã, Ruth? Ruth Meyers?

Chương 27

Novalee biết Forney sẽ lo lắng. Chắc anh đã gọi cảnh sát giao thông để kiểm tra các con đường và cô biết nếu mình không về nhà trước chín giờ, có khi Forney còn gọi điện đến các bệnh viện.

Cuối buổi chiều tuyết bắt đầu rơi, và gần tối đã chuyển thành mưa tuyết. Khi Novalee rời nơi làm việc lúc bảy giờ, băng đã phủ kín kính chắn gió xe cô, dày hơn một phân. Cô lấy hộp các-tông trong cốp xe, cái hộp mà Forney nhét đầy những cái nạo kính, nhiều lọ chứa chất phá băng, pháo sáng và nến, hàng chục và hàng chục cây nến. Forney biết nhiệt của một cây nến có thể giữ cho người bị kẹt trong xe sống được hai ngày trong bão tuyết ở Bắc Dakota, vì thế anh mua rất nhiều nến.

Bãi xe Wal-Mart dài một dặm lát bê-tông, với sức chứa năm trăm ô tô, nom gần như vắng vẻ nên Novalee thoải mái lái chiếc Chevy thẳng tới lối ra. Người ta đã đóng gần hết các lối vào trong Super Center ngay khi bông tuyết đầu tiên rơi xuống mặt đất. Lúc này không ai cần đến chỗ đó nữa.

Novalee hy vọng các xe chở cát sẽ giúp ích ở đường cao tốc, nhưng chẳng ai ngờ tháng Tư vẫn có mưa băng, nên cô không ngạc nhiên khi thấy con đường liên bang đã phủ một lớp băng trơn nhãy. Quả là một quãng đường dài để lái xe về nhà.

Trong mấy tháng đầu, việc lái xe từ nhà đến nơi làm việc không quá vất vả. Nhưng từ đầu tháng Mười một, thời tiết bắt đầu xấu đi và vẫn chưa khá hơn. Đến tháng Mười hai, một mình cô lái xe trong mưa tuyết, mưa đá, mưa băng và tuyết rơi dày gần nửa mét.

Moses và Forney đã chất lên chiếc Chevy nhiều khối bê tông, còn Novalee đã mua bộ lốp mới có thể chạy tuyết. Dù vậy, cô vẫn bị trượt suốt và thường chỉ thoát hiểm trong gang tấc trên những con đường trơn đến mức, đã vài lần cô nghĩ đến bỏ việc và kiếm một nơi gần nhà.

Cô không chắc có cầm cự nổi việc mỗi tuần lái xe năm trăm dặm quốc lộ. Cô không biết vì sao cô cứ ở lại Wal-Mart, cứ rạng đông là đi làm và sau lúc trời tối mới lái xe về nhà. Thỉnh thoảng, cô ước gì mình làm được như những người khác, gọi điện cáo ốm chỉ để cuộn tròn trong chăn vào một trong những buổi sớm băng giá tối tăm như thế này, mặc kệ mọi sự và nằm lì trên giường.

Lexie đã cố khuyên Novalee nộp đơn xin việc trong bệnh viện, chỉ lái xe qua thị trấn độ mười phút. Dixie Mullins muốn cô đi học một lớp làm đẹp để có thể làm việc trong cửa hàng của bà. Bà Ortiz giục cô xin một công việc của liên bang, như bưu điện chẳng hạn.

Nhưng không hiểu sao, Novalee cứ ở lại Wal-Mart, là một trong số ít người tới Porteau và Super Center làm việc trong thời gian quá độ, và là người duy nhất lái xe đi, về hàng ngày. Cô không biết chắc vì sao, nhưng cảm thấy gắn bó với Wal-Mart. Chắc vì cô đã sống trong đó khi mang thai... hoặc vì con gái cô đã sinh ra ở đấy.

Khi mưa đá chuyển thành tuyết rơi, Novalee định đỗ lại và gọi cho Forney, báo cô về muộn, nhưng lối ra dốc thoai thoải nom còn trơn hơn đường cái, vì thế cô không dám liều. Hơn nữa, Forney và Americus đang mải đọc *Yêu tinh trên đồi Pook*, và chắc sẽ nhãng khỏi thời tiết được một lúc.

Bà Ortiz trông Americus ban ngày và muốn trông nó cả buổi tối, nhưng Forney không nghe. Vừa đóng cửa thư viện, làm bữa tối cho bà chị xong là anh tới và ở lại cho đến khi Novalee về đến nhà. Anh giải thích là phải ở đấy vì quen rồi. Anh đọc cho Americus nghe một chút về lịch sử thế kỷ XIX vì anh chỉ có ít thời gian. Vả lại, mùa thu tới con bé bắt đầu đi nhà trẻ.

Mặt khác, Novalee lấy làm mừng vì có Forney ở đó. Cô thích nhìn thấy anh khi bước vào nhà. Dù ngày hôm đó có thế nào đi nữa, bất chấp mệt hay không, tâm trạng ra sao, cô luôn cảm thấy khá hơn khi nhìn thấy Forney mỉm cười ngượng ngập khi cô bước qua ngưỡng cửa.

Mỗi khi thấy anh bẽn lẽn và ngập ngừng, cô biết ngay là anh mang tới cho cô một điều bất ngờ, một thứ đặc biệt thú vị. Ví dụ, cứ đến mùa xuân là anh tìm nấm hương, "đúng loài Morchella" để nấu một món riêng, hoặc xếp những quả dâu tây đầu mùa đã tẩm đường lên cái đĩa sứ mỏng màu xanh. Thỉnh thoảng, anh mang đến một thứ kẹp trong các cuốn sách ở thư viện - một lọn tóc màu nâu vàng thắt băng lụa xanh, hoặc bức thư tình của một người đàn ông tên là Alexander.

Forney cũng mang nhiều thứ cho ngôi nhà. Một bộ quả đấm cửa bằng thủy tinh tìm thấy ở chợ bán đồ cũ, những cái khung mạ vàng tinh tế để Novalee lồng các bức ảnh cô chụp trong ngày đầu tiên ở Wal-Mart, ngày Willy Jack bỏ cô lại.

Cả ba tấm ảnh đều mang dấu vết hư hại của cơn lốc xoáy, nhưng Novalee không để ý đến các vết đen, những vết xước xát và lồi lõm. Cô chỉ nhìn thấy nụ cười như có phép màu của xơ Husband, cặp mắt đen dịu dàng của Moses Whitecotton và thân hình mảnh dẻ rám nắng của Benny Goodluck, cứng nhắc và vụng về tạo dáng chụp ảnh.

Novalee treo các bức ảnh ấy lên tường phòng khách khi sơn chưa kịp khô, trước khi cửa sổ có rèm, trước cả khi chuyển đồ đạc vào.

Tuy cô dọn đến nhà đã hơn sáu tháng, nhiều chỗ vẫn chưa hoàn tất - các ngăn kéo tủ bếp vẫn chưa có tay cầm, một rẻo gỗ còn thiếu, vài thứ trang trí chưa sơn xong. Nhưng đây là một ngôi nhà không có bánh xe, một ngôi nhà cố định, vững chãi bám vào nền đất.

Cô tự thiết kế ngôi nhà. Bốn phòng và một buồng tắm, một khoảnh đất vòng quanh cây dẻ ngựa. Một số người cho rằng cô không bao giờ xây được ngôi nhà với hai mươi sáu ngàn đô-la, khoản tiền xơ để lại cho cô. Tuy nhiên, cô đã làm được. Nhưng cô cũng được giúp nhiều.

Moses làm nến, ông Ortiz làm khung. Benny Goodluck và bố đóng gạch; Forney và ông Sprock làm mái. Bà Ortiz dán giấy tường và Certain may rèm.

Việc nào, Novalee cũng làm chút ít. Cô khoan, đóng đinh, trét, đo và cưa, nâng, chuyển, khiêng vác. Cô đẫm mồ hôi, nguyền rủa, cười đùa, đau nhức và khóc, trong nhiều tuần cô làm việc mười tám tiếng một ngày và chỉ ngủ sáu tiếng vào ban đêm, khi mọi người đã ngủ.

Rồi một buổi chiều tháng Tám ẩm thấp, ngôi nhà đã xong. Ngôi nhà mà Novalee từng mơ ước.

một ngôi nhà có những tấm chăn kiểu cổ, đồ sứ màu
xanh và những bức ảnh gia đình lồng khung mạ vàng

Forney đang đứng bên cửa sổ khi cô rẽ vào đường dành cho xe lúc chín rưỡi. Anh đã cọ sạch các bậc thềm và rắc muối lên hiên.

- Tôi lo cho em quá, - anh nói lúc lôi Novalee vào trong nhà và cởi áo khoác giúp cô.

- Em định gọi điện, nhưng không tìm ra chỗ nào thích hợp để rời đường cái.

- Em có gặp rắc rối không?

- Xe cộ vẫn chạy nhưng chậm rề rề. Em thấy mấy cái ô tô đâm sầm về phía nam chỗ đường rẽ Bokoshe. Các cầu vượt trơn như thủy tinh.

- Ông Sprock nói người ta đã đóng đường 31.

- Ông ấy đến đây à?

- Không, nhưng đã gọi điện hai lần. Ông ấy lo cô về đến nhà chỉ còn một mảnh.

- Em sẽ gọi cho ông ấy ngay.

- Trông em mệt nhoài rồi.

- Vâng. Em mệt thật.

- Uống tách cà phê nhé?

- Thế thì tuyệt quá.

Novalee quay lưng về phía lò sưởi, thấm thía nỗi căng thẳng của việc lái chiếc Chevy qua nhiều dặm trong băng giá và tuyết rơi.

Lò sưởi là thứ cô không tính đến khi xây nhà, vì biết không có điều kiện trang trải. Nhưng Moses một mực bắt cô làm, vì ông có thể xây được. Và ông xây thật. Một lò sưởi bằng đá hẳn hoi. Ông, Forney và ông Ortiz đã chuyên chở những tảng đá từ đáy sông Sticker suốt hai ngày liền.

Forney trở vào, mang cho Novalee tách cà phê bốc hơi nghi ngút.

- Cảm ơn anh. Americus đi ngủ khi nào ạ?

- Khoảng một giờ trước, nhưng phải cố lắm đấy.

- Nó quá phấn khích vì tuyết rơi chắc?

- Quá lo cho mấy con vật thì có. Nó sợ chúng chết cóng. Đòi tôi bồi dưỡng súp cho chúng. Nó bảo "Phải cho chúng nó ăn nóng".

- Và anh đã làm thế chứ gì?

- Nấu súp cho cả đàn mèo, chó ấy à? - Forney vung hai tay để Novalee thấy câu hỏi mới buồn cười làm sao.

- Thế anh có làm không?

Forney cúi đầu, hạ giọng:

- Một xoong nước thịt thôi.

- Forney, anh là người dễ bị lợi dụng nhất đời.

- Ngoài kia giá buốt lắm nhỉ, Novalee.

- Chắc chắn rồi.

- Nếu Americus quyết chí nhận nuôi toàn bộ những con vật bị bỏ rơi trên đời, tôi nghĩ thỉnh thoảng nó cần giúp đỡ.

- Anh có phần em tí nước thịt nào không đấy?

- Americus không cho tôi làm thế. Nó bảo là không đủ. Nhưng tôi làm cho em ít gà rưới sốt kem.

- Tuyệt quá. Em đói sắp chết đây. - Cô cầm cuốn sách mỏng trên bàn. - Cái gì thế này?

- Benny Goodluck để lại cho em đấy. Là những thông tin em muốn biết về cây kim ngân đông.

- Nó có nói bố nó đặt mua rồi không?

- Không.

- Nó có nhắc đến cây táo gai của thổ dân mà em hỏi không? Hoặc giá bao nhiêu cho…

- Novalee, sao em nói đến Benny nhiều thế. Thằng bé đâu có nói năng gì nhiều.

- Ồ, nó hay chuyện mà, Forney.

- Với em thì có, nhưng với tôi thì không. - Nghe tiếng chuông điện thoại reo, Forney chỉ. - Chắc là ông Sprock gọi lần nữa. Ông ấy đã chuẩn bị tinh thần đến tận Saint Bernard để giải cứu cho em đấy.

Novalee cầm máy, rồi kéo dây qua ghế để có thể ở lại gần lò sưởi.

- A lô?

- Novalee à? - Tiếng Lexie có vẻ khàn khàn. - Em bật ti-vi chưa?

- Chưa. Em vừa về nhà.

- Em chưa biết tin gì sao?

- Tin gì ạ?

- Về Sam Walton.

- Ông Sam?

- Ông ấy mất rồi, Novalee. Sam Walton vừa mất.

Novalee đang nhận hàng trả lại thì thông báo vang lên trên loa.

"Quý khách hàng và nhân viên Wal-Mart chú ý...

Một phụ nữ có mùi cây cải ngựa, mặc áo khoác lông thú giả, khuy vặn vẹo nhoài người qua quầy. Cô ta rút cái áo vệ sinh bằng vải bông trong túi giấy và đẩy qua quầy tới chỗ Novalee.

- Tôi chưa mặc lần nào vì nó quá chật.

Chiếc áo vệ sinh từng là màu trắng, nhưng đã xám lại vì năm tháng. Nhiều vết tròn dưới nách, cổ doãng và biến dạng.

"... vì Sam Walton đã giành được sự kính trọng của...

- Nó có thể vừa cho người nào ngực nhỏ, nhưng không phải là tôi.

Novalee lộn trái chiếc áo tìm nhãn hàng, thẻ ghi giá nhưng đã bị cắt.

- Tôi chỉ nhận tiền trả lại vì hiện giờ đã có quá nhiều áo vệ sinh rồi. Bạn trai tôi bảo tôi làm cho cái tủ quần áo đầy ú ụ vì quá nhiều quần áo.

"... dành một lát im lặng tưởng nhớ ông".

- Tôi đã trả mười chín đô chín mươi nhăm xen, cộng thuế.

Novalee cúi đầu và nhắm mắt lại.

- Cô nghe đây, tôi để con trong ô tô. Tôi sẽ đưa chúng đến nhà chị tôi và đi làm lúc hai giờ.

- ... thung lũng của thần Chết... - Novalee mấp máy môi thành lời.

- Này. Cô có nghe tôi không hả? Tôi đang vội.

- ... sự hào hiệp và lòng nhân từ sẽ theo con suốt những ngày tháng trong đời: con sẽ cư ngụ trong ngôi nhà của Chúa mãi mãi".

Chương 28

Novalee được trả bảy mươi đô-la cho công việc chụp ảnh đầu tiên. Trong đó, cô chi hai mươi đô tiền phim, năm đô tiền xăng và cho Benny Goodluck mười đô. Nếu tính thêm ba đô rưỡi cho bữa trưa của họ ở cửa hàng McDonald, cô chỉ còn hơn ba mươi đô-la. Nhưng không sao. Với cô, việc đó chẳng thành vấn đề.

Cô có được công việc này là nhờ Benny Goodluck; cô giáo dạy toán của cậu bé đang tìm người chụp ảnh đám cưới cho mình. Carolyn Biddle không có nhiều tiền để trả và Novalee cũng không mong kiếm nhiều, nên họ nhanh chóng thỏa thuận.

- Chị nhận việc này, Benny. Chị nhận việc, - Novalee nói ngay lúc cậu trả lời điện thoại.

- Thế thì hay quá!

- Lễ cưới tổ chức vào ngày hai mươi tư, rất hay vì chị nghỉ cuối tuần, Whitecotton sẽ trông Americus nên nó không cần phải đi với chị.

- Đi đâu ạ?

- Tới Tahlequah. Cô Biddle sẽ cưới ở nhà mẹ đẻ tại Tahlequah.

- Chị đi một mình sao?

- Chắc vậy.

- Nhỡ chị bị bẹp lốp hoặc gì đó thì sao?

- Benny, chị biết thay lốp mà.

- Vâng, nhưng em chỉ nghĩ là có khi…

- Nếu thời tiết tốt, họ sẽ cưới ngoài trời. Cô Biddle đã trù tính mọi thứ. Thậm chí còn đề nghị chị mặc màu hồng.

- Tại sao vậy?

- Vì mọi thứ sẽ toàn màu hồng. Hoa, bánh cưới và quần áo.

- Nếu có người mặc màu đỏ tía thì sao? Hoặc màu vàng? Cô ấy sẽ làm gì?

- Benny, cô Biddle là giáo viên mà. Nếu cô giáo nói "mặc màu hồng", thì ta phải mặc thôi.

- Vâng, đúng thế ạ.

- Em biết không, chị định sẽ chụp bằng phim Vericolor. Màu hồng có thể phản chủ nếu chụp trong nắng.

- Em có thể giúp chị không?

- Gì kia?

- Em có thể đi cùng với chị. Vác máy. Đại loại thế.

- Ờ… - Novalee cố không tỏ ra sửng sốt, nhưng quả là ngạc nhiên. - Được chứ.

- Thật hả chị?

- Chị không đùa đâu. Chị cần giúp vì … em đừng nói với cô Biddle nhé, vì chị chưa bao giờ có mặt ở một đám cưới.

- Em cũng chưa.

Novalee cười vang, rồi nói:

- Không sao, chị đã xem trong phim *Khi trái đất quay* rồi.

- Em đoán họ cũng làm thế, chị nhỉ?

- Đúng thế. Mỗi lần phụ nữ lấy chồng đều như thế.

- Em không nghĩ trước kia cô Biddle đã lấy chồng.

- Đừng lo, Benny. Chị em mình rồi sẽ biết việc phải làm.

- Novalee, vậy em nên mặc gì?

- Em không có com-lê màu hồng nhỉ?

Suốt ba tuần tiếp theo, Novalee tận dụng thời gian ăn trưa ở Wal-Mart xem các tạp chí về đám cưới, tìm các bức ảnh thú vị, nhưng không thấy gì nhiều ngoài các bức ảnh truyền thống. Chụp những bức ảnh như thế chẳng thành vấn đề, trừ khi máy hỏng hoặc phim tối, những khả năng đó khiến cô bắt đầu lo lắng. Cô có thể thấy phụ nữ thường mê mẩn ảnh cưới đến phát rồ.

Vài ngày trước đám cưới của Carolyn Biddle, ông Moses kể cho Novalee câu chuyện về dì mình.

- Effie là em gái mẹ tôi, - Moses kể, - cưới năm 1932, đúng vào giữa thời kỳ Suy thoái[1], vì thế tôi nghĩ đó không

---

[1] Thời kỳ suy thoái toàn cầu (1929-1939) gây nhiều hậu quả nặng nề cho toàn thế giới.

phải là một đám cưới hào nhoáng. Cả hai vợ chồng dì đều xuất thân nghèo khổ. Nhưng tôi nghe kể, đám cưới được tổ chức ở nhà thờ và rất đẹp. Dì Effie mặc bộ đầm bằng sa-tanh do mẹ tôi may, ai cũng cài hoa hái trong vườn, nhà thờ đầy màu sắc. Mười năm sau, chồng dì bị giết trong trận Midway nhưng dì không bao giờ tái hôn. Dì làm quản gia cho đến năm bảy mươi tuổi. Rồi khi đã ngoại tám mươi... tám mươi tư, tám nhăm, nhà dì bị cháy. Dì Effie đang ở chơi nhà hàng xóm thì người ta nhìn thấy lửa, nên dì không bị nguy hiểm gì. Nhưng cô có biết bà đã làm gì không? Chạy về nhà! Lao vào ngôi nhà đang chìm trong biển lửa, để cứu những bức ảnh đám cưới. Những bức ảnh về chú rể đã tử trận từ hơn năm chục năm trước.

- Bà ấy chết vì những bức ảnh, - Novalee nói.

- Không, dì Effie chết vì tình yêu. Tôi nghĩ có nhiều thứ còn tệ hơn cái chết đó. Tệ hơn nhiều.

Đêm hôm ấy, Novalee gặp nhiều ác mộng, cô mơ thấy những bức ảnh cháy đen, máy ảnh bốc khói và bộ áo cưới cháy thành tro. Sáng hôm sau, khi cô vẫn còn chuệnh choạng vì một đêm nặng nề thì Lexie gọi điện đầy phấn khích.

- Tên anh ấy là Roger. Roger Briscoe. Novalee ơi, anh ấy là một người đàn ông chính hiệu. Một CPA[1]. Có công ty riêng ở Fort Worth.

- Fort Worth ư? Chị gặp anh ta ở đâu vậy?

- Ở trạm xăng Texaco. Bọn mình cùng bơm xăng.

_____
[1] Kiểm toán viên công có chứng chỉ.

Nghe chuyện này nhé! Anh ấy lái một chiếc Buick mới. Mới tinh! Hãy còn thẻ của người bán trên xe.

- Anh ta như thế nào?

- Khéo léo. Rất bảnh bao! Cậu nên gặp anh ấy. Anh ấy ăn mặc như một chủ ngân hàng thanh lịch nhất. Nhưng mình thì nhếch nhác. Không trang điểm, tóc tai rối bù. Mấy mẹ con vừa từ hiệu giặt là tự động ra, bọn trẻ nhem nhuốc. Nhưng Roger khen chúng xinh và không thể tin cả bọn đều là con mình. Anh ấy cho chúng lên xe, mua Coca rồi hỏi có thể đưa mấy mẹ con đi ăn trưa được không. Mình nói: "Tất cả sao? Ngay bây giờ ư?". Anh ấy nói đúng, thế là cả bọn đến Golden Corral. Anh ấy chi hơn năm chục đô-la, còn mình không ăn một miếng.

- Tại sao lại không?

- Mình đang ăn kiêng. Mà này, cậu đoán xem nhé. Kỳ nghỉ cuối tuần sau, anh ấy sẽ tới đón mẹ con mình đi Six Flags. Cậu có biết sẽ tốn bao nhiêu không?

- Cả mớ tiền.

- Nhưng anh ấy không coi tiền là vấn đề sòng phẳng. Anh ấy là… là một người đàn ông hào phóng, tốt bụng. Mình có thể nói thế ngay lập tức. Anh ấy bảo là Brownie có những ngón tay dài như nhạc công chơi dương cầm, Praline đủ xinh đẹp để đóng phim. Anh ấy khiến mọi người đều cảm thấy dễ chịu. Cậu sẽ chẳng bao giờ biết được đâu, Novalee. Có lẽ một ngày nào đó cậu sẽ chụp ảnh cưới cho mình đấy.

Novalee thức giấc lúc sáu giờ sáng hôm cưới, trước chuông báo thức một tiếng và chuẩn bị lên đường. Hôm trước, cô đã liệt kê các thứ cần mang theo, nhưng ban đêm vẫn nghĩ xem có quên gì không để ghi vào danh sách.

Trong lúc cô đang xếp đồ và chỉnh lại ống kính máy ảnh thì Forney gọi điện chúc may mắn. Thường ngày anh hay ngủ muộn, nhưng anh nói đã dậy từ ba giờ sáng tuy không nói vì sao. Nhưng Novalee đoán ra ngay.

Tháng trước, Mary Elizabeth đã để cháy dầu trong bếp và ngã hai lần, những cú ngã rất nặng làm Forney phải đưa bà chị đi cấp cứu. Một buổi sớm tuần trước, Forney tìm thấy bà trần truồng ở bậc cửa trước, vội quấn bà vào tấm chăn rồi đưa vào trong nhà.

Forney không nói nhiều về chị mình, nhưng những người khác kể lại.

Novalee vừa đặt máy thì Certain đến đón Americus. Họ nhanh chóng ăn sáng và cố giục Americus làm xong thủ tục tạm biệt với đàn chó mèo bị bỏ rơi đang ngày càng đông đúc. Nó vừa đón về một con mèo chửa và đặt tên là Mẹ, một con chó săn ba chân và gọi là Ngài.

Lúc Certain và Americus đi rồi, Novalee cuống lên vì muộn. Cô ném các thiết bị còn lại vào với nhau, chui vội vào bộ đầm hồng và phóng qua thị trấn đón Benny Goodluck.

Novalee và Benny tới nhà cô Biddle từ rất sớm, nhưng đến khi cách lễ cưới chưa đầy một giờ, Novalee phát hiện ra cô đã để quên phim trên giường ở nhà. Cô cố không hoảng hốt sau khi Benny lục tung ô tô lần nữa và trở lại với hai bàn tay trắng. Cô không muốn nghĩ cô Biddle sẽ làm gì khi phát hiện ra nhiếp ảnh gia của mình mang máy không phim.

Nhưng Novalee cho rằng lễ cưới vẫn sẽ tiến hành, dù có ảnh hay không. Hơn nữa, mục sư đã tới, cả chú rể cũng thế. Hành lang treo nhiều lẵng hoa và ghế dành cho khách đã xếp trong sân. Bánh cưới đã sẵn sàng, rượu *punch* đã ướp lạnh. Lễ cưới này sẽ tiến hành, dù có sẵn sàng hay không. Novalee tự hỏi, phim ảnh có thực sự quan trọng đến thế không? Lúc đó cô sực nhớ đến dì Effie đã chết vì những tấm ảnh cưới chụp từ sáu mươi năm trước.

Novalee nhoài người trên chiếc Chevy, lái xe như đã được chỉ dẫn và tìm ra một hiệu bán máy ảnh nhỏ xíu, đã đóng cửa, khóa chặt. Ở trạm điện thoại góc phố, cô tìm được số của chủ cửa hiệu và mươi phút sau, một người đàn ông bé nhỏ, lông mày xoăn, xù và cứng như thép càu nhàu mở khóa cho cô vào trong.

- Tôi đang chợp mắt, - ông ta lầu bầu.

- Tôi xin lỗi, nhưng bà nhà bảo…

- Vợ tôi bảo cô chụp ảnh đám cưới, nhưng không mang phim theo.

- Chỉ còn nửa giờ nữa buổi lễ bắt đầu, nên…

- Tại sao cô không mang phim?

- Tôi đã định thế, nhưng quên mất. Tôi đang vội và…

- Cô là thợ chụp ảnh à? Nhiếp ảnh chuyên nghiệp mà lại quên phim?

- Đây là lần đầu tiên tôi hành nghề.

- Có lẽ là lần cuối cùng. Nào, cô muốn loại gì?

- Vericolor. Một hộp.

- Cô dùng đèn gì?

- Tôi chụp ngoài trời.

- Cô định không dùng đèn nháy sao?

- Tôi...

- Cô có hiểu tôi nói gì không?

- Có chứ! - Novalee cố tỏ ra bạo dạn nhưng không nổi. - Phần nào thôi.

- Quái quỷ. - Ông ta giật một tờ quảng cáo trên tường rồi đập *bẹt* xuống quầy. - Tiến sĩ Putnam! Dạy nghệ thuật nhiếp ảnh trong trường cao đẳng.

- Ồ.

- Giá mười tám đô-la sáu mươi sáu xen, nhưng tôi lấy chẵn hai chục đô-la vì không có tiền lẻ trong máy tính tiền và vì tôi không định mở cửa vào Chủ nhật.

- Tôi hiểu mà. - Novalee đẩy hai tờ mười đô qua quầy, rồi bước ra cửa.

- Này! - Ông ta búng tờ rơi quảng cáo về phía cô. - Tôi không tham gia khóa học này đâu.

- Thôi được. - Novalee nhặt tờ giấy rồi băng qua phòng. - Cảm ơn, - cô nói rồi đóng cánh cửa lại sau lưng và chạy ra xe.

Trên đường về đám cưới của Carolyn Biddle, Novalee nghĩ ra hàng chục câu đối đáp sắc sảo với ông già trong hiệu máy ảnh, hàng chục cách đánh gục ông ta... và tất thảy đều khôn ngoan.

Ồ không, tôi không quên phim! Có kẻ nào đó lấy trộm mất.

Ông có biết mình đang nói chuyện với ai không? Ông đã từng nghe đến Giải Greater Southwest chưa?

Ông nói đúng, tôi là một nhiếp ảnh gia! Hãy đưa phim cho tôi, trước khi tôi cắt cổ ông.

Benny Goodluck chạy nhào ra khi chiếc Chevy lượn vào góc phố và mở cửa trước khi tới chỗ đỗ.

- Nhanh lên! - Cậu nói. - Họ bắt đầu nổi nhạc rồi.

Novalee vừa lắp phim vào máy vừa chạy vào sân sau và bấm cái đầu tiên khi Carolyn Biddle ra khỏi cửa nhà mẹ đẻ và bước vào ánh nắng trong ngày cưới, bộ váy áo màu hồng bồng bềnh quanh người.

- Chà chà, - Benny nói, - em chưa bao giờ nghĩ là cô ấy xinh thế.

- Người ta bảo phụ nữ đẹp nhất khi đang yêu.

Benny cắn miếng gà rán cuối cùng rồi liếm giọt sốt nấm cà chua ở khóe miệng.

- Ở trường, trông cô ấy chưa bao giờ đẹp thế.

- Này. - Novalee đẩy đĩa gà rán kiểu Pháp của mình qua bàn. - Em ăn đi. Chị ăn quá nhiều bánh cưới rồi.

Benny cầm miếng gà rán khua trong không trung.

- Hình như ngắm cô giáo mình lấy chồng, ngắm cô ấy hôn cứ là lạ thế nào ấy. - Mặt Benny đỏ lựng.

- Chị thấy rất lãng mạn.

- Chị Novalee, chị có nghĩ là sẽ lấy chồng không?

- Có thể. Nếu có người hỏi chị.

- Không phải là em đâu nhé!

- Ô kìa, một ngày nào đó em sẽ yêu mà, Benny, và khi ấy thì...

- Em chẳng biết gì về tình yêu hết.

- Chị đánh cược là em biết.

- Chưa đâu. Em có nghĩ đến nó, nhưng chỉ không thể hình dung ra thôi.

- Ý em là gì?

- Ờ, thỉnh thoảng em thấy yêu hình như dễ lắm. Giống như... dễ như mưa... và săn mồi bằng chim ưng vậy. Yêu những quả mận dại... và mặt trăng thì dễ. Nhưng với con người, tình yêu là thứ khó mà hiểu nổi. Nó làm cho mọi thứ rối beng. Em muốn nói là, chị yêu một người theo kiểu này, yêu người khác lại theo kiểu khác. Làm thế nào mà biết yêu đúng người, đúng cách được?

- Chị không biết chắc, nhưng chị nghĩ rồi em sẽ biết. Chị cho rằng, yêu đúng người còn thú vị hơn mưa, đi săn bằng chim ưng hay những quả mận dại. Thậm chí, còn hấp dẫn hơn cả mặt trăng. Chị nghĩ nó sẽ hay hơn, tốt đẹp hơn tất cả mọi thứ ấy cộng lại.

- Novalee, thế chị... ý em là, chị...

- Gì thế?

- Chị có yêu ai không?

Novalee lặng ngắt đến mức Benny tưởng cô không nghe thấy. Rồi cô cử động… nghiêng mặt hứng một tia nắng mỏng manh… hướng cái nhìn chăm chú vào một thứ mà cậu bé không thể thấy.

- Chị nghĩ là chị đang yêu, Benny ạ, - Novalee đáp. - Chị nghĩ là mình đang yêu.

Chương 29

Novalee đang ở trong bếp phân loại âm bản thì chuông điện thoại reo, nhưng chưa kịp nhấc máy thì chuông đã tắt. Cô hầu như thất vọng. Nói chuyện điện thoại thích hơn là cố giải quyết cả đống lộn xộn trong bếp.

Hai tháng sau đám cưới của Carolyn Biddle, Novalee đã chụp cảnh đoàn tụ của một gia đình, hai tiệc sinh nhật và một màn múa độc diễn. Lúc này cô đang vật lộn với cả núi phim và những tấm ảnh in gần như trận tuyết lở quanh cô.

Nếu cô được chụp bữa tiệc của Phòng Thương mại và Hoa hậu Sequoyah Pageant, chắc khi đó sẽ đủ tiền xây dựng một phòng tối nữa. Nếu không sắp xếp lại đống bừa bộn trong phòng tối của Moses, cô sẽ không thể trách nếu ông cắt đứt tình bạn của cô.

Cô vừa bắt đầu làm được một ít thì phát hiện ra một bức ảnh của Forney mà cô chụp vào một buổi chiều ở sân sau. Cô chụp anh, đôi mắt đen hướng về phía cô và một nét dịu dàng, quen thuộc quanh miệng, kiểu của anh trước khi mỉm cười.

Cô lướt ngón tay lên tấm ảnh, chạm vào cổ anh, đường viền quai hàm, môi anh. Rồi lúc cô đưa tấm ảnh Forney lên gần mặt mình hơn, thì chuông điện thoại lại reo làm cô giật mình, như bị bắt gặp đang làm một việc không nên.

- Alô?

Không có trả lời, nhưng người gọi vẫn giữ máy. Novalee có thể nghe thấy tiếng thở gấp.

- Ai đấy ạ? - Cô hỏi.

- Brummett.

- Ai?

- Cô có thể tới đây không?

- Brownie đấy à? - Novalee cố liên hệ tiếng cậu bé với đứa trẻ gọi cô là "No*bb*alee" khi mới lên bốn. Nhưng tiếng nó không còn là một đứa bé nữa.

- Cô có thể giúp chúng cháu không? - Nó hỏi.

- Sao thế? Đã xảy ra chuyện gì?

- Bọn cháu cần cô.

- Cháu đang ở nhà ư?

- Vâng.

- Mẹ cháu đâu?

Novalee biết thằng bé đã chuyển điện thoại ra xa miệng. Cô nghe thấy nó nói gì đó nhưng không rõ. Rồi cô nghe thấy văng vẳng tiếng một bé gái khóc.

- Lexie có đấy không?

Khi nó không trả lời, Novalee ép điện thoại sát vào tai, cố nghe từng âm thanh. Cô ngỡ nghe thấy nó nói "yên nào", nhưng không phải là nói với mình.

- Brownie à?

Cô nghe thấy tiếng cửa đóng lại, và tiếng nó nói từ xa: "Pauline", nhưng nghe giống một câu hỏi.

- Brownie! - Novalee khum bàn tay quanh miệng, cố khuếch đại tiếng mình. - Brownie!

Lát sau, cô nghe thấy tiếng lết chân, tiếng cậu bé thở, yếu và ngắt quãng, áp vào ống nghe.

- Cho cô nói chuyện với mẹ cháu. - Novalee cố tỏ ra bình tĩnh.

- Mẹ cháu không nói được.

- Sao thế? Tại sao không?

- Bởi vì… vì… - Rồi một âm thanh sắc, lanh lảnh át mất tiếng nó.

Novalee nói:

- Thôi được. Cô sẽ đến ngay. - Cô nghe thấy tiếng điện thoại trượt trên gạch, một tiếng lách tách cứng nhắc như tĩnh điện.

- Có nghe thấy cô nói không? - Cô hét lên.

Cô biết ống nghe đã đập xuống sàn, nảy trên gạch.

- Brummett? - Liên lạc đã đứt, không còn nghe thấy âm thanh nào ở đầu dây bên kia nữa.

- Brummett, cháu có nghe thấy cô nói không? Cô đến ngay đây.

Từ nhà Novalee đến nhà Lexie khoảng mươi phút lái xe, nhưng Novalee chỉ lái trong năm phút, cô đâm sầm chiếc Chevy vào bụi bách xù và nhảy ra khỏi xe đột ngột đến mức quên cả tắt động cơ.

Cửa nhà Lexie treo tấm màn kim tuyến đỏ và dán một bức tranh vẽ bằng chì màu cảnh Chúa Hài đồng, mặc dù đã sắp đến ngày mồng Bốn tháng Bảy.

Khi Novalee bước vào trong, màu trắng bạc của các bức tường sơn bóng nhà Lexie đập vào mắt cô. Phòng khách không bị xáo trộn, các cuốn tạp chí xếp thành chồng ngay ngắn trên bàn nước, khăn trải đi-văng phẳng lì không một nếp nhăn, đồ chơi xếp gọn gàng. Căn phòng trông rõ đâu vào đấy. Nhưng có gì đó không ổn.

- Lexie ơi?

Hoàn toàn im ắng. Không có tiếng cốc lanh canh, không có tiếng giật nước, không tiếng cười trẻ thơ. Âm thanh duy nhất xa xa là tiếng rên xiết của chiếc ô tô mười tám bánh xe trên con đường liên bang cách đó nửa dặm.

Khi Novalee xuống hành lang dẫn đến các phòng ngủ, cô suýt giẫm lên cái mũ nhung xanh của tiểu thư Praline. Chóp mũ nhàu nát, tấm mạng gần như rách thành hai mảnh.

Bỗng nhiên, một thân hình lao qua cửa phòng ngủ đằng trước, một đứa trẻ trần truồng, bàn chân trần đập lên sàn, phi nhanh như một con chuồn chuồn rồi biến mất.

Khi Novalee tới ngưỡng cửa và nhìn vào bên trong, cô không thấy ai. Giường chưa dọn, và lúc đầu cô không sao nhìn thấy mấy đứa trẻ đang túm tụm lại với nhau trong đống chăn gối lộn xộn. Nhưng chúng ở đó, hai đứa trẻ sinh đôi, ghì chặt lấy nhau, những bộ mặt giống nhau như đúc má áp sát má.

- Các cháu không sao chứ?

Chúng nhìn cô trừng trừng, mắt mở to, không chớp.

- Có chuyện gì xảy ra ở đây thế?

Baby Ruth để ngón tay lên môi thì thầm "Roger", ngay lúc ấy hai đứa trẻ bò qua giường và túm lấy Novalee, ôm lấy chân cô, vùi mặt vào váy cô.

- Peanut đâu? - Novalee hỏi, giọng cô nghẹn tắc.

Cherry chỉ một đống trên giường.

- Đấy, - nó nói, rồi rất nhanh, lại đưa tay ra ôm chặt lấy cánh tay Novalee.

Với hai đứa song sinh bám chặt, Novalee lê bước tới giường và lật các tấm đắp. Đứa trẻ như đang ngủ, ngọ nguậy trong đống tã trên bãi nước tiểu loang rộng.

- Chúng ta đi tìm mẹ các cháu nhé, - Novalee nói, nhưng lúc cô định đưa chúng ra cửa, bọn trẻ vội buông tay và lồm cồm trở lại giường, tìm chỗ nấp an toàn trong đống chăn gối.

Khi Novalee trở lại hành lang, cô đi rón rén.

Cửa phòng Lexie đóng chặt và nếu có tiếng động bên trong, Novalee cũng không thể nghe thấy vì mạch máu đang đập thùm thụp vào màng nhĩ. Cô định gõ cửa nhưng lại thôi, muốn gọi tên Lexie nhưng không sao cất nổi tiếng.

Khi cô xoay quả đấm, cửa tự bật mở.

- Ôi, lạy Chúa tôi.

Praline ngồi xổm trong góc phòng, trần truồng, chỉ đi đôi tất xám mềm. Tóc nó ướt nhẹp, dán chặt vào mặt, mắt đờ đẫn, không chút nước mắt. Nó lắc lư tới lui, rên rỉ khe khẽ như một con vật vô cùng sợ hãi. Một dây nước dãi rỏ từ môi dưới lên cái sẹo trên đầu gối nó.

Brummett ngồi cạnh giường, đang cố cậy cái nắp lọ Tylenol[1] mà cố mãi vẫn không thể mở được.

- Khỉ thật, - nó nói.

- Brummett, cháu có thể kể cho cô… - nhưng Novalee không thể nói hết câu khi trông thấy Lexie.

Ai đó đã kéo chăn đắp đến cổ Lexie và đặt cái khăn vải thô ướt lên trán cô, nhưng không che mất mặt cô.

Một mắt Lexie sưng phồng, mí lộn từ trong ra ngoài. Mí kia rách toạc và con mắt lồi ra giữa các mô bị rứt đứt, nhìn theo cử động của Novalee lúc đến gần giường.

Một nắm lông rối trong đống nước nhầy đen đen rỉ ra từ các lỗ mũi và một miếng thịt bị cắn rời khỏi má. Một phần môi trên đã mất, còn một mẩu dính trên răng.

Lexie thốt ra một âm thanh, môi dưới cố tạo thành lời, nhưng cằm cô vẹo vọ thành một góc kỳ quái, như thể mặt cô đã vỡ làm đôi.

- Lexie, chị đừng nói. Em sẽ gọi điện…

Brummett giật nảy người lúc Novalee bước vào.

- Cô đã tìm thấy cái mũ của nó, - cậu nói.

---

[1] Một loại thuốc giảm đau.

Novalee sửng sốt nhìn cái mũ nhung cuộn tròn trong tay mình.

- Ừ. Mũ của Praline. Cô…

Cậu bé lao nhanh qua phòng.

- Đừng gọi nó là Praline, - nó nói lúc giật cái mũ khỏi tay Novalee.

Brummett mặc cái quần soóc màu trắng và khi nó quay đi, Novalee thấy cái ghế hoen một thứ gì đó đen đen. Máu đã đóng thành vảy vàng nhạt ở đằng sau bắp chân thằng bé.

- Đây, - nó bảo em gái. - Đội mũ của em vào.

Khi Brummett chạm vào vai Pauline, cô bé rít lên the thé và vặn vẹo tránh đi, nhưng nó suỵt và vuốt tóc em, cho đến khi con bé lại tiếp tục lắc lư. Brummett nhẹ nhàng chụp cái mũ lên đỉnh đầu em gái, rồi kéo cái mạng rách che mặt cho em.

- Tên nó là Pauline, - cậu bé nói. - Và nó không còn là trẻ con nữa.

Chương 30

Hết hạn nghỉ ốm, Lexie phải tự trả các chi phí chữa bệnh, nên Novalee dọn sạch căn hộ sơn trắng bóng, dọn hết đồ đạc của Lexie vào nhà kho của Moses và chuyển mấy đứa trẻ đến ở với mình và Americus. Khi Lexie ra viện, chúng đã ổn định.

Hàm Lexie bị vỡ, phải kẹp khung kim loại thêm sáu tuần, mí mắt và môi cô sau này phải phẫu thuật tạo hình, nếu cô có thể chi trả được phí tổn. Cô cũng bị gãy hai cái xương sườn và một cổ tay bị bong gân, nhưng tinh thần cô tổn hại trầm trọng hơn cả.

Thuốc giảm đau làm Lexie ngủ gần hết tuần lễ đầu tiên, trong khi Novalee cố đưa tất cả vào nếp sống hàng ngày mà không có quá nhiều xích mích. Cô thu xếp nghỉ phép mười ngày, đưa Brummett và Pauline đi chữa trị thông qua Dịch vụ Nhân đạo.

Cô tìm cách đưa hai đứa trẻ song sinh đến trường mẫu giáo mỗi ngày ba tiếng đồng hồ và chiều chiều, các cô con gái nhà Ortiz đưa đứa bé sơ sinh ra công viên. Rồi Novalee sắp xếp nhà cửa.

Sau khi chăng thêm dây phơi ở sân sau, cứ mỗi ngày cô làm đều đều năm mẻ giặt. Nhưng nấu ăn cho tám người thay vì hai người mới là việc phải tập cho quen.

Khu vườn của cô vẫn có hành, đậu bắp, cà chua, đậu Hà Lan đủ ăn trong một thời gian. Ông Sprock hay than phiền lãng phí nếu chưa kịp thu hoạch, nay rất hài lòng mang hàng giỏ ngũ cốc, bí ngô và khoai tây đến cho.

Bà Ortiz dạy cô làm món *calabaraz mexicana*, một loại súp bí ngô ai cũng thích, trừ Brummett. Forney cho đủ thứ vào xoong và nấu một loại nước súp bí ẩn, gọi là "thịt hầm nhạt", còn Certain bưng đến nhiều hộp khoai lang để nướng và làm bánh.

Lexie sống bằng mọi thứ có thể ăn qua ống hút, nhưng cô lại nhất quyết từ chối món sữa trộn khoai lang. Khi bắt đầu sút cân, cô viết cho Novalee báo rằng rốt cuộc, cô đã tìm ra cách ăn kiêng hiệu quả.

Lexie đã có thể nói được dù đeo khung hàm, nhưng miệng cô vặn vẹo thành những hình thù quái gở khiến Pauline sợ phát khóc, vì thế Lexie viết mỗi khi có điều muốn nói. Làm cách này là một điều khôn ngoan, vì hình như im lặng làm cô đỡ đau khổ hơn.

Americus nhắng lên như một bảo mẫu năm tuổi. Nó giúp hai bé sinh đôi mặc quần áo, cho đứa trẻ mới sinh tu bình, chải tóc cho Pauline mà không kéo giật những món tóc rối. Nó để lại một chút đồ ăn trên đĩa hoặc dưới gối cho Brummett, nhưng cậu bé thường hất đi hoặc ném xuống sàn nhà. Americus đưa cho Lexie cái chuông để rung mỗi khi cô cần uống nước hoặc muốn khép cửa.

Khi Lexie có thể đứng dậy và đi lại loanh quanh, Americus giúp cô ra ngoài bất cứ khi nào có thể, nhưng sức cô rất yếu và hay bị mệt. Novalee nhìn thấy nỗi đau trong mắt Lexie, nhưng biết không phải vì những mũi khâu hoặc vì cái khung đỡ hàm. Novalee đợi, không giục giã, cho đến khi Lexie muốn kể về chuyện xảy ra, về những việc Roger Briscoe đã làm với mấy mẹ con.

Một hôm, hai viên cảnh sát đến, mang theo một bức ảnh cho Lexie nhận dạng, nhưng không phải là Roger Briscoe. Khi họ đi rồi, Lexie lên giường và nằm đó suốt ngày. Pauline không chịu rời mẹ, cũng leo lên giường nốt.

Brummett tìm mọi cách tránh mặt mẹ, nó không vào phòng nào có Lexie, và gần như không nói năng gì với mẹ. Nhưng nó quan sát Lexie mỗi khi biết chắc mẹ không nhìn nó.

Trong lần đầu tiên mấy mẹ con đi khám tâm lý ở trạm Y tế Tâm thần quận, Novalee lái xe tới và đợi trong lúc họ ở trong. Một giờ sau, họ ra ngoài, Pauline khóc và bám chặt lấy Lexie, Brummett giậm chân huỳnh huỵch. Trên đường về nhà nó cứ im thin thít, mặt mũi sưng sỉa, ép sát người vào cánh cửa. Khi Novalee rẽ vào đường nội bộ, nó bổ nhào ra khỏi xe, chạy tuốt vào khu rừng cách đó một khu nhà và không chịu về cho đến sau bữa tối.

Đêm hôm đó, Novalee mơ thấy Forney, vài tháng nay cô thường mơ thấy anh. Anh ở ngoài cửa và cố tìm cách vào gặp cô. Nhưng có quá nhiều cửa, hàng trăm cánh cửa, tất cả đều khóa trừ một cái.

Novalee muốn nói vọng ra, bảo anh cánh cửa nào có thể mở, nhưng không sao gọi được. Cô đành đợi.

Rồi cô nghe thấy tiếng bình phong cót két, và biết Forney đã tìm ra cánh cửa không khóa. Nhưng khi nghe thấy tiếng kim loại lách cách quen thuộc, cô ngồi bật dậy tỉnh giấc. Có ai đó vừa mở cửa đằng trước và cô biết không phải là Forney Hull.

Cô trườn ra khỏi giường, cố không làm Americus thức giấc, và nhón chân xuống hành lang, tới phòng khách. Hai đứa trẻ sinh đôi ngủ trên đi-văng, nhưng Brummett và chiếc giường của nó không còn ở đó nữa.

- Nó đã dọn giường ra ngoài vườn rồi. - Lexie nói, cô ngồi bên bàn bếp, trong bóng tối.

- Lexie, chị có sao không?

- Tôi dậy để vào phòng tắm.

- Chị muốn uống nước không? Hay uống gì đó?

- Tôi đứng cạnh giường, ngắm nó ngủ. Nhưng nó tỉnh dậy rồi nhìn tôi trừng trừng... và tôi nhìn thấy thứ trong mắt nó.

Novalee ngồi xuống, khoanh chân và nhét áo choàng quanh bàn chân.

- Nó có nói gì không?

- Không một lời. Chỉ đứng phắt dậy, túm lấy cái giường và đi ra cửa trước.

- À, trước kia nó cũng di chuyển cái giường đó rồi. Đến sáng, chẳng bao giờ biết nó ở đâu.

- Nó căm thù tôi, Novalee ạ.

- Không, không phải đâu. Nó chỉ đang lúng túng thôi.

Lexie hít một hơi sâu, rồi kể:

- Hôm ấy, tôi phải đi làm đến bốn giờ, nhưng tôi bỏ bữa trưa để ra về lúc ba giờ vì Roger sắp từ Fort Worth tới.

- Chị có chắc là đã sẵn sàng kể chuyện này không, Lexie? - Novalee nắm chặt bàn tay Lexie.

- Tôi ghé qua đón hai đứa trẻ sinh đôi và đứa út, rồi vội về nhà. Tôi muốn tắm và gội đầu trước khi Roger tới. Xua hết mùi bệnh viện trên người. Lúc rẽ, tôi thấy ô tô của anh ta đỗ trước nhà. Tôi lấy làm lạ vì anh ta bảo sau bốn giờ mới đến. Nhưng Praline và Brownie ở nhà, nên tôi biết Roger không phải đợi ở bên ngoài, trong tiết trời nóng nực.

Lexie siết chặt bàn tay Novalee, ngón tay cái của cô bắt đầu chuyển động thành những vòng tròn khó khăn.

- Khi mở cửa, tôi nghe thấy tiếng động từ đằng sau căn hộ. Nghe giống như Brownie đang bị bóp cổ. Tôi chỉ có thể nghĩ nó bị cái gì đó siết vào cổ nên đẩy đứa út vào chiếc Cherry rồi chạy vòng ra sau, tới chỗ có tiếng động, là phòng ngủ của tôi.

Móng tay Lexie bấm sâu vào lòng bàn tay Novalee, bàn tay khóa chặt như một cái kìm quanh các ngón tay cô.

- Có cái gì đó dựa vào cửa. Tôi phải đẩy mạnh mới mở được. Đó là Pauline, cuộn tròn trên sàn, tay che mắt. Roger và Brummett trên giường, cong người ở cuối giường, hắn ta... Roger đang... - Lexie thở dồn. - Hắn đã… đã ở bên trong Brummett, Novalee ạ. Trong người con trai tôi.

Lexie lắc đầu như muốn đánh bật hình ảnh ấy.

- Tôi lao vào hắn. Tôi muốn giết hắn. Tôi muốn thế, hơn mọi thứ trên đời. Tôi cho là đã đập hắn hai cái, trước khi… - Lexie run rẩy. - Tôi chỉ nhớ được thế. - Cô buông bàn tay Novalee và gục đầu về phía trước.

- Lúc đó chị không thể cứu chúng được, Lexie. Nhưng chị có thể cứu chúng khỏi việc tệ hại hơn. Sau khi đánh chị, hắn đã chạy trốn. Thật kinh khủng cho Brummett… và cho Pauline…

- Cô biết là hắn không hiếp con bé chứ?

- Vâng, ở bệnh viện người ta bảo em thế.

- Hắn đang cố… cố tống *cái ấy* vào miệng con bé, nó khạc lên hắn. Đúng lúc đó, Brownie bước vào. Thế là hắn hiếp Brownie.

- Lexie, Brownie biết đó không phải là lỗi của chị. Nhưng nó vẫn chỉ là một đứa trẻ. Nó cần có thời gian.

- Tôi không biết là bao nhiêu thời gian nữa. Cả đời sao?

- Có lẽ khi cảnh sát tìm ra Roger Briscoe, khi họ tống hắn vào tù, có lẽ chị và các con mới có thể…

- Mẹ con tôi sẽ không bao giờ như cũ được nữa, Novalee ạ. Không bao giờ.

Lexie cố đứng lên và bước nhẹ qua bếp. Trong giây lát, Novalee ngỡ Lexie sẽ về phòng, nhưng cô dừng bước và quay lại.

- Sao một người như Roger Briscoe lại tìm ra tôi? Làm

cách nào hắn tìm ra tôi và có thể làm một việc như thế với tôi? Với các con tôi?

- Chị muốn nói gì kia?

- Ắt là hắn phải đi tìm những người đàn bà như tôi, có con và sống một mình. Những người đàn bà ngu xuẩn.

- Ôi Lexie...

- Còn những người đàn bà khác, họ nhìn thấy hắn phải không? Họ có thể nói hắn là một con quỷ. Nhưng tôi không nhận ra. Tôi không hiểu. Còn bây giờ, tôi sống với chuyện đó, nhưng tôi vẫn không hiểu. Tôi không biết liệu tôi có thể hiểu được không.

- Có thể chứ! Chị có thể mà, Lexie! Đây không phải lần đầu tiên chị bị tổn thương. Không phải lần duy nhất chị...

- Nhưng lần này không chỉ mình tôi. Mà là các con tôi, mẹ kiếp. Là các con tôi.

- Đúng thế! Chúng đau đớn. Có lẽ là nỗi đau khủng khiếp nhất chúng phải trải qua trong đời vì đã mất thứ không thể lấy lại được, một thứ chúng không bao giờ có được lần nữa. Thứ đó mất rồi, Lexie ạ. Roger Briscoe đã cướp mất rồi!

- Thằng khốn!

- Đúng, hắn là đồ khốn. Nhưng chị đã trải qua nhiều chuyện khác. Mỗi lần một tên trong bọn chúng làm chị có thai rồi bỏ chị và con chị, hắn đã làm tổn thương cả hai. Em hiểu nỗi đau đó lắm. Nhưng hãy xem chúng để lại những gì.

- Ừ. Đồ lót bẩn, phòng vệ sinh tởm lợm.

- Chúng để lại cho chúng ta những đứa bé này, tổ chức

những ngày lễ không đúng dịp suốt cả năm ròng... những đứa bị ban đỏ, ngứa da... dây máu lên áo và tè ra váy chúng ta, đánh mất chìa khóa của ta, tha lôi chó ghẻ, mèo đẩy rận về nhà...

- Rạch móng tay đánh bóng đôi giày đẹp nhất của ta, - Lexie nói tiếp, - ném đôi hoa tai ưa thích của ta vào thùng rác nữa chứ.

- Mặc thử cái áo lót đẹp nhất của ta, đội cái mũ nhung có mạng...

- Novalee này, mình biết nói gì đây với Brummett và Pauline khi chúng hỏi vì sao chuyện này lại xảy ra với chúng? Mình sẽ nói gì đây?

- Bảo chúng là cuộc đời chúng ta có thể thay đổi qua từng hơi thở. Lạy Chúa, cả hai đều hiểu điều đó mà. Bảo chúng hãy cho qua những gì đã qua vì những tên đàn ông như Roger Briscoe sẽ chẳng bao giờ thắng. Bảo chúng hãy trân trọng những gì đã có, và trân trọng người mẹ sẽ chết vì chúng và đã suýt chết vì chúng.

Novalee đi đến cửa sổ bếp và kéo rèm sang một bên.

- Chị hãy bảo chúng rằng tất cả chúng ta đều mang trong mình sự hèn hạ...

Cô nhìn thấy Brummett ngủ trong chiếc giường cũi, một cánh tay đung đưa trên thành giường, mặt nó lốm đốm ánh trăng chiếu qua cây dẻ ngựa.

- Nhưng hãy nói với chúng rằng trong con người chúng ta cũng có nhiều điều tốt đẹp. Và thứ duy nhất đáng sống là sự tốt đẹp. Chính vì thế chắc chắn chúng ta vượt qua tất cả.

Chương 31

Trước kia Novalee chưa bao giờ được đến khuôn viên một trường đại học, và chắc ai nhìn thấy cô cũng biết điều đó. Cô cố tỏ ra trông mình giống như thuộc về nơi này, nhưng không nghĩ là mình đang đánh lừa được mọi người. Hầu như ai đi qua cũng đều đeo ba lô hoặc ôm đầy sách vở. Còn cô đeo máy ảnh và cầm cuốn sổ mỏng có hình mèo Garfield ngoài bìa, quà của Americus và Forney.

Cô không rõ nơi mình sắp tới. Cô dừng lại bên ngoài một tòa nhà bằng gạch đỏ và lục ví tìm cuốn hướng dẫn mà nhà trường gửi cho vài ngày trước.

Khi người đàn ông nhỏ thó đáng ghét ở cửa hàng máy ảnh búng tờ quảng cáo vào mặt cô, cô không bao giờ nghĩ sẽ có ngày hôm nay. Cô không định giữ tờ quảng cáo, nhưng đã để nó trong xắc suốt ba tháng ròng, cho đến khi quyết định gọi điện đăng kí khóa học. Hai tuần sau, Novalee đã trở thành một sinh viên đại học.

Cô đến đó để theo học một chuyên đề về nhiếp ảnh trong bốn thứ Bảy ở trường đại học Northeastern State ở Tahlequash, học kỹ thuật in ảnh, với giá bảy mươi nhăm đô-la. Cô xứng đáng với từng giờ ở trường.

Cô tin chắc mình không được nhận, chắc chắn không được ghi danh vì chưa học xong lớp mười. Nhưng giấy tờ ghi danh đã xong và cô để một bản sao trong xắc, phòng có người muốn xem.

Theo bản đồ trong cuốn hướng dẫn, cô đã ở đúng chỗ. Hội trường Regents là một tòa nhà ba tầng đồ sộ, có cây thường xuân bao quanh, đúng như cô hình dung. Cô tìm ra phòng họp ở tầng hai.

Novalee là người đến đầu tiên nên khi vào phòng, cô sợ sẽ có người nghe thấy, gọi và hỏi giấy tờ chứng minh lí do tại sao cô lại được ở trong một nơi như thế này.

Cô tưởng sẽ có bàn và bảng đen, nhưng căn phòng trông giống giảng đường hơn lớp học với ghế ngồi xếp trên các bậc hình bán nguyệt, sân khấu ở trung tâm.

Cô ngồi ở hàng ghế đầu, nhưng cảm thấy mình như một đứa trẻ trong phim, nên đứng dậy và chuyển xuống hàng cuối.

Một đoàn khoảng hai chục người ùa vào, và tất cả đều ngồi gần hàng ghế đầu. Lúc Novalee định về lại chỗ cũ thì một phụ nữ mảnh khảnh, rám nắng bước lên sân khấu.

- Xin chào, - bà nói, rồi lấy đôi kính trong túi và một tập giấy ở túi kia.

Novalee sẽ không bao giờ tưởng tượng được bà ta là giảng viên. Bà không mang theo sách hoặc cặp, trông bà giống một công nhân xây dựng hơn là một giáo sư đại học. Bà đội mũ bóng chày màu đen, đi giày làm việc, mặc quần và áo khoác bằng vải bạt.

- Tôi là Jean Putnam, - bà nói. - Các bạn không cần gọi tôi là "tiến sĩ". Cứ gọi tôi là Jean.

Bà ta đếm đầu người rồi tiến đến chỗ Novalee, mỉm cười và hỏi:

- Sao em không xuống ngồi hàng trước với chúng tôi?

Tất cả quay nhìn Novalee chăm chú lúc cô xuống lối đi ở giữa. Cô xoay cuốn sổ để họ có thể nhìn thấy hình Garfield và ước gì mình mặc đồ jeans.

Cô biết mình ăn vận không hợp cảnh, và biết ngay từ lúc trông thấy những người khác nối đuôi đi vào. Cô mặc đầm, đi tất dài và giày đế thấp mới tinh màu xanh nước biển. Những người khác trong lớp đều mặc quần, áo len dài tay và đi giày thể thao.

Novalee ngồi vào ghế ở hàng thứ hai và cố hết sức như không tồn tại.

Tiến sĩ Putnam giới thiệu về khóa học trong suốt giờ đầu tiên. Có lúc Novalee hiểu lời bà, lúc thì không.

- Bây giờ, - tiến sĩ Putnam nói và xem đồng hồ. - Xe buýt của chúng ta sắp đến trước cửa. Chúng ta đi thôi.

Novalee không hiểu sẽ đi đâu, nhưng cô tụt lại sau những người khác khi bà giáo dẫn họ lên xe của trường. Từ những câu chuyện xung quanh, Novalee biết họ sắp tới một phòng thí nghiệm ngoài trời, có lẽ thế.

Người thanh niên ngồi cạnh Novalee có vẻ thân thiện, và họ trò chuyện vài lần, nhưng tâm trí Novalee còn mải nghĩ đến câu chuyện của cô với Moses vài đêm trước.

- Cháu nên đến học lớp đó, - ông khuyên, - và đừng sợ gì cả.

- Nhưng có lẽ nó vượt tầm hiểu biết của cháu.

- Cháu sẽ ổn thôi, cháu yêu quý. Không sao đâu.

- Moses, cháu không dám chắc.

- Cháu nghe đây. Họ sẽ dạy cháu một số điều mà ta không thể dạy. Có nhiều vấn đề kỹ thuật mà ta không biết. Nhưng cháu hãy nhớ điều này. Cháu biết một thứ mà không người nào có thể dạy được.

- Là gì vậy?

- Cháu biết chụp những bức ảnh bằng cả trái tim.

Chiếc xe buýt chạy gần hai mươi phút, cuối cùng vào một con đường trải sỏi cách sông Illinois khoảng một trăm mét. Họ đi bộ tới một khu vực cây cối rậm rạp, tiến sĩ Putnam dừng lại, các sinh viên túa ra quanh bà theo hình quạt.

- Chúng ta sẽ đi khoảng một dặm lên thượng nguồn. Các bạn sẽ thấy có nhiều cảnh để chụp, nhưng hãy nhớ rằng, phần thú vị của một bức ảnh đẹp diễn ra trong phòng tối. Đấy là nơi chúng ta làm công việc quan trọng nhất trước khi hoàn tất. Có ai hỏi gì không?

Hai giờ sau, khi họ lê bước lên xe để về trường, Novalee bị rộp ở gót chân, cỏ may mắc trên tất và vỏ cây bám trên tóc, nhưng cô chẳng còn lo nom mình ra sao nữa.

Cô chụp hết ba cuộn phim ven sông và khoảng bảy mươi hai tấm ảnh về những con chuồn chuồn, ong mật và thằn lằn có sừng. Cô sắp có người chỉ cho mình một bí quyết. Một niềm phấn khích kỳ lạ trào dâng như cô thường cảm thấy khi biết mình sắp khám phá ra điều gì đó.

- Hãy nhớ điều này, - Jean Putnam nói, - tẩy trắng là một quá trình không thể học trong sách vở. Không ai có thể bảo các bạn làm việc đó ra sao hoặc chỉ cho các bạn cách làm như thế nào. Người ta có thể trình diễn, có thể gợi ý hoặc khuyên nhủ, nhưng tẩy trắng là công đoạn học được từ thực hành. Học bằng cảm nhận.

Phòng tối của trường đủ rộng cho mỗi sinh viên trong lớp có chỗ làm việc riêng biệt trên quầy, mỗi người có một chậu riêng. Jean Putnam vừa nói vừa rảo bước quanh các quầy.

- Bây giờ các bạn dùng một Q-tip[1] cẩn thận làm sáng các phần của bản in, những chỗ có quá nhiều bóng tối hoặc các vùng nho nhỏ màu sẫm có thể làm ảnh bị đen.

Novalee đã cởi đôi giày cứng, bỏ bít tất và đi đất làm việc, những viên đá lát sàn trong phòng tối áp vào bàn chân mát lạnh.

- Hoặc các bạn có thể dùng miếng bọt biển nếu muốn thao tác trên một khoảng rộng, - tiến sĩ Putnam giảng. Bà dừng lại sau cậu thanh niên ngồi cạnh Novalee trên xe buýt và cúi xuống bản cậu ta đang làm. - Chắc cậu quên chỗ này hơi quá sáng, nhưng khó nói lắm.

Khi đi tiếp bà nói:

- Hãy nhớ rằng, công đoạn tẩy trắng không được phép

---

[1] Nhãn hiệu tăm bông nổi tiếng ở Canada và Mỹ.

gián đoạn. Chất potassium ferrocyanide[1] giống con thỏ trên ti-vi vậy, nó chạy nhảy không ngừng.

Novalee đang làm một trong các bản in con thằn lằn, tấm đầu tiên cô chụp. Cô đang bị ngã xuống cái rãnh đá khô khi đuổi theo con bướm chúa, thì nhìn thấy con vật có sừng và lúc đó nó nhìn thấy cô. Con thằn lằn giật mình, ngước cặp mắt có màng che nhưng không chạy đi. Khi Novalee cúi xuống và xoay máy, con vật lùi lại, nhưng vẫn không chạy, thay vào đó nó bám chặt lấy mặt đất ở rìa một tảng đá trồi lên.

Khi Novalee vội đến gần hơn, con vật có sừng phùng mang ra vẻ can đảm, những cái sừng nhọn hoắt ở cổ giương ra tỏ ý uy hiếp và nguy hiểm. Novalee liếc nhìn kính ngắm lúc nó xì xì như một con rồng nhỏ hung dữ, trong nghi thức muôn đời của sự can đảm và kính nể.

Novalee nhớ lời tiến sĩ Putnam nói lúc trước. "Phần thú vị nhất của một bức ảnh đẹp diễn ra trong phòng tối".

Novalee nhúng một Q-tip vào dung dịch potassium ferrocyanide, rồi bắt đầu di chuyển nó thành những vòng tròn nhỏ, khít trên vùng sẫm của bản in, một chỗ tối sẫm trước mắt của con vật có sừng.

Bất chợt, Novalee không nhận ra tiến sĩ Putnam đã ở đó, cạnh vai cô.

- Em sẽ biết khi nào là đúng, - bà nói nhẹ nhàng. - Các ngón tay sẽ mách bảo em.

- Nhưng làm thế nào…

---

[1] Hợp chất kết tinh màu vàng, công thức hóa học là $K_4Fe(CN)_6$.

- Một thứ gần như phép màu bảo cho em biết thế là đủ, đủ chính xác để thấy đúng thứ em đang tìm kiếm.

- Em chưa biết chính xác em đang tìm gì.

Lúc Novalee quệt Q-tip lần nữa lên bản in, các ngón tay cô bắt đầu ngứa ngáy và cô rụt cái tăm bông lại.

- Em cảm thấy nó rồi, đúng không?

- Vâng. Vâng, em đã cảm thấy.

Họ quan sát vùng tối sáng dần lên và Novalee thấy đúng thứ cô đang tìm, một vòng cung máu nhỏ xíu phun ra từ mắt con thần lằn có sừng khác thường, loài *Phrynosoma platyrhinos*, và Novalee học được bí quyết nhìn vào những chỗ tối tăm.

Chương 32

Willy Jack nhét đồng hai mươi nhăm xen nữa vào máy hát tự động, ấn nút B7, rồi trượt vào cái ghế ở cuối bar. Gã tưởng tượng đang có một cây đàn ghi-ta trong tay, búng vài dây khởi động, trong lúc đợi bài hát của mình vang lên. Gã nhắm mắt lại, vờ gảy đàn theo nhịp hát đồng thanh với Wayne Deane bài *Nhịp đập của con tim*, bài hát đã tua đi tua lại đến lần thứ ba.

Khi ta không còn một người bạn
Không còn khách khứa

Người bồi rượu da đen lực lưỡng liếc nhìn Willy Jack. "Chúa ơi, anh bạn, anh không biết bài nào khác sao?".

Cuộc đời đá ta hết lần này đến lần khác
Ta gào lên "Mình là ai"

- Anh ghét gì Whitney Houston[5] hoặc Tina Turner[5] vậy?

Ta không còn Lone Ranger
Ta biết chắc điều này

- Tôi chán nghe về bọn cao bồi của nợ ấy rồi.

- Tôi đã viết ca khúc phải gió ấy, - Willy Jack vung tay chỉ vào cái máy hát, rồi sau đó phải cố lấy lại thăng bằng.

- Ừ, tôi biết rồi! Anh đã kể rồi, - người bồi rượu nói, rõ là chán ngấy cả anh chàng này lẫn bài hát. - Anh viết nhưng có người tên là Freeny đã ăn cắp nó và...

- Finny! Tôi đã bảo là Finny! Nhưng anh ta không ăn cắp. Trời ạ, anh ta chết rồi. Mà là mẹ anh ta, là Claire Hudson.

- Đúng, đúng. Bà ta đã làm việc đó.

- Anh nói đúng kinh khủng, bà ta đấy. Còn bây giờ, tôi chẳng được xu mẹ nào!

Người bồi rượu gật đầu.

- Đúng như tôi thấy mà.

- Bây giờ Claire Hudson giàu. Shorty Wayne giàu. Wayne Dean giàu. Còn Billy Shadow chẳng được xu mẹ nào.

Một cô gái mặt mũi lo âu cúi xuống và bảo:

- Anh yêu, chúng ta ra ngoài kia đi. - Nhưng khi cô ta cố nắm tay Willy Jack, bàn tay đang vờ như đang cầm cần đàn ghi-ta, gã gạt cô ta ra.

---

[1] Whitney Houston (1963-2012): Nữ ca sĩ, nhạc sĩ, nhà sản xuất nổi tiếng người Mỹ gốc Phi.
[2] Tina Turner (sinh năm 1939): Nữ ca sĩ, nhạc sĩ nổi tiếng của Mỹ, giành 8 giải Grammy.

Nếu ta mất hết mọi người
Ta chỉ có thể tìm thấy thêm người nữa

Tên cô ta là Delphia, nhưng Willy Jack không sao nhớ nổi. Thỉnh thoảng, gã gọi cô ta là Della, có khi là Deliah. Nhưng phần lớn, gã chẳng gọi là gì.

Cho dù ta đang lẻ loi đến mấy
Vẫn có một người trên cõi đời này yêu ta

Khi hát đến điệp khúc, gã cúi đầu xuống y như kiểu vẫn làm trên sân khấu, để tóc rũ che mắt.

Cho dù ta đang lẻ loi đến mấy
Vẫn có một người trên cõi đời này yêu ta

Nhưng trong hai năm qua, cậu chẳng còn đứng trên sân khấu mấy nữa, kể từ khi Ruth Meyers trừng phạt gã.

Sau khi gọi các nhạc công ban nhạc Night River về Nashville, bà ta khóa hết các thẻ tín dụng của Willy Jack, hủy hết các chuyến lưu diễn đã đặt, và xóa sổ toàn bộ sự nghiệp của gã. Gã không còn buổi diễn nào dù chỉ trong một dàn đồng ca.

Willy Jack đã chạy một vòng các luật sư, những người vận com-lê đen, bắt tay chiếu lệ và không thể đợi xem công lý thắng thế. Họ xác nhận ca khúc *Nhịp đập của con tim* do Claire Hudson đệ đơn xin bản quyền sau khi tác giả qua đời, trong thời gian Willy Jack ngồi tù, chính là nhà tù bà làm thủ thư. Các luật sư cũng xác minh một thổ dân da đỏ tên là John Turtle giam cùng xà lim với Willy

Jack là nhân chứng cho việc sáng tác bài hát. Nhưng người thổ dân đó đã chết và bà thủ thư đã biến mất, còn Willy Jack đã hết nhẵn tiền.

Công lý là thế đấy.

"Khi ta đã chán đấu tranh
ta cảm thấy thích câu "tôi nhường"

Willy Jack tìm đường về Dallas, nhưng lúc đó Johnny Desoto không muốn tiếp xúc với gã nữa. Ruth Meyers đã hủy diệt gã trọn vẹn.

Thế nên Willy Jack vớ một tay trống kém cỏi ở thành phố Oklahoma và một tay chơi dương cầm hạng trung bình ở Abilene, các nhạc công đang xuống dốc và thất vọng như gã, họ nhắm tới miền Tây.

Billy Shadow và nhóm Sunset. Một bộ ba nhếch nhác, nghiện ma túy và rượu, sống trong chiếc xe tải VW han gỉ, nhận việc ở những quán rượu tồi tàn đến mức Ruth Meyers chẳng thèm đếm xỉa. Họ không bao giờ được trả công nhiều hơn các hóa đơn ở quán, chỉ đủ trang trải vài bi hoặc một gam ma túy bất cứ khi nào có thể.

Và nếu Chúa thực sự thương ta
Chúa không phải là người duy nhất

Họ chung sống với nhau gần một năm, trước khi tay trống bị bắt giữ trong một cuộc ẩu đả ở Greasewood, Arizona, và cánh tay trái của anh ta không còn sử dụng được nữa. Sau đó ở Prescott, tay chơi dương cầm bỏ đi cùng một cô gái tóc đỏ tên là Rita, thế là Willy Jack trôi giạt tới California, Billy Shadow biểu diễn một mình.

Hai ngày sau khi vượt ranh giới bang, gã bị giam ở Barstow vì tội say khướt ở nơi công cộng. Gã ở đó gần một tuần mới liên lạc được với J. Paul, người anh họ ở Bakersfield này chẳng mừng rỡ gì khi nghe tin gã, nhưng cũng gửi cho hai trăm đô-la làm tiền bảo lãnh.

Ta sẽ phát hiện ra một gia đình ta chưa từng có
trước khi đời ta tàn lụi

Suốt một năm tiếp theo, Billy Shadow kiếm được những buổi diễn ở các thị trấn ven biên giới, chìm nghỉm ở Potrero và thành phố Plaster, nơi các chủ quán bắt gã trả gấp đôi cho những cốc whiskey của gái điếm, những kẻ bán ma túy rong trong các quán rượu ở Jacumba và Campo bán thuốc rởm cho gã.

Nhưng thỉnh thoảng, gã cũng được lên một sân khấu. Gã vẫn có thể thu hút khán giả, vẫn có thể làm hài lòng đám đông. Có thể nói Billy Jack chẳng biết gì về ngành giải trí, vì đã là nghệ sĩ phải có lượng fan đông đảo để đẩy nó lên đỉnh cao.

Nhưng lúc này thật khó mà làm được điều đó, vì hôm qua, Willy Jack đã phạm một sai lầm to lớn, đó là đem cầm cây đàn ghi-ta Martin của Finny.

Khi ta ngỡ ta không thể nhớ
cảm xúc ấy là như thế nào

khi ta có một người bạn

ta sẽ phải có thêm bạn nữa

- Đi nào, Willy Jack. Chúng ta đi thôi, - Delphia giục. - Anh ta sẽ không tới đâu.

- Hắn ta phải đến! Hoặc thằng chó đẻ ấy mang trả tiền cho tôi, hoặc tôi sẽ đá tung mông hắn.

Willy Jack nheo mắt và cố bắt chước cái nhìn đầy thách thức của Clint Eastwood[1]. Nhưng gã thấy mình trông chẳng cứng rắn tí nào và bắt đầu thấy lo.

Gã đem cầm cây đàn Martin vì một gái đứng đường tên là Pink đã chào mời một phi vụ khó bỏ qua, vụ giao dịch đã ngốn chín trăm đô-la của gã.

dù cảm thấy những gì

khi ta có một người bạn

Pink có một người bạn phải tiêu thụ thật nhanh bảy trăm gam ma túy, nhưng không thể ra đường vì đang bị theo dõi. Nếu lộ diện, có khả năng gã sẽ bị khử ngay, vì thế gã phải biến khỏi thị trấn và đang rất cần tiền.

Pink kể bạn của gã sẽ bán thuốc lá trộn cần sa với giá hai trăm đô-la nếu trả tiền ngay. Cô ả đã móc nối được với người mua và người đó đã đồng ý trả hai ngàn đô-la khi có hàng trong tay. Góp một trăm đô, Willy Jack sẽ thu về một ngàn đô-la.

---

[1] Clint Eastwood (sinh năm 1930): Là diễn viên, đạo diễn, nhà soạn nhạc phim nổi tiếng của Mỹ, đã giành 5 giải Oscar và nhiều giải thưởng quốc tế danh giá khác.

Lẽ tất nhiên, Willy Jack không có một trăm đô và thứ duy nhất kiếm ra tiền là cây đàn Martin.

- Chúng ta sẽ đợi bao lâu nữa đây? - Delphia hỏi. - Em đói lắm rồi.

Khi bài hát dứt, Willy Jack ra hiệu cho bồi rượu lấy cốc nữa, rồi cầm hai mươi nhăm xen trong đống tiền lẻ trước mặt và tới chỗ cái máy hát.

- Chó chết! - Willy Jack đập vào bảng đồng hồ trên chiếc Pinto của Delphia. - Chó chết! - Gã ngật đầu ra sau, dựa vào lưng ghế và dụi mắt.

Cậu đã lái xe suốt đêm tới Bakersfield, năm tiếng trên quốc lộ và thêm hai tiếng nữa tìm nhà J. Paul, cậu đã phải dùng đến thuốc kích thích từ hai ngày nay.

- Có muốn em nói chuyện với anh ấy không? - Delphia hỏi.

- Bây giờ lão ta sang gớm. Nếu lão không cho anh tiền, thì sao lại đưa cho em kia chứ?

- Em chỉ nghĩ là…

- Thằng anh họ khốn nạn. Vì Chúa, anh là người thân của lão cơ mà.

- Có lẽ anh ấy nói thật đấy. Có khi anh ấy không có một trăm đô-la.

- Ồ, lão ấy khá lắm. Đường sắt trả cho lão cả một gia tài vì bị cụt ngón tay cái. Cứ nhìn nhà lão ở thì biết.

Delphia liếc nhìn ngôi nhà xây sẵn, một ngôi nhà gạch hai tầng chẳng có gì đặc biệt trong một vùng nông thôn sắp vào vụ. Bên kia đường là một sân gôn thu nhỏ bít kín bằng ván phủ đầy hình vẽ.

- Anh nghĩ họ hàng cũng không trông mong được nhiều hơn, - Willy Jack nói.

- Nhưng anh kể anh ấy đã giúp anh một lần. Đã gửi tiền bảo lãnh cho anh.

- Ừ, và lão ấy cũng không quên đâu. Ném số tiền đó vào mặt anh. Anh phải đứng đó mà nghe cả một bài lên lớp đấy.

- Thôi. - Delphia vừa nói vừa ngáp. - Anh nghĩ chúng ta nên làm gì đây?

Willy Jack móc viên thuốc kích thích nữa trong túi và bật nắp lon Coors ấm.

- Có muốn trở về San Bernadino không? - Cô hỏi.

- Trở về San Bernadino làm cái đ… gì kia chứ? Ngồi loanh quanh, úp ngón tay cái lên đùi đợi con chó cái Pink xuất hiện à? Hay đợi thằng cha kia đưa món tiền trời đánh để chuộc cây ghi-ta?

- Anh có thể mua cây ghi-ta khác. Bây giờ có khi nên tìm thứ rẻ hơn và …

- Anh phải nói với em bao nhiêu lần về việc này, - Willy Jack nói, sự kiên nhẫn cạn dần. - Không có cây đàn ghi-ta khác. Martin là cây đàn ghi-ta duy nhất. Giờ thì đã hiểu chưa, hả?

- Thôi. Thôi, được rồi! - Dephia nổ máy chiếc Pinto. - Thế anh muốn làm gì?

- Lái xe đi, Della. Cứ lái đi, để mặc anh suy nghĩ.

Gã chui vào thùng xe, đào bới đống hồ lốn của năm chục ngàn dặm và phát hiện ra thứ đang tìm, một chai Beam's 8 Star còn một phần năm. Gã rất vất vả mới rút được cái chai, rồi ngồi thoải mái trên ghế và nhìn xoáy vào con đường.

Gã cần nghĩ cách lấy lại cây đàn Martin. Vì không có nó, gã chẳng là cái quái gì. Gã hiểu điều đó ngay từ lần đầu tiên cầm cây đàn trong tay. Có lẽ có thể đột nhập vào cửa hàng cầm đồ và cuỗm nó đi, gã nghĩ. Hoặc theo vết Pink. Đánh hắn, giết hắn nếu cần. Nhưng cậu biết đó là chuyện điên rồ. Cậu biết việc đó là nhảm nhí.

Nhưng hành động cho hợp lý chẳng hề dễ dàng gì. Trong suốt bốn mươi tám giờ qua, Willy Jack đã nuốt tám viên thuốc kích thích, hớp một ít chất chua và hút cần sa, đồng thời không hề chợp mắt.

Hãy đưa cho em bàn tay anh

Gã không ngạc nhiên khi nghe thấy giọng cô. Đang lúc vô vọng, gã hầu như trông mong vào nó.

Bắt đầu từ khi gã còn trong tù, sau khi người thổ dân xoa bóp tim gã. Ban đầu, nó không đến nỗi tệ. Chỉ là giọng cô… luôn là giọng cô.

Có cảm thấy nó không?

Nhưng sau đó, khi sát cánh cùng nhóm Night River, cô bắt đầu nói chuyện với gã trong lúc gã ngủ. Gã thức dậy, tim đau nhói, vặn xoắn và bỏng rát… nhưng giọng hát vẫn không bay đi.

Anh không cảm thấy sao…?

Gã dốc ngược cái chai, nuốt ngụm nữa, ngụm nữa cho đến khi cảm nhận được hơi ấm của whiskey lan khắp lồng ngực và vào bụng. Vạch màu vàng ở giữa quốc lộ bắt đầu mờ đi, thế là gã nhắm mắt lại và cố nghĩ đến cây đàn Martin lần nữa.

Anh không cảm thấy tiếng bum… bum… bum nhỏ xíu ấy sao?

- Anh chẳng cảm thấy gì hết, - gã nói.

- Gì thế? - Delphia nhìn gã chằm chặp. - Anh nói gì thế?

- Có nói gì đâu.

Họ im lặng suốt quãng đường tiếp theo, cho đến khi Delphia rẽ khỏi quốc lộ và chiếc Pinto lách cách đỗ gần một hiệu cà phê tiều tụy ở rìa thị trấn. Willy Jack hỏi:

- Em làm gì thế?

- Em kiệt sức rồi. Chúng mình uống ít cà phê và kiếm thứ gì đó ăn đi.

- Khỉ thật, chúng ta không có thời gian.

- Sao không? Vội gì kia chứ?

- Tôi cần một ít tiền.

- Ở đâu? Anh định kiếm tiền ở đâu?

- Tôi cần… cần lấy lại chiếc ghi-ta. - Tiếng cậu líu nhíu đến mức Delphia phải đoán mới hiểu.

- Anh cần nạp gì đó vào người, ngoài whiskey.

- Đừng bắt đầu… - Willy Jack cố gí nắm đấm vào mặt Delphia, nhưng lại bị trượt và đấm vào kính chiếu hậu.

- Tùy anh, muốn làm gì thì làm. - Delphia rút chìa khóa, trườn ra khỏi xe và đóng sầm cửa lại.

Willy Jack ngã nhào xuống lề đường, quần jeans rách toạc nơi đầu gối. Vừa cố đứng dậy, gã vừa cậy một hòn sỏi trong lòng bàn tay, rồi rời khỏi khu bãi bốc dỡ hàng hóa vắng vẻ.

Từ hiệu cà phê nơi Delphia đỗ, gã đã cuốc bộ hơn một dặm, lang thang qua một mê cung những kho hàng bít kín bằng ván và những bãi xe cỏ mọc kín mít.

Mặt trời ngay trên đỉnh đầu khi Willy Jack băng qua cầu vượt và đi qua quả đồi rậm cỏ vào xưởng tàu hỏa. Hơi nóng làm nhựa đường dưới chân mềm đến mức gã cảm thấy như đang lội trong mật.

Gã trông thấy một đoàn tàu có người điều khiển đang lùi xuống đường ray, thoáng thấy người gác phanh vắt vẻo ở đằng sau đầu máy lúc đoàn tàu từ từ ra khỏi xưởng và thấy một thiếu niên đang ngủ trong ô tô. Nhưng không ai thèm nhìn Willy Jack. Không ai thèm thấy gã lảo đảo đi xuống các đường ray, lắc lư từ bên này sang bên kia.

Khi ngã đập đầu vào một toa tàu, gã bị bong một ít da trên trán, nhưng vẫn có thể đứng dậy được.

- Như cứt, - gã rủa lúc lau dòng máu đang rỉ ra ở lông mày.

Gã rời toa xe và loạng choạng lùi lại, đúng lúc đó gã trông thấy những chữ cái bập bềnh cách mắt chỉ vài phân. Gã phải nheo mắt để chắc chắn mình đã nhìn rõ các chữ cái.

- Union Pacific, - gã nói, rành mạch và bản năng như một người hoàn toàn tỉnh táo. - Union Pacific. - Âm thanh của các từ trở thành những mảnh, những phần của một hồi ức cũ.

Willy Jack thở dồn lúc vươn các đầu ngón tay lần theo từng chữ cái. Rồi tựa đầu vào thứ kim loại âm ấm của toa tàu. Hơn hết thảy, gã hy vọng sẽ không bật khóc.

Trong năm ngày liền, gã không hề biết rằng mình vẫn còn các ngón tay, hoàn toàn không biết gì, cho đến khi nhận ra những ngón tay cái vẫn còn đó.

Nhưng gã sẽ mãi nhớ cái mùi mơ hồ và mới mẻ… cùng cơn đau thấu da thấu thịt

Gã nhớ có ai đó nhặt và đưa trả cái cẳng chân cho gã… một người giống gã, cũng cố để không bật khóc.

Hãy đưa cho em bàn tay của anh

Gã sẽ nhớ âm thanh của giọng cô, văng vẳng từ nơi nào đó phía trên.

Chạm vào kia kìa… Đó là nơi trái tim.

PHẦN BỐN

Chương 33

- Lexie, chị thấy cái này thế nào? - Novalee rút cái áo bò trong đống quần áo chồng chất trên cái bàn ngoài sân.

- Trông được đấy.

- Đây. - Novalee giơ một bộ váy lên, rồi nhăn mặt. - Không. Cái này nuốt chửng chị mất, - cô nói và ném cái váy về lại đống quần áo.

Họ đi vòng quanh khu chợ bán đồ cũ từ lúc bảy rưỡi để tìm cho Lexie vài bộ quần áo "gày nhom". Trong thời gian đeo khung hàm, cô sút hai mươi bảy ký và hiện giờ phải mặc cỡ số bốn, vậy mà nhiều tháng nay Lexie vẫn mặc những bộ quần áo cũ cỡ 22W. Novalee quyết thay đổi tình trạng đó.

- Cái này thế nào? - Cô giơ lên bộ áo vét và quần dài kẻ sọc đen-trắng.

- Không phải là đồng phục trọng tài đấy chứ?

- Không. Chị mặc bộ này hợp lắm. Sao chị không…

Nhưng Lexie chẳng chú ý đến quần áo cũng như đồ

ăn. Suốt buổi sáng, thứ duy nhất cô mua là bộ đồ chơi chiến dịch, để bọn trẻ cùng chơi trong ô tô, tất cả bọn trừ Brummett.

Nó vừa đến Outreach, một trại hè dành cho các cậu bé bị khủng hoảng tinh thần. Sau vụ Roger Briscoe, Brummett bị khủng hoảng trầm trọng. Càng ngày nó càng hay giận dữ và lầm lì, đã hai lần bị bắt quả tang ăn trộm thẻ bóng chày của IGA.

Pauline không ăn cắp, nhưng vẫn hay bị ác mộng và vẫn sợ đàn ông. Nhà tâm lý học ở trung tâm Y tế Tâm thần Quận nói nó cần một mẫu đàn ông lành mạnh trong đời, điều đó khiến Lexie rơi vào tình trạng suy nhược trong nhiều tuần lễ.

- Lexie à, - Novalee hào hứng. - Ở đây có đôi hoa tai con voi. Nhìn cái vòi này. - Novalee giơ đôi hoa tai lên, Lexie vốn tin hình tượng con voi giơ vòi sẽ đem lại may mắn. Cô đeo vào tai và ra hiệu hài lòng với Novalee, rõ ràng Lexie muốn dùng nó để thay đổi vận số.

Mí mắt bị thương nghiêm trọng của Lexie rũ xuống và chớp chớp, trái ngược với mí còn lại. Đôi môi cô trước kia hoàn hảo là thế, nay bị rạch nát với nhiều mô sẹo ngoằn ngoèo ghìm chặt, ngay cả khi cô mỉm cười.

Khi trở về xe, họ thấy Peanut đang ngủ, hai đứa trẻ sinh đôi đang đánh nhau, còn Americus và Pauline ngồi trên mui xe và hát.

- Novalee, chúng mình nên về nhà thì hơn. Trưa rồi, đến lúc cho bọn trẻ ăn và hôm nay mình muốn đến xem căn hộ một tí.

- Lexie, em không muốn chị vội dọn đi như thế.

- Vội ư? Bọn mình ở nhờ lâu quá rồi, mình có nhà của mình cơ mà.

Lexie đẩy Americus và Pauline vào xe, rồi luồn theo sau.

Novalee hỏi:

- Chị muốn ghé qua xem luôn bây giờ, hay về nhà?

- Không, mình muốn tự đi xe của mình. - Lexie ngả người và hạ giọng. - Nhớ chưa, mình phải ghé qua đồn cảnh sát. - Lúc bế Peanut lên lòng, cô nói thêm, - mọi việc sẽ ổn thôi mà.

Cảnh sát đã tìm được bốn người tên là Roger Briscoe, nhưng chỉ có một người ở Fort Worth, và đã năm mươi tuổi. Còn những người khác, một người da đen, một người mù và một người đã ở tù hai chục năm nay.

Đến bây giờ, vụ việc đã nhạt dần, nhưng thỉnh thoảng một cảnh sát lại gọi điện mời Lexie đến.

Novalee nổ máy rồi lái vào phố thì chiếc xe cứu hỏa đầu tiên chạy qua.

- Mình mong đã tắt bình pha cà phê, - Lexie nói.

Vài giây sau, họ lại nghe tiếng còi hú.

- Chị có ngửi thấy mùi khói không, hay là em tưởng tượng nhỉ? - Novalee hỏi.

- Con cũng ngửi thấy, - Americus nói.

Đến chỗ đèn tín hiệu tiếp theo, một xe cảnh sát đã chặn làn đường bên phải và một cảnh sát đang điều hướng các ô tô chạy vào làn đường bên trái.

- Ai cũng muốn xem đám cháy, - Lexie nói.

- Chúng con xem được không, hở mẹ? - Hai đứa trẻ song sinh hét to. - Mẹ nhé?

- Không.

Khi xe rẽ vào góc phố, Novalee hạ kính xuống. Lúc lái chiếc Chevy chầm chậm gần viên cảnh sát, cô hỏi:

- Tôi có thể tới đường Taylor được không?

- Khó lắm, - viên cảnh sát đáp. - Người ta đã phong tỏa sáu khu nhà ở cả hai hướng từ Locust và First.

Novalee nắm tay lái chặt hơn:

- Locust và First ư?

- Phải, - người đó đáp. - Thư viện.

- Ôi không!

- Đúng thế, thưa cô. Thư viện bị cháy.

Vào ngày diễn ra tang lễ người chị, Forney dọn đến khách sạn Majestic, một tòa nhà gạch đổ nát xây từ những năm 1920, sàn nhà lún xuống và trần nhà đầy những vết loang bẩn. Mọi vẻ huy hoàng được ca ngợi từ sáu chục năm trước nay đã bị chôn vùi dưới nhiều lớp sơn mỏng và mùi hành tây.

Sống ở đó là những người hưởng trợ cấp, những ông già mắt trắng đục và giọng nói dính bết ngước nhìn khi Novalee mở cửa trước. Họ cười móm mém vì nắng xuyên qua bộ đầm màu trắng của cô, làm họ nhớ lại những ngày hè khác, những bộ đầm khác. Họ thở dài vì giọng nói của cô, lúc cô hỏi phòng của người thủ thư, và bồi hồi nhớ mùi hoa dành dành khi cô đi qua hành lang dưới trần cao vút và vội vã lên cầu thang.

Cô gõ ba lần trước khi mở cửa. Ban đầu, cô không nhìn thấy Forney. Căn phòng tối om và anh mặc bộ com-lê màu xám đen.

- Forney?

Anh đang ngồi thẳng tắp trên giường, đôi bàn tay đặt trên lòng.

- Em rất lo cho anh, - Novalee nói.

- Tôi xin lỗi.

- Không, anh đừng xin lỗi. Em không muốn anh cảm thấy có lỗi. Em chỉ muốn gặp anh thôi.

- Ồ.

- Forney, em vào được không?

- Em muốn vào ư?

- Nếu được ạ.

- Vào đi.

Khi Novalee khép cửa, căn phòng tối đến nỗi cô chỉ nhìn thấy hình dáng Forney.

- Em muốn bật đèn không? - Anh hỏi. - Chúng ta có thể bật đèn.

- Không ạ. Thế này là tốt rồi.

- Tôi hay sợ bóng tối, - anh nói. - Nhưng thỉnh thoảng, nó lại là nơi tốt nhất. Đôi khi, ta có thể thấy nhiều thứ trong chỗ tối hơn nơi sáng.

- Anh có thể thấy gì trong bóng tối, hở Forney?

Từ nơi nào đó dưới sảnh, Novalee nghe thấy tiếng cười trong phim, rồi tiếng của Fred Flinstone.

- Khi tôi lên sáu, - Forney kể, - học lớp một, cha thường đến trường đón tôi.

Khi Novalee đã quen với bóng tối, cô trông thấy một tia sáng phản chiếu hình chữ V lung linh trên trần.

- Nhưng một hôm, cha không đến. Trời mưa, nên có nhiều phụ huynh đến đón con, song cha tôi không đến.

Forney ngọ nguậy và khung giường cót két dưới sức nặng của anh.

- Tôi ngắm mọi người ra về, kể cả người gác cửa... lúc đó chỉ còn lại mình tôi. Tôi bắt đầu khóc vì tưởng phải ở lại trường một mình suốt đêm. Trời mỗi lúc một tối thì tôi nghe thấy tiếng bước chân trong hành lang. Đó là Mary Elizabeth. Chị vuốt tóc, lau mặt cho tôi nhưng tôi vẫn không nín. Chị ấy nắm tay tôi và cả hai cùng ra về, nhưng khi đi qua thính phòng, Mary dừng lại. Tôi biết chị muốn tôi nín khóc, nhưng chị không nói gì, chỉ nhìn tôi giây lát rồi dẫn tôi vào trong.

Có ai đó vừa lê bước qua cửa phòng Forney vừa ho, tiếng ho khàn khàn, đặc đờm của một ông già.

- Mary Elizabeth dẫn tôi đến một cái ghế ở hàng đầu, rồi bước lên sân khấu. Chị nhìn tôi rồi bắt đầu ngân nga một bài hát, một giai điệu tôi không biết. Sau đó, chị bắt đầu nhảy múa. Chị nâng cánh tay, xoay người chầm chậm và bắt đầu trượt đi. Chị nhảy múa theo tiếng hát. Chị nhảy múa vì tôi. Tôi vẫn ngồi yên, quan sát. Tôi không thể rời mắt khỏi chị. Chị rất xinh đẹp. Và khi múa chị mỉm cười với tôi.

Tiếng ti-vi dưới sảnh đã tắt, một cánh cửa ở nơi nào gần đó khép lại.

- Em biết điều này không, Novalee? Tôi nghĩ sẽ không bao giờ nhìn thấy chị ấy mỉm cười nữa.

Căn phòng tối đến mức đột nhiên Novalee thấy sợ.

- Forney…

- Tôi muốn kể với em tại sao sáng hôm nay tôi không đến, Novalee ạ.

- Anh không phải đến.

- Tôi đã cố đến thẳng nhà thờ, tới cửa nhưng không thể bước vào.

- Forney…

- Tôi mang bốn bông hồng bạch… cho chị ấy. Nhưng khi tới nhà thờ, chúng đã ngả sang màu nâu. - Forney đưa tay lên lau mặt, rồi ngước nhìn Novalee. - Tôi không thể mang tặng chị ấy những bông hồng màu nâu.

Novalee không nhớ mình băng qua phòng và quàng tay ôm lấy anh… nhưng cô sẽ không bao giờ quên hơi thở của anh áp vào cổ cô lúc anh thì thầm gọi tên cô lần nữa, rồi lần nữa. Và khi đôi môi anh tìm thấy vết sẹo nhỏ màu trắng bạc ở khóe miệng cô, cô không biết rằng tiếng "vâng" lào thào là của chính mình.

Vài ngày sau đó, cuộc sống của Novalee có vẻ vẫn như thường lệ. Cô bắt đầu mỗi ngày bằng việc kiểm kê hàng hóa ở Wal-Mart và kết thúc là công việc chụp ảnh cho Phòng Thương mại. Cô may cho Americus một bộ trang phục cho dịp Western Days, ăn tối với Moses và Certain, đăng ký một lớp học nữa ở Northeastern, một khóa về văn học Mỹ. Cô đến mọi nơi cần có mặt, làm mọi việc cần làm, nhưng chỉ đơn thuần là các động tác máy móc. Tâm trí cô lúc nào cũng chỉ nghĩ đến Forney Hull.

Ban ngày cô nghĩ đến anh và đêm đêm mơ thấy anh, những giấc mơ tồi tệ vì trong mơ, Forney luôn nói lời từ biệt. Mỗi khi chuông điện thoại reo, cô lại mong sẽ nghe thấy tiếng anh. Ngay cả khi làm việc, mỗi lần được gọi trong máy nội bộ, cô lại ngỡ là Forney.

Cô viết thư cho anh hai lần, nhưng lần nào cũng xé đi vì thấy mình giống như một nữ sinh viết thư tỏ tình. Novalee yêu Forney. NN + FH.

Novalee thấy mình làm nhiều việc ngớ ngẩn ... hát

những bản tình ca trong bóng tối, đọc những vần thơ khiến cô bật khóc. Cô cắt tóc quá ngắn, mua sợi dây đeo khóa hình trái tim và xem phim *Casablanca* lúc hai giờ sáng.

Lần đầu tiên trong đời cô yêu, và đã yêu suốt nhiều tháng nay, cô không thể giữ kín chuyện này lâu hơn được nữa.

- Ôi bạn yêu, mình mừng cho cậu, - Lexie nói lúc nắm tay Novalee. - Forney mê cậu như điếu đổ ngay từ ban đầu. Mình đã bảo cậu rồi mà.

- Chị Lexie, trước đây em chưa bao giờ cảm thấy như thế này. Lúc đầu em ngỡ mình suy nhược vì cúm.

- Cậu đang yêu đấy, Novalee. Hãy tin mình. Mình đã từng bị cúm như vậy. Kể cho mình nghe nào, Forney làm gì khi cậu nói với anh ta?

- Em vẫn chưa nói gì với anh ấy.

- Gượm đã! Hai người đã làm tình trong phòng khách sạn. Forney nói yêu cậu, mà cậu không nói gì với anh ấy ư?

- Không. Nhưng… nó lạ lắm kia.

- Nhất định rồi. Bao giờ chẳng thế.

- Không, chị không hiểu đâu. Khi bọn em… ờ, khi xong, Forney hành động… lạ lắm.

- Novalee à, Forney lúc nào cũng hành động lạ lùng.

- Lần này khác hẳn.

- Cậu định nói là sau đó cậu chỉ ra về thôi?

- Bọn em có nói chuyện, một chút thôi. Chỉ nói "Anh sẽ đi bao lâu" và "Anh sẽ gọi cho em". Đại loại thế.

Lexie mỉm cười và lắc đầu.

- Lexie à, cậu đã làm một việc sai lầm phải không?

- Novalee, chị biết một ít về đại số và có thể làm bánh phó mát anh đào. Mình chơi ky khá cừ và có thể xoay tít cây gậy. Nhưng còn tình yêu? Mình chẳng hiểu gì hết.

Novalee cũng nghĩ Lexie chẳng hiểu gì. Còn cô, chính cô cũng không hiểu vì sao cô lại vội vã rời khỏi phòng Forney khi trong lòng chỉ muốn ở lại.

Cô vẫn nhớ lại việc xảy ra ở khách sạn Majestic. Cô thấy mình trong vòng tay Forney, nghe thấy anh thì thầm gọi tên cô, giống như những đôi tình nhân trong phim. Cô chỉ mong có thể viết lại cái kết cho cảnh này, để có thể nghe thấy mình nói "Em yêu anh, Forney Hull. Em yêu anh".

Novalee đang trên đường tới Phòng Thương mại để gửi một số ảnh thì tình cờ gặp Retha Holloway, chủ tịch Hội Văn học.

- Tôi đang định gọi điện cho em, Novalee. Tôi cần địa chỉ thư tín của Forney.

- Địa chỉ thư tín của anh ấy?

- Phải. Tôi nghĩ có lẽ em biết tin anh ta.

- Không ạ, nhưng vài ngày nữa anh ấy sẽ về.

- Anh ta về đây sao? Về Sequoyah?

- Vâng.

- Tôi lấy làm lạ đấy. Tôi hình dung Forney sẽ ở lại đó cho đến khi khóa học mới bắt đầu.

Novalee bối rối.

- Thưa cô Holloway, Forney đến Maine. Anh ấy đi ...

- Mai táng Mary Elizabeth. Chao ôi. Thật là một thảm kịch.

- Hôm nay hoặc ngày mai anh ấy sẽ về.

- Gia đình Hull là người ở Maine mà. - Giọng Retha Holloway trầm bổng, nhịp nhàng đúng kiểu giáo viên dạy Anh văn hơn bốn chục năm qua. - Gia đình Hull là những người trí thức uyên bác. Một gia đình quý tộc, - bà phát âm rõ ràng từng tiếng. - Tôi biết rất rõ mẹ của Forney. Còn cha của Forney thì chỉ biết sơ sơ. Một người đàn ông khó hiểu, nhưng rất có đạo đức và có văn hóa. Tôi nghĩ họ không hạnh phúc lắm ở cõi trần gian này. Tôi không biết Mary Elizabeth và ngờ rằng Forney sẽ chọn một cuộc sống khác hẳn nếu có thể. Nhưng mọi sự sắp thay đổi rồi, em có nghĩ thế không?

- Ý cô là gì ạ?

- À, Mary Elizabeth đã mất và biệt thự nhà Hull đã sụp, bây giờ Forney có thể vun vén cho đời mình. Hơn nữa, anh ta vẫn còn trẻ. Khi tôi còn bé, cứ nghĩ ba mươi sáu tuổi là già, nhưng không phải thế. Bây giờ Forney có thể trở lại trường và học hành đến nơi đến chốn.

Novalee gật đầu như đã hiểu.

- Forney đang học đại học Bowdoin ở Brunswick thì bỏ dở dang vì tình trạng của Mary Elizabeth. - Retha Holloway lắc đầu, nhấn mạnh tấn thảm kịch. Rồi như làm một phép thử, bà nói. - Novalee, cô có biết tất cả nam giới trong gia tộc Hull đều tốt nghiệp trường Bowdoin không? Thực ra, cụ của Forney ở cùng phòng trong ký túc xá với Nathaniel Hawthorne[1] đấy. Thử hình dung mà xem!

Giọng Retha Holloway cao lên như bắt đầu đọc thuộc lòng.

"Một nửa đời tôi đã qua rồi, tôi đã để nhiều năm tháng trôi qua mà không thực hiện được hoài bão của tuổi trẻ...".

- Có hay không, Novalee? Rất thích hợp nữa. - Cô Holloway chấm nhẹ khoé mắt. - Longfellow cũng học ở Bowdoin, Henry Wadsworth Longfellow[2]. Còn bây giờ... đến lượt Forney.

- Vâng, em cũng đoán thế.

- Và lại, tôi có một số giấy tờ cần Forney ký. Chỉ là một số công việc về pháp lí cho thành phố thôi. Để chúng tôi có thể kết thúc việc này.

- Còn thư viện thì sao ạ?

- Chúng tôi đã mời một kiến trúc sư thiết kế một tòa nhà mới. Con gái của thị trưởng Albright sẽ tiếp quản thư viện, điều hành công việc cho chúng tôi. Một cô gái đáng yêu. Cô ấy có bằng về thư viện và hiện đang làm thủ thư ở Dallas, nhưng cũng muốn trở về đây. Mẹ cô ấy mới được bầu làm chủ tịch Hội Văn học của chúng tôi đấy. Một gia đình giỏi giang.

---

[1] Nathaniel Hawthorne (1804-1864): Tiểu thuyết gia nổi tiếng của Mỹ.

[2] Henry Wadsworth Longfellow (1807-1882): Một trong những nhà thơ nổi tiếng nhất thời ông.

Khi một chiếc ô tô dừng lại bên hè, Retha Holloway ra hiệu cho lái xe, một người đàn ông lớn tuổi.

- Novalee, tôi phải đi đây. Nói chuyện với em thật dễ chịu.

- Vâng, thưa cô.

- Nếu có tin của Forney, nhờ em nhắn anh ta liên hệ với tôi.

Novalee đứng trên hè cho đến khi chiếc xe khuất tầm mắt, nhưng giọng của Retha Holloway vẫn còn văng vẳng.

... bây giờ anh ta có thể vun vén cho đời mình...

Khi điện thoại reo, Novalee đã nằm trên giường được một giờ nhưng vẫn chưa ngủ. Cô mặc quần áo rất nhanh, đánh thức Lexie và bảo với cô ta là mình ra ngoài, rồi ra khỏi nhà hết sức nhẹ nhàng.

Trời đêm oi bức và im lìm. Khi lái xe qua nhà băng, cô nhận thấy nhiệt độ xấp xỉ ba mươi độ C.

Cô đỗ xe bên đường, đối diện với khách sạn Majestic, rồi ngồi trong xe vài phút ngắm cửa sổ phòng Forney, ngắm bóng anh nổi trên các bóng khác.

Hành lang vắng ngắt ngoại trừ một ông già, teo quắt như xác ướp trong bảo tàng và ngồi sụp trong góc một đi-văng bẩn thỉu.

Forney cười khi mở cửa, dường như anh đã tập đi tập lại cho lúc này.

- Chào anh.

Tóc anh vẫn ướt vì vừa tắm và cằm có một vết xước mới của dao cạo.

- Chào em.

Cô định ôm ghì anh, nhưng bị vẻ dè chừng của anh chặn lại và lúc anh nhận ra, cô đã lùi lại, ngượng nghịu đứng ở ngưỡng cửa, đôi tay thông xuống bên sườn.

- Em vào đi, - anh nói.

Lúc bước qua cửa và đi ngang qua anh, cô ngửi thấy mùi xà phòng thơm anh vừa tắm. Loại xà bông có mùi chanh thơm dịu.

- Tôi xin lỗi gọi em muộn thế.

- Em mừng vì anh đã gọi.

- Tôi có làm mọi người thức giấc không?

- Không ạ.

Lúc này đèn đã bật, một bóng đèn trên đầu và một ngọn đèn bên giường, nên lần đầu tiên Novalee nhìn rõ căn phòng. Tường dán giấy in những quang cảnh rừng rú đã phai màu; đồ đạc trông như đồ quân dụng. Thứ trang trí duy nhất là bức ảnh lồng khung một chú hề buồn bã.

- Chuyến đi của anh thế nào?

- Dài dằng dặc.

- Mọi việc có ổn thỏa không?

- Ổn thỏa ư?

- Ý em là nghi lễ ấy. Chị gái anh…

- Mary Elizabeth. - Forney gật đầu nhắc lại tên chị mình lần nữa, dường như anh cần nghe thấy âm thanh đó. - Phải. Không hề có buổi lễ nào hết, không có gì như thế. Cũng không có ai ở đó. Chỉ mình tôi và Mary Elizabeth. Không còn ai nữa.

- Forney, anh có ổn không?

- Có, - anh đáp nhưng ngoảnh đi, nhìn chú hề trên tường. - Ờ, tôi cho là ổn.

Novalee dồn sức nặng của mình từ chân này sang chân khác, còn Forney thọc hai tay vào túi. Phía trên có tiếng toi-let xả nước ầm ầm. Muốn át âm thanh đó, cả hai cùng lúc lên tiếng.

- Trong khi em…

- Em muốn…

- Novalee, em có muốn ngồi không? - Forney cố gắng tỏ ra hiếu khách, nhưng không có nhiều lựa chọn. Chỉ có một cái ghế văn phòng bằng kim loại, mặt ghế bọc nhựa vinyl nứt nẻ, và một cái giường. Novalee chọn cái ghế.

- Chắc anh mệt lắm, - cô nói.

- Hơi mệt thôi.

- Em bắt đầu lo. Hôm thứ Tư không thấy anh về…

- Tôi ở lại lâu hơn dự định. Tôi thuê một chiếc ô tô, như một du khách. Tôi đã quên nơi đó đẹp biết chừng nào. Rất khác với ở đây.

- Em chắc thế.

- Em biết không, cha mẹ tôi đều sinh ra ở đấy. Mary Elizabeth cũng vậy. Thực ra, tôi chưa bao giờ sống ở đó, trừ khi ở trường đại học, nhưng cảm thấy nó hầu như… quen thuộc.

- Ý anh là Skowhegan ư?

- Ừ, toàn bộ vùng Maine. Skowhegan, Waterville, Augusta, Brunswick.

- Brunswick. Anh học đại học ở đó phải không?

- Phải. Tôi lái xe qua đó định ở vài giờ, rốt cuộc lưu lại hai ngày. Vào thăm trường đại học. Bowdoin có một thư viện tuyệt vời. Tôi gặp vài giáo sư đã dạy tôi và một vị vừa mới xuất bản một cuốn sách.

- Nghe thú vị thật.

Một lát im lặng nữa, nhưng lần này họ đều chờ đợi.

- Tôi nghĩ đến em, Novalee.

- Forney...

- Tôi muốn nói chuyện với em, nhưng tôi nghĩ cần phải nói rằng... hình như nói qua điện thoại không tiện lắm.

- Anh muốn nói gì vậy?

- Về lần cuối cùng chúng ta bên nhau. Tôi sợ rằng... ý tôi là... tôi tự hỏi liệu tôi có làm tổn thương em không?

- Tổn thương em ư?

- Tôi cho rằng tôi không quá... tôi lo rằng có thể tôi vụng về... nên không được... nhẹ nhàng.

- Không, Forney ạ. Anh không làm tổn thương em đâu.

- Tôi không muốn thế, Novalee.

Tiếng nén khí trong cái điều hòa nhiệt độ trên cửa sổ trở nên ồn ào và các bóng đèn tối đi trong giây lát.

- Thế ở nhà có xảy ra chuyện gì không?

- Không nhiều lắm. Lexie đã tìm được nhà ở. Một căn hộ kép. Họ sẽ dọn đến vào ngày đầu tháng.

- Em sẽ nhớ cô ấy đấy.

- Chị ấy ở không xa mà. Đối diện với trường học.

- Americus sao rồi?

- Nó ngoan. Nó sẽ hóa trang thành Annie Oakley[1] trong cuộc diễu hành lễ hội Western Days vào thứ Bảy.

- Tôi mang cho nó một cuốn sách. - Forney lục chiếc va-li đã mở trên giường, ở phía sau và đưa ra một gói bọc giấy đỏ. - *Rừng rậm Maine* của Thoreau[2]. Ở đây, gia đình tôi có hai cuốn trong thư viện, nhưng…

- Retha Holloway muốn gặp anh đấy.

- Vẫn chưa có bản thiết kế nào cho thư viện mới sao?

- Có rồi, nhưng em không nghĩ anh muốn nghe về việc đó.

- Sao vậy?

- Retha nói con gái của thị trưởng sẽ là thủ thư mới.

- Ồ, tôi không có gì ngạc nhiên. Albright muốn chuyển cô ấy về từ lâu rồi. Nhưng thế là ổn. Giờ là lúc cho sự việc mới. - Forney quệt tay lên mặt và xoa xoa gáy. - Tôi nghe tin người ta đang cần người làm ở nhà máy nhựa.

Novalee đã trông thấy các công nhân ở Thermoforms vào Wal-Mart đổi séc thành tiền mặt, những người đàn ông và đàn bà nom mệt mỏi với thẻ căn cước vẫn ghim vào túi.

- Novalee à?

Những người đàn ông và đàn bà không một nụ cười, đợi từng tập tiền mỏng, tiền công cho việc đẩy các mẫu

---

[1] Annie Oakey (1860-1926): Nữ thiện xạ Mỹ, nổi tiếng vì những phát súng ngoạn mục bằng súng lục, súng trường và súng săn.

[2] Henry David Thoreau (1817-1862): Nhà văn, nhà triết học và nhà tự nhiên học nổi tiếng của Mỹ.

nhựa giống hệt nhau xuống dây chuyền lắp ráp hết ngày này qua ngày khác, hết tuần nọ sang tuần kia.

- Novalee, em khỏe không?

- Có ạ.

- Em như ở cách xa ngàn dặm.

- Forney, còn việc dạy học thì sao? Có lần anh bảo muốn làm giáo viên.

- Ừ, đó là từ lâu lắm rồi.

- Nhưng nếu đó là nguyện vọng của anh, thì thời gian không thành vấn đề. Thời gian không thành vấn đề chút nào.

- Novalee, điều tôi muốn là... tôi muốn được chung sống với em. Với em và Americus.

- Forney.

- Tôi yêu em. Tôi yêu em hơn mọi thứ trên đời mỗi khi chúng ta ở đây, ở bên nhau... khi tôi có em trong tay...

- Forney, có lẽ chúng ta đã làm một việc sai lầm. Em không biết nó xảy ra như thế nào, vì sao nó xảy ra và xảy ra khi nào. Nhưng có lẽ nó không đúng lúc. Có lẽ chúng ta...

- Novalee, em đã... đã làm tình với tôi vì thương tôi, phải thế không?

- Ôi, không. Anh đừng nghĩ thế.

- Vì nếu đấy là lý do...

- Không, Forney. Không phải thế đâu.

- Thế thì là gì? Chỉ là một quyết định tồi tệ sao? Chỉ là một việc không suy nghĩ sao? Hay là một trong những lúc em đang cảm thấy suy nhược, cần sự bùng nổ?

- Anh định ám chỉ gì vậy?

- Ý tôi là… em có quan tâm đến tôi chút nào không?

- Quan tâm ư? Lẽ tất nhiên là có. Anh là người bạn tốt nhất mà em từng có, Forney ạ.

- Nhưng em muốn có tôi không?

- Anh đã giúp em sinh được Americus.

- Em muốn không?

- Anh đã dạy em học hành, Forney. Anh đã chỉ cho em cả một thế giới mới. Anh…

- Nhưng em có yêu tôi không, Novalee? Em có yêu tôi không?

- Forney, nếu em…

Novalee cố nhớ lại cách anh ôm cô sau khi họ làm tình… môi anh trên môi cô, bàn tay anh…

- Anh biết đấy, Forney, em…

Novalee biết nếu cô để mình nhớ lại, cô không thể nói với anh những lời dối trá mà anh phải nghe.

- Forney…

Cô không thể làm trái tim anh tan vỡ…

- Không, Forney. Em không yêu anh. Không theo cách anh cần được yêu. Không theo cách đó.

… và cô cũng không thể làm tan nát trái tim mình.

Trong vài tuần lễ đầu tiên sau khi Forney ra đi, Novalee tưởng có thể phát điên.

Cô khóc vô nguyên cớ ở những nơi lạ lùng nhất. Có lần, đang bơm xăng ở Texaco, cô khóc không chút ngại ngùng, thậm chí còn không buồn che mặt. Khi đến họp phụ huynh, một giáo viên lớp hai bảo Americus có khả năng đọc sách ngang trình độ lớp tám, Novalee bật khóc tức tưởi không sao kìm được và người ta phải đưa cô ra xe. Một hôm, khi đang làm việc trong gian hàng điện tử, cô nhìn thấy trên ba màn hình một lúc, Julia Child làm bánh quy cam và hạnh nhân, cô khóc nức nở đến mức không thể làm hết ca.

Nhưng khóc chưa phải là thứ khiến Novalee khổ sở nhất. Nỗi sợ mất trí nhớ khiến cô nghẹn họng và nổi da gà. Biểu hiện đầu tiên là cô có vấn đề khi đọc cuốn tiểu thuyết *Truyện về chim sẻ*, đọc suốt đường đi rồi mới nhận ra trước kia cô đã đọc truyện này rồi. Vài ngày sau, cô ký một tờ séc và viết tên mình sai chính tả. Ở nơi làm việc, cô ghi thời gian của người này lên thẻ của người khác và đã hai lần trả lại cho khách quá nhiều tiền thừa.

Novalee mua cuốn sách tiêu đề *Ma thuật của trí nhớ*, và bắt đầu uống nhiều Vitamin E, vì đã đọc rằng nó là "vitamin của não". Nhưng cô không thấy khác đi là mấy. Hình như càng cố gắng tập trung, cô càng quên nhiều hơn.

Cô thấy mình đi lạc, cách nhà mấy khu. Quay số điện thoại mà quên hẳn đang gọi cho ai. Đi mua sắm, cô mua những thứ không cần. Một hôm, Lexie đếm được tám mươi tư củ cà rốt ở ngăn đựng rau trong tủ lạnh của Novalee.

Bạn bè đều muốn giúp cô, nhưng không biết làm thế nào. Họ không thể giải tỏa nổi đau trong ngực cô, nơi mềm yếu và đau đớn. Họ không biết cách mang lại ánh long lanh cho mắt cô. Họ không thể viết lại những giấc mơ hoặc làm dịu sự đau đớn của cô, hay giúp cô uốn nắn trái tim.

Americus cũng tàn tạ vì sự vắng mặt của Forney như Novalee, nó trở nên ít nói và tách biệt lạ lùng. Nó nhận thêm một con vật bị bỏ rơi, một con thỏ què và đặt tên là Docker, rồi sắp xếp các cuốn sách của mình theo vần abc. Nó học cách đánh bia cho sủi bọt và được Dixie Mullins dạy cách khâu khuy áo. Nó nhớ các nhân vật nổi tiếng của Tòa án tối cao liên bang Hoa Kỳ, từ John Jay[1] tới Mahlon Pitney[2] trước khi biết viết những vần thơ và

---

[1] John Jay (1745-1829): Chính khách và luật gia nổi tiếng, là Chánh án tòa án tối cao đầu tiên của Mỹ.

[2] Mahlon Pitney: Chánh án tòa án tối cao của Mỹ từ 1912 đến 1922.

giấu trong một cái hộp dưới gầm giường. Đêm đêm, lúc cầu nguyện khi đi ngủ, nó luôn cầu xin Chúa đưa Forney Hull trở về.

Nếu Novalee chỉ lo cho bản thân mình, cô có thể lên giường, cuộn tròn trong chăn, kéo cái gối che đầu và cầu được ngủ một giấc thật ngon, không mộng mị. Nhưng cô không thể làm thế vì con gái cần cô. Thế nên cô gượng dậy, vờ như hoạt bát, ra bộ vui vẻ và làm như Americus tin vào hành vi của mình.

Cô tìm ra những nơi cho hai mẹ con đến và những việc để cùng làm, nhưng ở bất cứ nơi nào họ tới, đều có bóng dáng của Forney. Anh là người đàn ông cao ráo che ô chạy qua công viên… là anh chàng gày gò ngồi sau họ trong rạp chiếu bóng. Anh là người đội mũ len ở đầu vòng đu quay, là người trượt băng lẻ loi trên sân… là bộ mặt họ nhìn thấy qua cửa sổ bảo tàng búp bê.

Rồi một buổi tối ở khu thương mại tại Fort Smith, họ nghe thấy tên Forney Hull nhắn qua loa. Hai mẹ con chạy bở hơi tai từ đầu này tới đầu kia siêu thị, đến phòng an ninh, và gặp một thiếu niên má còn lông măng, tên là Farley Hall.

Một lúc sau, khi băng qua bãi xe, họ cố giấu những giọt nước mắt, nhưng khi vào trong ô tô, họ bỏ bộ dạng khắc kỷ oà khóc và ôm choàng lấy nhau, rồi về nhà và ăn kem. Sau đó, họ còn khóc nhiều hơn nữa.

Ngay hôm sau, lá thư đầu tiên của Forney tới.

Americus yêu quý,

Kèm theo đây là một chương trình học mà bác vạch ra cho cháu. Lịch trình này sẽ đưa cháu qua phần còn lại của Vỡ lòng tiếng Latinh đến giữa tháng Tám. Cháu bắt buộc phải học xong trước khi lên lớp ba. Đừng quên rằng, phải ghi nhớ cách chia động từ. Bác yêu cháu. Bác đã ghé qua thư viện ở Washington DC. và ở đó bốn ngày. Những vết sô-cô-la dây trên bộ đầm màu vàng của cháu đã tẩy sạch chưa? Bác đọc lại Tôi nghe nước Mỹ nói và nhận ra rằng cháu cũng nên đọc quyển ấy. Không may là cuốn sách đó đã không còn xuất bản nữa, nhưng bác đã nhờ một hiệu sách quen gửi cho cháu một quyển qua bưu điện, cháu nên đọc vào cuối tuần. Cháu không thể biết bác nhớ cháu đến thế nào đâu. Americus, cháu phải chăm học tiếng Latin song song cùng các môn ở trường. Cháu hãy nhớ điều này: mục tiêu tốt đẹp sẽ dẫn đến sự thay đổi. Bác đã mơ thấy cháu ba lần và cháu luôn tươi cười, nhưng cháu lại có bộ ria mèo nữa chứ. Hãy thêm vào danh sách cần đọc của cháu cuốn Từ căn và các câu chuyện lãng mạn. Cháu sẽ thấy nó rất hấp dẫn.

Bác yêu cháu

Forney Hull

Nhờ cháu nói với mẹ là bác dành cho mẹ cháu những lời chúc tốt đẹp nhất.

Các thư gửi Americus vẫn đến, nhưng hơi thất thường. Con bé có thể nhận được liền ba bức trong một ngày, rồi đợi cả tháng mới có bức thư tiếp theo. Đôi khi, các bức thư nhàu nát và dây bẩn, để ngày từ nhiều tuần trước, hoặc nhiều tuần sau khi gửi. Chúng có mùi xi đánh giày, mù tạc hoặc hồ dán. Một bức có cả mẩu xà lách màu nâu ở trong. Bức thư khác tới cùng một cái khuy màu xanh bị vỡ.

Thư viết trên giấy tái chế, văn phòng phẩm của khách sạn và mặt sau các thư để gửi "Người cư ngụ". Một thư viết ở sau tờ thực đơn, bức khác viết ở mặt sau tờ thông báo một buổi đọc thơ.

Các bức thư đóng dấu nhật ấn theo thứ tự từ St. Louis, Washington, Indianapolis, Pittsburgh, Kansas City, Baltimore, Akron và Louisville. Americus theo dõi đường đi của Forney trên bản đồ mà anh đã treo trong phòng nó. Nhưng nó không thể biết anh đi tới đích nào.

Hầu hết các thư, Forney viết về chuyện sách vở và học tập. Anh bổ sung vào danh sách đọc cho Americus, bản danh sách dài đến hơn sáu trăm đầu đề. Anh ít nói về bản thân và chẳng đả động gì đến Novalee, nhưng cuối mỗi bức thư thường viết một dòng y hệt nhau: "Nhờ cháu nói với mẹ là bác dành cho mẹ cháu những lời chúc tốt đẹp nhất".

Tuy không nhiều, nhưng còn có. Novalee và Americus đón nhận bất cứ thứ gì có thể. Khi Forney ra đi, họ mất một mảnh đời, một thứ không thể lấp đầy bằng việc chụp ảnh hoặc tiếng Latinh, bằng phim ảnh hoặc những vòng đu quay... bằng những bọt bia bập bềnh, bằng con thỏ què và càng không thể bằng những giọt nước mắt của họ.

Novalee đã nghĩ đến việc cố tìm ra anh, lái xe qua khắp các thành phố anh qua. Cô còn nghĩ đến việc đăng tin nhắn "Hãy trở về" lên báo và thuê một thám tử tư theo vết anh.

- Cậu sẽ làm gì nếu tìm thấy anh ta, hở Novalee? - Lexie hỏi.

- Ờ...

- Cậu sẽ nói yêu anh ấy chứ?

- Ơ...

- Cậu sẽ đề nghị anh ấy trở về chứ?

- Lexie...

- Cậu không thể chứ gì?

Novalee hít một hơi thật sâu, rồi lắc đầu.

- Không, - cô đáp. - Không, Lexie ạ, em không thể làm thế. Anh ấy về đây để đi làm trong nhà máy ư? Tung các viên thịt ở quán ăn Lita's Drive ư?

- Nếu Forney kiếm được việc làm ở Wal-Mart?

- Không, - Novalee trả lời ngay lập tức.

- Ồ. Nó sẽ tốt cho cậu, và cũng tốt cho cả Forney. Đúng thế không nào?

- Không đúng.

- Sự thật là thế này, Novalee. Cậu chưa bao giờ nghĩ mình xứng đáng với Forney. Chưa bao giờ nghĩ mình đủ giỏi giang.

- Nghe em nào, Lexie.

- Không, cậu nghe mình đã. Mình biết mẹ cậu đã quẳng cậu cho bầy sói. Mình biết tên khốn Willy Jack cũng làm thế với cậu, nhưng...

Novalee dợm đứng lên khỏi bàn, nhưng Lexie với tay giữ cô lại.

- Nhưng hãy nhìn những việc cậu đã làm, Novalee. Hãy nhìn những việc cậu đã làm cho bản thân. Cậu có một đứa con tuyệt vời và một ngôi nhà. Có bè bạn, tất cả đều yêu quý cậu. Cậu có một công việc tốt. Cậu là một nhiếp ảnh gia tài ba, một nghệ sĩ. Cậu đã đọc hết sách trong thư viện. Cậu còn đi học đại học. Cậu đã đạt được mọi thứ, Novalee. Cậu đã có mọi thứ.

- Không, Lexie ạ. Em không có được Forney. Em không hiểu anh ấy.

Bốn bức thư gửi Americus đến cùng một ngày, tất cả đều đóng dấu Chicago. Lúc đầu Novalee không để ý lắm. Nhìn ngày tháng, cô hình dung Forney viết mấy thư này ở bốn thành phố khác nhau, mang chúng theo trong nhiều ngày và rồi gửi cả bốn cùng một lúc khi đến Chicago. Nhưng hai tuần sau, một bức thư nữa đóng nhật ấn Chicago, và nó là cơ sở chắc chắn để xác định. Sáu ngày sau, một thư nữa và tuần lễ sau lại thư nữa.

Novalee cố bảo mình đừng nghĩ ngợi, cố không làm việc đã trót làm. Cô biết như thế là ngớ ngẩn và không thể thay đổi cách cô cảm nhận, nhưng ngay cả khi quay số, ngay cả khi đã bắt đầu, cô biết mình sẽ không dừng lại.

Trước hết, cô gọi đến thư viện Chicago, nhưng họ không có hồ sơ về Forney Hull. Nhưng cô biết Forney và những cuốn sách, biết anh phải quanh quẩn đâu đó nếu vẫn còn sống, vì thế cô gọi tới thư viện Tulsa, rồi đợi bản sao danh bạ điện thoại Chicago trong vòng một tuần. Chín trang bản sao, từ hiệu sách Abraham Lincoln tới Liên đoàn những người bán sách Waterstone. Cô hy vọng sẽ không phải đi đến tận cùng trời cuối đất, và hóa ra đúng thế.

Forney trả lời ngay hồi chuông thứ nhất.

- Hiệu sách Chaucer đây.

Ngay lúc đó, cô ngỡ có thể nói chuyện với anh, có thể thốt nên lời nhưng lời lẽ cứ biến mất, trôi nổi đâu đó ngoài thời gian và không gian.

- Chaucer đây, - anh nhắc lại lần nữa.

Lát sau, điện thoại lách cách... và Novalee biết rằng đường dây đã bị ngắt.

Nhà thờ nhỏ xíu của bệnh viện không được thiết kế dành cho các đám cưới. Năm hàng ghế ngắn chen nhau chỉ đủ cho những gia đình đang đau đớn, căn phòng chắc chắn không chứa nổi những bạn học đau khổ hoặc những bè bạn buồn bã. Novalee có thể hình dung ra cảnh những người túm tụm, lặng lẽ trong giờ phút sớm sủa của những buổi sáng tang thương. Nhưng hôm nay nhà thờ quá nhỏ để chứa niềm vui của lễ cưới này.

Bảy đứa trẻ cười khúc khích, lúng túng, bị nhét vào hàng ghế đằng trước; còn người lớn tươi cười chen chúc ở các hàng ghế khác. Vài y tá, bác sĩ và phụ lý len vào lúc đã muộn và đứng sau cùng, như sẵn sàng chạy đi nếu bị gọi.

Giáo sĩ của bệnh viện, một người đàn ông ưa nhìn, tóc nhuộm màu hung sáng, đợi ở cuối lối đi, lưng quay ra cửa sổ lắp kính màu. Cạnh ông là chú rể, Leon Yoder mặt đỏ bừng, cười toe toét.

Khi cánh cửa mở, mọi người đứng dậy và quay lại, chăm chú dõi theo khi Lexie bước vào lối đi ở giữa. Cô vận bộ trang phục màu vàng, cài một trong bảy bông hồng bạch cài ngực, năm bông cho năm đứa con của cô và hai bông cho con của Leon. Lũ trẻ đang đứng ở đằng trước nhà thờ. Brummett nắm chặt tay đứa bé lên bốn nghịch ngợm, hai đứa sinh đôi và đứa bé lẫm chẫm ở giữa, còn Pauline đang chải tóc cho đứa em trai út.

Novalee chỉnh máy lần cuối và bắt đầu chụp khi Lexie đến lưng chừng lối đi, mỉm cười hớn hở với Leon, người sắp thành chồng cô.

Họ gặp nhau khi Lexie trở lại bệnh viện làm việc. Là một phụ tá giỏi nên cô được trở lại làm công việc cũ không chút khó khăn.

Leon cũng từng là phụ tá được gần sáu năm. Nhưng khi đi học trường điều dưỡng và trở lại bệnh viện đa khoa quận, anh trở thành điều dưỡng viên có bằng cấp, chuyên về nhi khoa.

Một hôm, trong lúc ngồi cùng bàn trong quán ăn tự phục vụ của bệnh viện, anh mời Lexie đi chơi. Dù Lexie từ chối, Leon vẫn không bỏ cuộc.

- Hình như anh ta là người tử tế, - cô kể với Novalee. - Không như Roger Briscoe.

Nhiều tuần sau, khi Lexie đồng ý đi chơi, Leon đưa cô đi câu cá. Lexie, các con cô và các con anh.

- Chín người bọn mình cứ như một gánh xiếc vậy, Novalee ạ. - Lexie kể. - Bọn trẻ bị sâu mắc đầy trong tóc. Lưỡi câu bay lung tung. Kiến bò đầy bánh mì kẹp. Và Carol Ann, con gái nhỏ của Leon, đổ tuốt lũ cá tuế xuống hồ.

- Có vui không, chị?

- Tất cả đều rất vui. Brummett câu được một con cá. Một con vược. Nghe Leon bảo nó nặng khoảng một ký rưỡi, thằng bé mừng quýnh. Lẽ tất nhiên nó không để lộ ra. Nó càu nhàu suốt ngày về chuyến đi và lúc nào cũng hành động điên rồ cho đến khi câu được cá.

- Chị thích anh ta chứ?

- Leon ấy à? Nhất định rồi.

- Nghe chừng hai người giống hệt nhau. Nhỡ đâu hai người…

- Không! Anh ấy không thuộc gu của mình, Novalee ạ. Ý mình là, Leon là anh chàng tốt bụng, nhưng mình không có hứng, không một tí nào.

"Chúa kính yêu, hôm nay chúng con tập hợp ở đây để kết nối người đàn ông và người phụ nữ này vào cuộc hôn nhân thiêng liêng".

- Em đã cố gọi chị cả chục lần, Lexie, nhưng chị chẳng bao giờ có nhà.

- Ừ, mình biết. Hôm thứ Bảy vừa rồi, Leon đưa cả nhà đi chơi bowling và thứ Ba thì lại đi chơi gôn. Nếu mình cứ không ở nhà giặt giũ, các con mình sẽ không còn đồ lót mà mặc mất.

- Đêm qua chị ở đâu? Khoảng tám giờ, em lái xe qua nhà chị. Em định đưa bọn trẻ đi ăn kem.

- Mẹ con mình đến khu thương mại cùng Leon và các

con anh ấy. Anh ấy phải mua pyjamas cho thằng bé, vì thế tất cả đến Sears. Mình mua cho Pauline cái áo khoác ngoài. Lúc đó, một sự lạ lùng đã xảy ra, Novalee ạ. Trong lúc ở đấy, mình đội cái mũ tức cười này. Mũ đen, phủ đầy những bông hoa đỏ. Cậu có biết gì không? Trong lúc mình hành động như một con ngố, làm điệu làm bộ với cái mũ ấy, Leon khen mình xinh. Anh ấy chạm vào môi và mắt mình, rồi bảo mình xinh. Cậu có thể tưởng tượng được không?

"Vì hôn nhân do Chúa ban cho, và được xây dựng trên nền tảng vững chắc của lòng tin và sự tôn trọng".

- Thế nên hôm qua mình kể với Leon rằng Brummett lại gây lộn ở trường, anh ấy nói sẽ cùng với mình đến gặp luật sư.

- Tại sao chị phải làm thế?

- Vì hội đồng kỷ luật gọi. Cậu không nhớ Brummett đã viết "Larry Dills hôn một con dê theo kiểu Pháp" lên tường phòng vệ sinh à?

- Em nhớ.

- Vì thế mình phải đến gặp hội đồng kỷ luật. Ai cũng đều nói đến "cách hành xử" và "không có khả năng kiềm chế cảm xúc" của Brummett.

- Nhưng hiện giờ nó cư xử tốt hơn nhiều rồi.

- Ừ. Nó sống thoải mái hơn. Leon đã đưa nó đến gặp một trong những người bạn đang dạy karate. Anh ấy bảo võ thuật không chỉ dạy con người ta cách tự vệ, hơn thế, võ thuật còn dạy ta biết tự chủ.

- Nghe chừng em cũng nên học môn đó.

- Cả mình cũng thế. Hôm nay mình phát rồ ở chỗ làm đến mức suýt táng một ả y tá ở khoa tim. Cô ta đánh đổ cà phê lên bàn và bảo mình phải dọn cho sạch, cứ như mình là người hầu của cô ta vậy. Có lẽ mình sẽ theo lời khuyên của Leon, một ngày nào đó sẽ đến học trường điều dưỡng.

- Ôi Lexie, chị nên làm thế. Chị thật tuyệt vời.

- Ừ, nếu có cơ hội, mình sẽ làm vậy. Với lại, mình gọi cậu vì hai lý do. Đêm hôm thứ Tư, Brummet và Leon câu được một chậu cá mặt trời và định chiều nay chiêu đãi cả hội một chầu cá rán. Bọn mình muốn mời cậu và Americus.

- Em có cần mang thứ gì đến không?

- Không. Chỉ cần đến thôi, bất cứ lúc nào sau khi tan làm. Còn việc thứ hai nữa. Mình có thể mượn cậu cái mũ rơm được không?

- Nhất định là được rồi.

- Mình sắp ở ngoài trời cả ngày thứ Bảy và cậu biết là mình dễ bắt nắng thế nào rồi đấy. Leon đưa mẹ con mình tới Arlington xem Rangers đấu hai trận liên tiếp. Cậu có hình dung sẽ như thế nào không? Bảy đứa trẻ ở sân bóng suốt cả ngày, ăn khoai tây rán với xúc xích và …

"Lexie, con có công nhận người đàn ông này là người chồng hợp pháp không? Phải giữ gìn...".

- Mình đang yêu, mình đang yêu, mình đang yêu, - Lexie hét tướng lên lúc xộc vào căn bếp và quay tròn Novalee.

- Trời ạ, - Novalee nói lúc ngã vào một cái ghế. - Lexie, chị có biết mới mấy giờ không? Em còn chưa kịp uống cà phê đây.

- Có nghe mình nói gì không? Mình đang yêu, Novalee ơi!

- Sao lại sớm thế và yêu ai mới được chứ?

- Leon! Mình yêu Leon Yoder! Dù mình chưa ngủ với anh ta.

- Nhưng chị nói anh ta chẳng hấp dẫn gì chị kia mà.

- Quên đi. Xóa hết những lời mình từng nói đi.

- Lexie, có chuyện gì vậy?

- Cậu sẽ không tin chuyện này đâu, Novalee. Cậu sẽ *không tin* đâu.

- Thử kể xem nào.

- Được. Nghe này. Con gái của Leon, Carol Ann, không phải là con *của anh ấy*.

- Nghe thế nào ấy!

- Cody là con trai anh ấy, nhưng Carol Ann không phải là con gái anh ấy.

- Chính vì thế mà chị yêu?

- Khỉ ạ! Để mình kể cho nghe anh ấy đã nhận con bé ra sao đã.

- Lexie, chúng mình uống cà phê đã. Em nghĩ chị cần nó hơn là em đấy.

- Nghe nhé. Ba năm trước, Leon gặp một người tên là Maxine, anh ấy gọi cô ta là Max. Cô ấy có một con gái nhỏ, là Carol Ann. Max cùng Carol Ann dọn đến ở với Leon. Có nghe mình nói không đấy?

Novalee gật và đưa tay lên dụi mắt.

- Max có thai với Leon và Cody ra đời. Thế là họ có hai đứa con. Carol Ann của cô ấy và Cody của họ. Rõ chưa?

- Rõ.

- Khi Cody mới được vài tháng tuổi, Max dọn đồ và bảo sẽ rời đi, đến Mexico. Chỉ thế thôi. Cô ấy bỏ Leon và không muốn nuôi Cody, con chung của họ. Cô ấy cũng không muốn nuôi cả Carol Ann, và lại phát hiện ra Leon muốn nuôi con bé. Anh ấy bảo sợ có chuyện xảy ra với con bé, nếu Max đem nó đi Mexico vì khi đó, anh đã thấy Max là một người tồi tệ. Khi biết Leon muốn nuôi con gái mình, Max biết cô ta có một thứ để mặc cả. Lý lẽ mới đanh thép làm sao chứ! Leon có một chiếc Camaro 67 màu đỏ tươi, và Max thèm có nó. Thế là cô ta đổi con gái lấy chiếc ô tô.

- Cái gì?

- Thế đấy! Cô ta đổi con gái lấy ô tô.

- Lexie!

- Leon chẳng bao giờ còn nhìn thấy Max hoặc chiếc Camaro lần nữa.

- Kỳ quái thật.

- Novalee à, khi anh ấy kể cho mình nghe chuyện đó, mình biết Leon Yoder là một người đàn ông tử tế nhất. - Mắt Lexie ngấn nước, nhưng cô mỉm cười. - Và đó là lúc mình cảm nhận thấy tình yêu.

"Cha tuyên bố các con là vợ chồng".

Chương 37

Lúc đầu Novalee ngỡ tiếng nhạc là trong mơ. Một bản tình ca lãng mạn, chậm rãi. Nhiều tiếng vĩ cầm. Cô lật người và vùi mặt vào gối, rồi nhận ra mình không mơ. Tiếng nhạc vọng đến từ bên ngoài cửa sổ.

Cô xem đồng hồ lúc trườn khỏi giường. Mười tám phút nữa là nửa đêm. Cô rón rén xuống hành lang, đến phòng khách và ngó qua cửa sổ đằng trước.

Benny Goodluck đang ngồi bên ngoài.

Cô mở toang cửa trước, rồi ra ngoài. Tiếng nhạc vọng ra từ cái xe tải đậu trên đường, âm lượng to hết cỡ, cửa xe hạ xuống.

- Benny, em làm gì ở đây?

- Em đánh thức chị dậy à?

Benny mặc bộ dạ phục và đeo thắt lưng. Cái nơ nới lỏng, đung đưa trên vạt trước của chiếc sơ-mi trắng muốt, hồ cứng.

- Có chuyện gì sao, Benny?

- Không có gì.

- Thế em làm gì ở đây?

- Chị bực à, Novalee?

- Không, chị không bực. Nhưng chị tưởng em đi khiêu vũ.

Cậu gập người trên chiếc ghế vải bố, cặp chân dài duỗi ra đằng trước. Giả vờ bất chợt để ý đến mũi giày, cậu cúi xuống kiểm tra.

- Em có đi, - cậu đáp, - nhưng em về sớm.

- Còn người hẹn hò với em đâu? Melissa đâu?

- Em đưa cô ấy về nhà rồi.

- Em kết thúc buổi tối hơi sớm đấy.

- Vâng, Melissa không thích, - Benny nói, nhưng tiếng cậu dính lại nên nghe "Melissa" thành "Melissha".

- Benny, em uống rượu phải không?

- Không. Mà không hẳn. Em đã uống hai cốc bia.

- Chính vì thế mà Melissa muốn về nhà phải không? Vì em say?

- Vâng. Ý em là không. Em không uống, cho đến sau khi đưa cô ấy về nhà, nhưng… - Benny vặn vẹo trên ghế. - Em chẳng hẹn ai đi khiêu vũ hết. Em đã nói dối chị.

Novalee kéo một cái ghế khác và ngồi xuống, thu chân dưới cái áo choàng dài bằng vải bông.

- Em mời Melissa, nhưng cô ấy đã có hẹn và Janetta Whitekiller cũng thế, nên em đi một mình. Nhưng không chỉ mình em. Có mấy thằng nữa cũng không hẹn ai, những đứa kém cỏi như em.

- Benny, em đừng nói thế. Chị đánh cược cả hai cô gái kia rồi sẽ có lúc vui vẻ với em hơn với bất cứ người nào họ cùng đi. Chị đánh cược rằng…

- Em không mời họ, Novalee ạ.

- Sao kia?

- Em không mời cả Melissa lẫn Janetta. Em cũng nói dối nốt.

- Em nên cẩn trọng thì hơn, Benny. Em phải bỏ hẳn thói quen nói dối này đi.

- Em xin lỗi, nhưng… - Benny nhún vai, rồi ngả đầu ra sau.

- Nhưng gì?

- Chị muốn biết sự thật không?

- Nhất định rồi.

- Thôi được. Em chưa bao giờ hẹn hò, Novalee ạ. Em chưa bao giờ có một cô gái nào hết.

- Rồi sẽ đến lúc em có thôi. Chị định nói là, em…

- Mười bảy tuổi chứ gì! Hầu hết bọn con trai em biết đều đã… Chúng nó đều có hai hoặc ba cô gái khi mười bảy tuổi.

Novalee thở dài và lắc đầu.

- Sao vậy, chị?

- Khi chị mười bảy tuổi, có nhiều chuyện xảy ra với chị.

- Còn với em, chẳng có gì xảy ra hết! Chẳng có gì tốt. Chẳng có gì xấu. Chẳng có gì sất!

- Benny, em nói gì vậy. Em là một ngôi sao trên đường đua, em giành mọi giải thưởng. Em nghĩ thế mà là không có gì ư?

- Chị Novalee, em biết những chuyện xảy ra với chị khi chị đến đây, năm chị mười bảy tuổi. Em biết có kẻ đã chạy trốn và bỏ chị lại. Em biết chị sinh Americus ở Wal-Mart.

- Thế ư?

- Hồi đó thật kinh khủng cho chị, nhưng chúng là những trải nghiệm thực sự. Chị hiểu ý em không?

- Không, chị không hiểu.

- Ý em là, chị không phải kẹt trong giờ đại số của thày Pryor vào lúc tám rưỡi mỗi sáng. Chị không phải tập bóng rổ vào các tối thứ Sáu, nên chị có thể thư giãn trên ghế dài. Chị không phải phí cả đời ở Sequoyah để xén tỉa cây lê và phủ bổi cho thông ở vườn ươm Goodluck. Chị thấy không, mọi thứ trong đời em cứ y hệt nhau, lúc nào cũng giống nhau.

- Benny...

- Em đã đọc những cuốn sách chị cho em, Novalee ạ. Chuyện về những con người tới những nơi như Singapore, Tibet và Madagascar. Những người phóng ô tô và nhảy lên tàu chở hàng. Bay trên khí cầu, leo núi, thám hiểm những nơi chưa có người nào đặt chân tới. Chuyện về những nhà soạn kịch và nhà làm phim. Những người đang yêu.

- Rồi em sẽ làm một trong những việc đó, Benny ạ.

- Sẽ ư? Bao giờ vậy? Ngày mai em sẽ mười tám tuổi, mà em chưa làm được gì hết.

- Không sao! Mọi sự vẫn còn ở phía trước kia mà?

- Em cũng nghĩ thế.

- Hãy nghĩ thế này, Benny. Nếu em đã làm mọi thứ thì sẽ ra sao đây?

- Chị định nói gì vậy?

- Thì sẽ còn lại những gì? Sự chiêm nghiệm tiếp theo là gì đây? Sẽ còn gì là vui khi sáng sáng thức dậy, em đã hoàn thành mọi việc rồi? Hở? Em sẽ làm gì đây?

- Em đoán là sẽ làm lại một số việc.

- Nhưng lần thứ hai sẽ không thể tuyệt vời như lần đầu được. Benny, không phải ai cũng đến Singapore, một số người trong chúng ta không bao giờ leo núi hoặc làm phim. Nhưng em đã chạy đua và chị chụp ảnh em, rồi mọi người đi tìm người họ yêu quý. Thỉnh thoảng chúng ta làm nên chuyện. Thỉnh thoảng chúng ta thắng.

- Phải.

- Đến mùa thu, khi em đến trường mọi sự sẽ khác đi.

- Ôi Novalee. Em sợ rồi em sẽ chỉ làm lại những việc cũ rích thôi.

- Không đâu! Em sẽ học được nhiều thứ mới, gặp gỡ nhiều người mới. Những con người thú vị. Nhiều cô gái.

- Nghe vui đấy.

- Chị đánh cược em sẽ gặp một cô gái đặc biệt. Một cô gái mà em muốn ở bên mọi lúc mọi nơi. Em sẽ không ăn, không ngủ được vì hình ảnh cô ta luôn ở trong tâm trí em và …

- Novalee, em chưa bao giờ hôn một cô gái.

- Rồi em sẽ hôn, Benny à. Em sẽ hôn nhiều cô.

- Nhưng em không biết như thế nào. Em không biết làm thế nào.

- Chao ôi, chị nghĩ việc đó sẽ đến rất tự nhiên thôi.

- Em có thể hôn chị được không?

- Kìa Benny…

- Chỉ một lần thôi. Em sẽ không bao giờ đòi hỏi nữa.

- Chị không nghĩ đó là một ý hay. Chị không phải là một cô gái.

- Hai mươi nhăm tuổi chưa phải là già.

- Nhưng già hơn mười bảy nhiều.

Benny giơ cổ tay xem đồng hồ.

- Ba phút nữa là em mười tám.

Novalee ngắm nghía Benny một lúc lâu - bộ mặt của cậu bé lên mười nhoài người ra xe tải và chạm vào cô… bộ mặt của cậu bé mười hai chạy trên đỉnh núi… bộ mặt cậu thiếu niên yêu mưa, chim ưng và những quả mận dại. Rồi nhoài qua tay ghế, cô nghiêng tới Benny Goodluck, nâng mặt cậu và kéo sát mặt mình. Lúc môi họ gặp nhau, cậu nhắm mắt lại, và họ hôn nhau trong ánh trăng, dưới các cành dẻ ngựa. Đó là cuộc thám hiểm lớn lao nhất tuổi mười bảy của cậu.

Chương 38

Novalee tin rằng vận may có thể truyền từ cha mẹ cho con cái, giống như hình dáng cái mũi, chân vòng kiềng hoặc cơn thèm sô-cô-la. Americus có chòm tóc hình chữ V ở trán, cặp mắt xanh biếc và nụ cười giống cô. Hình như hoàn toàn tự nhiên nếu nó thừa hưởng vận rủi với con số 7 của mẹ.

Vậy mà họ vẫn tiếp tục tồn tại qua con số đó, tuy thỉnh thoảng có khó khăn. Họ đã sống qua bảy tháng thai kỳ cùng nhau. Họ đã chịu đựng ngày thứ bảy của đời Americus và cố qua tháng thứ bảy. Nhưng bây giờ, hai mẹ con đối mặt với thách thức lớn nhất, là năm thứ bảy. Americus vừa qua sinh nhật.

Novalee tổ chức lễ mừng khiêm nhường và lặng lẽ, như thể gây chú ý quá nhiều có thể sẽ lôi kéo tai họa đến cùng. Nhưng buổi liên hoan không hề gặp rắc rối. Không động đất, không lũ lụt. Đầu gối không bị trầy xước hoặc ong đốt, thậm chí không rám nắng. Thời tiết tuyệt đẹp, kem không bị chảy và không người nào hề hấn gì. Một ngày hầu như hoàn hảo.

Mặc dù vậy, trong nhiều tuần tiếp theo, Novalee vẫn không thể gạt bỏ được nỗi khiếp đảm cô ớn lạnh và đầu ngứa ngáy. Cô biết rồi sẽ có sự. Cô chỉ không biết là sự gì và khi nào đến. Thỉnh thoảng, cô mong cái gì đến thì đến đi, cô có thể khắc phục nó.

Cô đã không phải chờ đợi lâu.

Báo chí suốt ba ngày đã xếp thành chồng vì Novalee phải tranh thủ làm cho xong bộ ảnh cưới chụp ở Keota vào kỳ nghỉ cuối tuần trước. Cô không đụng đến tờ báo nào từ thứ Hai cho đến tối thứ Năm, sau khi Americus đi ngủ. Cô định đọc lướt thật nhanh vì còn phải gội đầu và sấy khô một đống quần áo.

Cô lướt qua các ảnh, tiêu đề và trông thấy nó, một cột báo ngắn xen giữa các quảng cáo ở trang 7.

NGƯỜI TÀN TẬT BỊ MẤT TRỘM XE LĂN

Một người đàn ông cụt chân được xác định danh tính là W. J. Pickens, được tìm thấy chiều Chủ nhật trong một góc thụt gần Alva. Pickens mất cả hai chân trong một tai nạn xe lửa, bị kẹt từ tối thứ Sáu vì bị lấy cắp chiếc xe lăn.

Theo lời Pickens, một gã đàn ông không rõ danh tính cho anh ta đi nhờ ở ngoại ô Liberal, Kansas, nơi anh ta vẫy xe. Khi họ đến gần Alva, Pickens buồn nôn và lái xe đã rẽ vào và đỗ lại ở một góc thụt. Pickens kể khi anh ta lăn xe vào phòng vệ sinh nam, người lái xe đi theo vào rồi biến mất cùng chiếc xe lăn.

Chiều ngày Chủ nhật, một nhóm khảo sát nghe thấy

tiếng kêu cứu của Pickens và báo đến Văn phòng Cảnh
sát trưởng quận Alva.

Rời Chicago từ hai tuần trước, Pickens nói vẫy xe đi
nhờ tới Oklahoma để tìm con và mẹ của đứa trẻ mà
anh ta đã không gặp từ năm 1987.

Pickens đã được nhận vào Bệnh viện đa khoa quận
Woods, và vẫn còn trong tình trạng nguy hiểm.

Novalee không còn tâm trí để giặt giũ hay gội đầu nữa.
Cô vội gọi hai cuộc điện thoại, và gọi Americus dậy, rồi
đưa nó đến gửi nhà Moses và Certain. Sau khi bơm đầy
xăng ở trạm Texaco, cô lái ra quốc lộ.

Mắt Willy Jack nhắm nghiền khi Novalee bước vào
phòng và trong giây lát cô ngỡ gã đã chết, nhưng rồi, cô
thấy ngực gã phập phồng dưới tấm áo bệnh nhân mỏng.
Nước da gã trông vàng vọt ốm yếu, dường như quá rộng so
với khung người, có lẽ thân thể gã đã co rút hết vào trong.

Cô ngắm gã ngủ và tự hỏi, phía sau mí mắt động đậy
kia, gã nhìn thấy gì. Bỗng nhiên, thân hình Willy Jack co
giật, mạnh đến nỗi rung cả giường. Gã vặn vẹo về phía cửa.

- Cô nói gì? - Gã nhìn xoáy vào cô. Cặp mắt có màu
xanh hơi vàng, bọng mắt sưng phồng và xám xịt. - Cô nói
gì? - Gã hỏi lại, giọng nhấn mạnh.

Novalee để mặc Willy Jack vật lộn để nhìn rõ được cô.
Cô không tới giúp.

- Novalee à?

Khi gã nhấc đầu lên gối, cô có thể nhìn thấy sọ gã qua
lớp tóc thưa thớt ở thái dương.

- Tôi không thể tin nổi, - gã nói. - Tôi không thể tin em đang ở đây.

Willy Jack chống khuỷu tay cố ngồi dậy và chằm chằm nhìn cô.

- Novalee. - Gã mỉm cười. - Tôi đang trở lại tìm em.

- Tại sao?

Câu hỏi lơ lửng giữa họ, chắc nịch và dày đặc.

- Anh đang làm gì vậy, Willy Jack? - Tiếng cô đều đều, hờ hững. - Anh đang trở lại Wal-Mart, nơi anh bỏ rơi tôi ư?

- Novalee…

- Anh tưởng tôi vẫn đứng đó đợi anh sao?

- Tôi chỉ muốn xem em có ổn không.

- Thực thế ư?

- Này…

- Nhưng anh đến muộn rồi đấy. Khoảng bảy năm.

Willy Jack buông đầu xuống gối, mệt mỏi xoa trán. Một cái kim truyền cắm trên mu bàn tay khiến da gã trông tái nhợt như phủ sáp.

- Tôi trở lại vì tôi cần nói với em một điều về Americus.

Novalee cứng người. Các cơ căng lên, cô hoàn toàn mất thăng bằng. Rồi cái nhìn của cô bình thản và khắc nghiệt như đã sẵn sàng đương đầu với sự đe dọa của Willy Jack.

- Sao anh biết về con bé?

Willy Jack nghe thấy một cái gì đó trong giọng cô, một thứ mãnh liệt và nguy hiểm, một thứ mà gã chưa từng biết.

- Làm thế nào anh tìm ra?

- Anh họ của tôi, J. Paul.

- Anh nói dối!

- Paul kể vài năm trước, cảnh sát gọi cho anh ta. Đứa trẻ bị bắt cóc và họ muốn biết tôi ở đâu.

- Willy Jack...

- Khỉ nợ, tôi đang ở trong tù. Tôi chẳng hay biết quái gì, cho đến năm ngoái, khi tôi gặp J. Paul. Chính vì thế tôi biết về nó. Chính vì thế tôi biết nó ở đâu.

- Nhưng anh không biết tôi có tìm ra nó không. Anh không biết nó còn sống hay đã chết.

- Em nhầm, Novalee. Tôi biết. Tôi biết nó khỏe mạnh và biết nó sống với em. Ở Sequoyah.

- Làm thế nào anh biết được?

- Tôi đã gọi về nhà em.

- Anh ư? - Cố gắng kiềm chế, nhưng giọng cô vỡ ra vì giận dữ.

- Ồ, tôi chưa bao giờ nói gì với nó. Vả lại, em luôn là người trả lời điện thoại. Nhưng có vài lần, nó nghe. - Hình như tâm trí Willy Jack trôi giạt đi đâu đó, rồi gã ta mỉm cười. - Tôi đã nghe thấy tiếng nó... và thế là đủ. Tôi đã trải qua nhiều khốn khổ.

- Anh về vì nó phải không?

- Về vì nó? Em định nói gì vậy?

- Anh đang cố giành lại nó. - Novalee cảm thấy các cơ trên mặt cô căng lên. - Anh trở lại để cướp nó khỏi tay tôi.

- Sao tôi có thể làm điều đó?

- Cái gì? Willy Jack Pickens làm một việc hèn hạ là ăn cắp một đứa trẻ sao?

- Ăn cắp nó? Em nghĩ thế sao? - Willy Jack nắm chặt các chấn song giường và cố ngồi dậy. - Em nghĩ tôi sẽ làm cái việc quỷ quái ấy sao, Novalee. Bỏ trốn với con bé ư?

Gã giật mạnh tấm chăn trên người và ném xuống sàn.

- Hiện giờ tôi không thể đi đâu được nữa.

Đôi chân của Willy Jack bị cụt đến tận đầu gối. Novalee muốn ngoảnh đi, nhưng không thể. Cô biết đó là điều gã sẽ làm tiếp theo. Gã muốn cô sửng sốt, nhưng cô không cho gã đạt được mục tiêu ấy. Cô sẽ không để gã cướp mất thứ tốt đẹp nhất của cô. Không một lần nào nữa.

Cô bước đến chân giường và không hề do dự, nhìn lớp da thịt nhàu nát của gã. Những cái sẹo dày, xấu xí.

- Sao em biết tôi ở đây, Novalee?

- Tôi đọc báo.

- Họ viết gì? Một thằng quê nghèo khổ đáng thương, không thể đứng dậy khỏi sàn phòng vệ sinh ư?

- Đại loại thế.

- Vậy, nếu thằng quê không thể xoay xở để ra khỏi toilet, thì làm sao có thể vào nhà em và cướp lấy con gái em? Tất nhiên là nếu tìm ra một bốt điện thoại và biến thành siêu nhân, rồi...

- Đừng cố khôi hài nữa. Đừng cố thay đổi việc này.

- Thằng quê này chăm sóc con bé sao đây khi giành được nó? Nếu như hắn ta mọc chân và có bộ gan mới, thì may ra...

- Nếu anh nghĩ tôi sẽ thương xót anh, thì anh nhầm.

- Lúc đó, hắn *có thể* điều hành Disney World.

- Vì sao anh trở lại đây? - Tiếng Novalee mỗi lúc một to hơn.

- Hoặc *có thể* cướp nhà băng.

- Nếu không vì Americus, thì vì sao? - Cô biết mình đang quẫn trí, nhưng không sao dừng lại được.

- Tôi tin rằng hắn ta *có thể* thành một quan tòa.

- Tại sao? - Novalee hét lên. - Tại sao anh ở đây?

Âm thanh duy nhất từ ngoài hành lang là tiếng bước chân êm nhẹ và tiếng quần áo sột soạt của một y tá cau có bước vào.

- Ở đây có chuyện gì thế? - Cô ta nhìn từ Willy Jack đến Novalee. - Tôi nghe thấy tiếng các người vọng xuống tận hành lang.

- Xin lỗi, - Willy Jack nói.

Lúc đó, cô ta nhìn thấy tấm chăn trên sàn.

- Có chuyện quái gì xảy ra vậy?

- Tôi chỉ đánh tuột thôi.

- Ồ. - Cô y tá nhặt tấm chăn và thả nó cạnh cửa, rồi rút tấm mới từ trên nóc phòng kho. - Tôi tưởng anh đang nhảy trên giường. - Cô ta giũ tung tấm chăn và phủ lên người Willy Jack, rồi kiểm tra dây truyền. - Nếu anh cần, tôi sẽ tiêm cho một mũi.

- Tôi không sao. Đợi hẵng.

- Có gì anh cứ gọi tôi, - cô ta dặn. - Ở đây không thể xảy ra những việc thô bạo được đâu. - Rồi cô ta quay người và đi ra, khép cửa lại.

Novalee đến bên cửa sổ và nhìn chằm chặp ra ngoài. Bầu trời gần như không một gợn mây, có sắc xanh lạ lùng qua lớp kính màu.

- Novalee. - Tiếng Willy Jack hạ xuống gần như thì

thảo. - Tôi đã làm một việc tồi tệ với em. Tôi cho rằng đó là việc tệ nhất tôi từng làm với người khác. Nhưng sau đó, hầu hết những việc tôi làm đều tệ cả.

Novalee lắng nghe, nhưng không tin những gì nghe thấy. Cô đã hiểu rõ con người này.

- Bây giờ tôi biết không còn gì nhiều để chuộc lỗi. Không nhiều, vì suốt cuộc đời khốn nạn của mình, tôi chỉ làm được hai việc tốt đẹp. Tôi không nghĩ là tốn nhiều thời gian... nhưng cả hai đều là việc tôi đã làm được.

Novalee lắng nghe tiếng cẳn nhẳn, rồi quay lại tìm một nụ cười tự mãn mà Willy Jack thường chẳng bao giờ che giấu, nhưng không thấy.

- Tôi đã là cha một đứa con, tôi hình dung là một đứa con xinh xắn nếu giống mẹ nó. Và tôi đã sáng tác một ca khúc. Một ca khúc rất hay. Nhưng lẽ tất nhiên, tôi đã phung phí thời gian vào nhiều việc ngu xuẩn. Đã tự làm hỏng mọi thứ. Tôi chạy trốn một người... thì tôi bị người khác tước đoạt. Khỉ thật, chắc là tôi đáng bị thế. Nhưng điều đó không biến đổi lòng tốt của một trong những người ấy. Tôi hy vọng có thể dựa vào cái gì đó.

- Willy Jack...

Gã giơ bàn tay lên, một cử chỉ xin thêm chút thời gian.

- Hiện giờ điều đó không làm cho tôi tốt hơn. Nó không thay đổi được gì, không uốn nắn lại mọi điều sai trái tôi đã làm hoặc giúp đỡ gì được cho những người tôi đã xúc phạm. Chỉ có hai việc đó thôi, Novalee ạ, nhưng như thế có nghĩa tôi không đến nỗi xấu hoàn toàn. Nó có nghĩa là đời tôi không phí phạm hết thảy.

Novalee không muốn chịu đựng điều cô đang cảm thấy, không muốn tin vào những lời cô nghe thấy. Cô đã kiên nhẫn chờ đợi Willy Jack một thời gian dài, con người mà cô không cần đến nữa, cái gã Willy Jack mà cô tự dặn mình phải căm ghét. Cô biết mình có thể đối phó với gã, nhưng Willy Jack này khiến cô bối rối.

- Willy Jack, anh bảo về đây để nói với tôi một điều về Americus.

- Phải. - Gã quằn quại trên giường và nhăn nhó vì cố sức. - Em có nhớ ngày cuối cùng không? Ngày cuối cùng chúng ta ở bên nhau?

Novalee gật đầu.

- Em hỏi tôi có muốn chạm vào đứa bé không, rồi đặt bàn tay tôi lên bụng em, nhưng tôi nói chẳng cảm thấy gì hết. Em nói nếu cố gắng, tôi có thể cảm thấy trái tim.

Anh không cảm thấy tiếng bum… bum… bum rất khẽ à?

Tôi nói không thấy và cố rút tay lại, nhưng em không chịu.

Chạm vào đây này.

Em nói rất nhẹ, chỉ như tiếng thì thầm, nhưng tôi vẫn nghe thấy.

Đấy là chỗ tim thai.

Nước mắt chảy thành từng vệt trên mặt Willy Jack, nhưng gã không buồn lau đi.

- Tôi đã nói dối, Novalee ạ. Tôi nói dối em. - Tiếng gã nặng nề và mệt mỏi. - Tôi nói là không cảm thấy, nhưng thực ra là có. Tôi đã cảm thấy nhịp tim của đứa bé. Tôi cảm thấy rõ ràng như có thể cảm thấy nhịp tim của mình vậy. Nhưng tôi đã nói dối.

- Vì sao?

- Chúa ơi, tôi không biết. Tại sao con người nói dối? Vì chúng ta sợ hãi hoặc ngu xuẩn, có khi vì chúng ta tầm thường. Tôi cho rằng có hàng triệu lý do để nói dối, và tôi có thể nói rằng, nhiều... nhưng không có gì như thế. Tôi cho rằng luôn có một lời nói dối mà ta không bao giờ vượt qua được.

- Là gì vậy?

- Ồ, có lẽ em chưa biết. Có thể vì em chưa bao giờ nói một lời dối trá tệ hại đến mức nó có thể cắn rứt lòng mình đến thế.

- Nhưng nếu anh từng làm... nếu anh gặp may... anh có thể có cơ hội sửa chữa. Chỉ một cơ hội là thay đổi được.

- Giờ thì cơ hội ấy mất rồi. Và sẽ không bao giờ đến lần nữa.

- Trả trước hai đô-la và bảy mươi nhăm xen.

Novalee lóng ngóng nhét mười một đồng hai mươi nhăm xen vào khe, rồi ép ống nghe vào tai lúc chuông điện thoại bắt đầu reo.

- Xin anh ở đó, - cô thì thầm sau khi đếm được ba hồi chuông.

một lời nói dối không bao giờ vượt qua được

Đến hồi thứ tư, cô nhắm mắt và lùa tay vào tóc.

chỉ một cơ hội để thay đổi nó

Cô xoắn sợi dây điện thoại quanh bàn tay, chặt đến mức đến hồi chuông thứ năm, những ngón tay cô đã trắng bệch.

giờ thì nó mất rồi...

Sau hồi thứ sáu, cô cảm thấy yếu hẳn và phải dựa vào cánh cửa bốt điện thoại.

và nó không bao giờ đến lần nữa

Song cô đã gặp may. Đến hồi thứ bảy, Forney trả lời.

- Chaucer đây.

Nghe thấy tiếng anh, họng cô thắt lại vì nghẹn thở, nghẹn mọi âm thanh.

- Hiệu sách Chaucer đây.

Cô cố gọi tên anh, nhưng một thứ cứng đặc kết lại và lối ra ở hõm cổ.

Lúc đó anh nói:

- A lô?

Cô nhớ đến những giấc mơ, những cơn ác mộng trong đó cô cố cầu cứu anh, nhưng lời lẽ lộn xộn và mắc kẹt trong cổ.

- Kìa... - Forney nói và cô biết anh sắp ngắt máy.

Cô bật ra một âm thanh, giống tiếng rên hơn là lời nói, nhưng anh đã nghe thấy.

- Tôi xin lỗi. Ai đó có thể nói to hơn được không?

Lúc đó, một thứ gì đó tuôn ra, tên anh vỡ vụn vì cô hết cả hơi và bắt đầu khóc không thành tiếng.

- Novalee phải không?

- Em... em gọi vì... vì... - Tiếng cô đứt đoạn vì nức nở, từng từ bị gãy làm đôi.

- Có chuyện không ổn sao, Novalee? Chuyện gì thế?

- Forney...

- Là Americus ư? Nó có khỏe không?

Vừa thở khụt khịt, Novalee vừa cố nói:

- Nó không sao, - tuy tiếng cô vang lên tê tái và méo mó.

- Vậy có vấn đề gì sao?

Novalee cảm thấy tim mình đập dồn. Rồi, bị ép giữa những chấn động của không khí, lời lẽ buột khỏi môi cô.

- Em đã nói dối, Forney.

Giây phút dài như cả đời trong lúc Novalee căng tai nghe thấy một âm thanh... một tiếng thì thầm, một hơi thở ôm ấp.

- Đừng để nó trở thành quá muộn, anh Forney. Em xin anh, đừng để trở thành quá muộn. - Cô cầu cho anh vẫn giữ máy, cầu mong họ vẫn được kết nối. - Em đã nói dối anh... và em xin lỗi.

Cô nghe thấy anh hít một hơi thật sâu và rời rạc.

- Em tưởng anh muốn có thứ khác, một cuộc sống khác hẳn. Em ngỡ anh muốn trở về Maine... về trường đại học... trở thành giáo viên. Và em sợ nếu em cố giữ anh ở lại đây với em...

- Novalee...

- Vì thế khi anh hỏi có yêu anh không, em đã nói...

- Em nói "Không. Không theo cách anh cần được yêu. Không theo cách đó".

- Nhưng không đúng thế, anh Forney. Em rất yêu anh.

- Lúc đó...

- Em đã nói dối vì nghĩ anh xứng đáng với những thứ tốt đẹp hơn nhiều.

- Còn gì tốt đẹp hơn em? - Tiếng anh khàn và khản đặc. - Novalee, chẳng có gì tốt đẹp hơn em đâu.

- Không quá muộn chứ, Forney? Chúng ta vẫn còn thời gian. Chúng ta vẫn có…

Tiếng Novalee bị át đi trong tiếng còi hú của một xe cứu thương rẽ vào phòng cấp cứu, cạnh bốt điện thoại.

- Anh có nghe thấy em không? - Cô hét vào điện thoại.

- Novalee, em đang ở đâu thế?

- Bên ngoài một bệnh viện ở Alva.

- Alva ư? Em làm gì ở đó?

- Em sắp rời đi. Em sắp đến Tellico Plains.

- Đừng. - Forney có vẻ sững sờ. - Em không thể trở về đó.

- Ồ Forney, em không ở lại đâu. Không ở lại đấy đâu. - Novalee quay người để có thể nhìn thấy xe của mình đỗ ở lề đường. Willy Jack trên băng ghế sau, đầu dựa lên chồng gối cô đã xếp trên ghế. - Em chỉ đưa một người đến Tellico Plains thôi, - cô an ủi. - Một người đang cố trở về quê.

- Novalee, tôi không hiểu đang xảy ra chuyện gì. Tôi không biết em tìm ra tôi ở đây bằng cách nào. Tôi không biết tại sao em ở đó. Tôi không biết là có hiểu tí gì không? Nhưng nếu đây là mơ, nếu em chỉ là ở trong mơ…

- Anh không mơ đâu, Forney. Đây là anh và đây là em, là sự thật.

Mưa nhẹ bắt đầu rơi lúc Novalee vẫn còn trong bốt điện

thoại. Lúc cô chạy về xe và trườn vào ghế lái, gió đang đập những hạt mưa to bằng cỡ đồng hai năm xen vào cửa kính.

Willy Jack đang ngủ rất say, cô đoán là nhờ mũi tiêm giảm đau trước khi người ta khiêng gã vào xe.

Lúc Novalee lấy chìa khóa trong xắc, gió đã mạnh, làm chiếc Chevy rung chuyển, cô quyết định đợi cho đến khi cơn giông qua đi.

Khi ngắm những giọt mưa tràn xuống kính xe, cô nhìn thấy một đêm khác, một đêm mưa giông và một cô gái... một cô gái mười bảy tuổi, bụng mang dạ chửa, một thân một mình... cô gái lăn lộn, xoay tròn, đợi những người bước ra từ màn đêm, tiếng họ gọi cô từ trong bóng tối...

một phụ nữ bé nhỏ có mái tóc xanh lơ và nụ cười cởi mở, mở cánh cửa xe moóc, người đã dạy cô ý nghĩa của gia đình

gia đình là nơi nâng đỡ ta khi ta vấp ngã và tất cả chúng ta đều vấp ngã

một người đàn ông da đen, đặt chiếc máy ảnh vào tay cô và dạy cô cách nhìn mới mẻ vào cõi nhân gian

cháu đừng sợ... hãy nhớ rằng cháu biết chụp ảnh bằng cả trái tim

một cậu bé da nâu, có giọng nói nhẹ nhàng và cái cây đầy phép thuật

nó là vận may, giúp chị tìm thấy những thứ chị cần... giúp chị tìm ra đường về nhà nếu chị bị lạc một phụ nữ tràn đầy sinh lực, không biết từ chối, người dạy cô về tình bạn

hãy xét đến mọi việc cậu đã làm, Novalee…
xét đến những việc cậu đã làm cho bản thân

một người đàn ông đội mũ len đã dạy cô về tình yêu

điều tôi muốn, là chung sống với em, Novalee…
với em và Americus

một đứa trẻ tên là Americus đã dạy cô tin vào hạnh phúc

khi mèo con mở mắt, thứ đầu tiên nó nhìn thấy là mẹ nó

Cô gái biết rằng sẽ có nhiều người khác, với nhiều giọng nói khác từ những nơi cô không thể trông thấy, thế nên cô đã đợi cái vòng xoáy lặng lẽ đó.

Novalee mỉm cười với bản ngã mười bảy tuổi của mình đang quay đi ở bên kia tấm kính đầy vệt nước mưa, cô cố giữ cô gái ở đó. Nhưng cô gái đã biến vào ánh sáng, nơi tiểu sử của cô bắt đầu.

Billie Letts kể về mình (tự trào)

Tôi là con một… và là đứa trẻ xấu xí. Tôi có mớ tóc màu đỏ như bí ngô và ngỗ ngược như dây thép rối, răng thỏ mọc đè lên môi dưới, nhiều tàn nhang đến mức bác Ed gọi tôi là "Lốm đốm" và trêu chọc rằng tôi là cô bé duy nhất ở Oklahoma có con cún xinh hơn mình.

Dì Zora vốn tốt bụng và chân thành, an ủi tôi rằng khi lớn hơn, tôi sẽ xinh xắn và "răng sẽ phát triển tự nhiên", lời an ủi đó khiến tôi hoang mang nhưng tràn đầy hy vọng.

Nhưng không may, những khiếm khuyết về thể chất của tôi không dừng lại nơi cổ.

Người tôi trông như cái que do một đứa trẻ lên bốn vẽ bằng bút chì nhọn và chẳng biết gì về sự cân đối. Thịt không đủ đắp lên xương để như con diều hâu đang chết đói. Tệ hơn nữa là tôi rất vụng về… chẳng bao giờ kiểm soát được bàn chân, đầu gối và khuỷu tay, kết quả là người tôi đầy những sẹo, vảy, vết xước và thâm tím, gạc dán khắp nơi.

Tôi là một thứ nhếch nhác. Nhưng nắng Oklahoma ấm áp, và tôi là đứa trẻ có nhiều bạn bè, họ hàng và hàng xóm tốt bụng, và không hiểu sao tôi luôn làm họ cười. Một bước nhảy ở đây, chiếc dương cầm ở kia, lúc nào cũng có nhiều chuyện vui và tiếng cười.

Là con của cặp cha mẹ hãy còn ít tuổi, tôi sống chủ yếu với bà ngoại, nhà bà chật đến mức tôi có thể nhìn thấy mình từ cửa sổ bếp, nơi thỉnh thoảng tôi quan sát mẹ và bố đánh nhau. Nhà bà luôn là một thiên đường an toàn cho tôi, và trường mẫu giáo là một cứu giúp tạm thời.

Môn đầu tiên tôi học trên lớp là tập đọc, tôi đọc một hơi hết *Dick và Jane*, rồi được người thủ thư của trường khích lệ nên hàng tuần tôi gói ghém và mang về nhà rất nhiều sách. Khi vào lớp bốn, tôi bắt đầu ao ước một thứ gì đó thực chất hơn những gì thư viện gợi mở.

Cha mẹ tôi là kết quả của thời Đại Suy thoái, cả hai không được học hành, làm việc siêng năng và tằn tiện, song không phải loại người tiêu tiền vào sách vở. Trong nhà chúng tôi chỉ có hai cuốn sách: Kinh Thánh và một cuốn tiểu thuyết có cái tên khiến mẹ tôi cho là có bản chất tôn giáo, tuy tôi tin chắc bà chưa đọc lần nào.

Tôi thử đọc Kinh Thánh, nhưng thấy rất khó hiểu, bèn quay sang đọc tiểu thuyết. Cuốn đó là *Cánh đồng nhỏ của Chúa*. Sách thế mới là sách chứ! Tôi đọc tới vài lần và dùng nó làm chủ đề cho bản tổng kết hồi lớp bốn, thành công mà nó mang lại khiến tôi tin rằng mình đang đi đúng hướng. Nếu có khả năng kích động một giáo viên ngôn ngữ ở Tulsa, Oklahoma chỉ bằng cách viết về văn phong của người khác, thì hẳn tôi có khả năng kể lại những câu chuyện của mình. Tôi ngờ rằng khi đó, mới chín tuổi đầu, tôi đã mơ trở thành nhà văn.

Cho tới hai mươi năm sau.

Ở tuổi ba mươi, tôi đã lấy chồng, là mẹ của hai đứa con, sắp tốt nghiệp đại học để bắt đầu làm giáo viên Anh văn, một ngã rẽ đột ngột khỏi các "nghề" trước đây của tôi.

Trong những năm trước, tôi đã làm người trượt patanh phục vụ đồ ăn, hầu bàn, rửa cửa sổ, rửa bát đĩa, dạy khiêu vũ, làm thư ký bán thời gian cho một thám tử tư, người đã cho tôi xem những bức ảnh chụp lén nhà truyền giáo cho bà ngoại tôi trong một thời gian dài, đang quan hệ tình dục với một thiếu niên trên mui xe ô tô.

Vài năm đầu trong cuộc hôn nhân, Dennis - chồng tôi - dạy ở trường cao đẳng ở miền đông Oklahoma, bị giảm thu nhập mỗi tháng hơn ba trăm đô-la. Cứ đến hè, chúng tôi lại chất hết đồ đạc lên ô tô và lái về Wagoner, thành phố quê hương của chồng tôi gần Tulsa, tìm việc tạm thời. Lương thấp, nhưng đó là cách duy nhất để chúng tôi có thể trải qua chín tháng tiếp theo bằng lương giáo viên của Dennis.

Bạn bè và người thân cũng thường giúp chúng tôi. Mẹ chồng tôi trông nom Shawn, con trai chúng tôi trong lúc tôi đi làm, cứ mỗi chiều tôi đến đón con là đã có sẵn xoong đậu ninh trên bếp, rau tươi ở vườn nhà bà, bánh ngô hoặc bánh quy trong lò nướng. Dù tôi có khăng khăng rằng tôi đã có con gà rã đông để nấu khi về đến nhà, bà vẫn "dỗ" tôi ở lại ăn tối, vì bà biết nếu có con gà "rã đông" qua nhiều tuần và nhiều tháng như tôi khẳng định, chúng tôi sẽ chết nếu ăn phải đồ ăn bị nhiễm độc mất.

Sau khi sinh con trai thứ hai được ít lâu, chồng tôi được mời đến Đan Mạch làm giảng viên cho Fulbright. Từ Wilburton, Oklahoma đến Copenhagen, Đan Mạch. Bạn có thể hình dung một chút sốc văn hóa. Bỗng nhiên, chúng tôi thấy mình có nhiều bạn bè từ khắp nơi ở Mỹ và châu Âu. Chúng tôi ngắm con cái của nhau, cho chúng ăn, uống bia, trò chuyện về Việt Nam, về sách và chính trị, và tất nhiên là về tình cảnh con người. Kiến thức của tôi phát triển nhanh và hầu như lúc nào tôi cũng cảm thấy mình dốt nát lạ lùng.

Khi chúng tôi về Mỹ, tôi hoàn thiện trình độ Anh văn ở Southeast Misssouri State và bắt đầu dạy học, dạy tiếng Anh ở Cairo và Paxton, Illinois, làm báo ở Southeast Oklahoma State, dạy tiểu học ở Durant và Fillmore, Oklahoma.

Năm 1975, người ta đưa một trăm hai mươi nhăm người Việt Nam di tản đến Southeastern và tôi bắt đầu dạy tiếng Anh cho họ như một ngôn ngữ thứ hai. Cùng với nhiều giáo viên khác, tôi tích cực tham gia chống cuộc chiến ở Việt Nam. Nhưng dù cho cảm nhận về chiến tranh ra sao, giờ đây tôi mới được chứng kiến nỗi bối rối, sợ hãi và bơ vơ của họ. Tôi làm quen với các tên tuổi, gương mặt và tiểu sử của họ. Họ gặp gỡ gia đình tôi và nhiều người trong số đó trở thành bạn của chúng tôi.

Một bước nhảy nữa về thời gian, thêm hai mươi năm nữa.

Khi sắp nghĩ đến việc nghỉ hưu, số ngày dạy học của tôi giảm dần, tôi đã có cả một hộp những bản thảo bị từ chối, một cuốn sổ dày đầy những câu thơ kinh khủng, một vở kịch tôi viết cùng Dennis, sáu kịch bản phim (bốn kịch bản khá hay và hai cái thất bại thảm hại), một chồng những truyện ngắn và hàng chục tài liệu đầy những ý tưởng cho nhiều truyện nữa.

Lúc này, con trai thứ của tôi là Tracy đang sống ở Chicago, làm việc trong một nhà hát có tiếng và xoay sang viết về sân khấu. Shawn đang sống ở Singapore, làm công việc nó yêu thích là chơi, sáng tác và phối nhạc. Còn Dennis đã nghỉ dạy học, đã bắt đầu đóng phim. (Tính đến nay, anh đã làm gần bốn mươi bộ phim truyện và phim truyền hình).

Còn tôi, vẫn mơ trở thành nhà văn "thực thụ", một nhà văn có tên ghi trên một bộ phim hoặc ở bìa một cuốn sách.

Rồi năm 55 tuổi, khi dự cuộc họp các nhà văn ở New Orleans, vì tôi đăng ký sớm nên có cơ hội gặp gỡ một tác gia trong mười lăm phút. Người đó là Elaine

Markson, một đại diện New York *đích thực*, bà đã lắng nghe khi tôi lo lắng, cố giới thiệu mình. (Tôi không có được tròn mười lăm phút vì một người bạn cũ của Elaine tạt qua chào hỏi và cuộc gặp của tôi bị cắt ngắn... khoảng hai phút).

Một tuần sau, Elaine gọi điện đến Oklahoma cho tôi, nói bà đã đọc kịch bản phim tôi đưa và muốn xem truyện ngắn tôi đã nhắc tới, truyện mà chồng tôi gọi là *Chuyện kể ở Wal-Mart*. Tôi gửi Elain hai truyện, ở đằng sau câu chuyện có đầu đề, tôi cài một bức thư ngắn, nói câu chuyện này không bao giờ buông tha tôi. Thậm chí, tôi còn mơ đến nó. Tôi đã để Novalee Nation, một cô gái mười bảy tuổi, có thai, túng quẩn và bị bỏ rơi, giam mình trong siêu thị Wal-Mart lúc đêm khuya và tôi không ngừng nghĩ làm thế nào để cô ấy sống sót.

Elain gọi cho tôi ngay khi đọc xong, gợi ý rằng nó có thể là khởi đầu cho một cuốn tiểu thuyết. Và đúng thế.

Hai năm sau, Jamie Raab ở Warner Books đọc toàn bộ bản thảo và mua. Cuốn sách xuất bản năm 1995.

Lần đầu tiên vào hiệu sách, tôi nhìn thấy sách *của mình* và *tên mình* trên bìa, cuối cùng tôi đã thực hiện được điều tôi thầm nhủ trong đầu từ khi còn bé rằng: "Bây giờ, rốt cuộc, mình là một nhà văn *thực thụ*".

Nhưng tôi không nói ra điều đó, vì tôi chợt hiểu rằng mình đã là một nhà văn thực thụ từ gần năm chục năm nay.

Tôi nhớ lại tất cả những người trong đời tôi... Cha mẹ quá trẻ. Những người bà nhân hậu. Các anh chị họ, một người chị đã bịt các răng hổng bằng kẹo cao su vì không có tiền đi nha sĩ. Bà mẹ chồng nấu những bữa ăn cho gia đình tôi, khi con gà tưởng tượng đang rã đông trong bếp của tôi. Một nhóm bạn bè quý hóa đến ngạc nhiên, suốt bao năm ủng hộ chúng tôi, giúp chúng tôi nuôi con và yêu thương chúng tôi.

Rồi các nhà văn. Tôi không bắt chước họ, tuy coi họ là những người có thể làm trái tim nhân loại mạnh mẽ lên, nhân hậu hơn đến mức đáng kinh ngạc. William Faulkner[1] và Flannery O'Conor[2]. Eudora Welty[3] và Toni Morrison[4]. John Steinbeck[5] và Sandra Cisneros[6]. Randall Jarrell[7] và Lucille Clifton[8]. Maya Angelou[9].

Giờ đây, khi mọi người hỏi tôi cách viết một cuốn sách ra sao, câu trả lời thật dễ dàng. Là tôi không biết. Tôi chỉ biết là tôi đã viết hai cuốn sách, tôi có nhiều câu chuyện và tôi bắt đầu đánh máy. Vậy thôi.

---

[1] William Faulkner (1897 - 1962): Tiểu thuyết gia nổi tiếng của Mỹ.

[2] Flannery O'Connor ở (1925 - 1964): Nhà văn nữ nổi tiếng của Mỹ.

[3] Eudora Welty (1909 - 1964): Nữ nhà văn Mỹ, giải Pulitzer năm 1973.

[4] Toni Morrison (sinh năm 1931): Nữ nhà văn Mỹ, giành giải Nobel năm 1993.

[5] John Steinbeck (1902 - 1968): Nhà văn Mỹ, giành giải Pulitzer năm 1940 và Giải Nobel năm 1962.

[6] Sandra Cisneros (sinh năm 1954): Nhà văn nữ của Mỹ.

[7] Randall Jarrell (1914 - 1965): Nhà thơ nữ của Mỹ, Giải national Books năm 1960.

[8] Lucille Clifton (1936 - 2010): Nhà thơ nữ và nhà giáo dục nổi tiếng của Mỹ.

[9] Maya Angelou (sinh năm 1928): Nhà thơ nữ, nhà hoạt động dân quyền nổi tiếng của Mỹ.

nơi ngập tràn tình yêu

Chịu trách nhiệm xuất bản:
Giám đốc NGUYỄN THỊ TUYẾT

Chịu trách nhiệm bản thảo:
Phó Giám đốc - Tổng biên tập KHÚC THỊ HOA PHƯỢNG

Biên tập:	Nguyễn Phương Quỳnh
Bìa:	Kim Duẩn
Trình bày:	Phạm Huyền
Sửa bản in:	Thanh Vân

NHÀ XUẤT BẢN PHỤ NỮ

39 Hàng Chuối - Hà Nội.
ĐT: (04) 39717979 - 39717980 - 39710717 - 39716727 - 39712832.
FAX: (04) 39712830
E-mail: nxbphunu@vnn.vn
Website: www.nxbphunu.com.vn

Chi nhánh:
16 Alexandre de Rhodes - Q. I - TP Hồ Chí Minh. ĐT: (08) 38234806

In 1.500 cuốn, khổ 13.5 x 20,5cm, tại Nhà in Hội Liên hiệp Phụ nữ Việt Nam. Giấy xác nhận KHXB số: 1659-2013/CXB/1-122/PN ký ngày 11/11/2013. Giấy QĐXB số: 28/QĐ-PN. In xong và nộp lưu chiểu quý I năm 2014.